AF654324

છત્રપતિ શિવાજી

ડૉ.ભવાનસિંહ રાણા

ગુજરાતીમાં ભાષાંતર

સંગીતા શુકલા

DIAMOND BOOKS

© લેખક પાસે

પ્રકાશક : ડાયમંડ પૉકેટ બુક્સ (પ્રા.)લિ.

X-30, ઓખલા ઈંડસ્ટ્રીયલ એરિયા, ફેઝ-II

નવી દિલ્હી -110020

ફોન : 011- 40712200

ઈ–મેઈલ : sales@dpb.in

વેબસાઈટ : www.dpb.in

સંસ્કરણ : 2012

ભાષાંતરકાર : સંગીતા શુકલા

CHHATRAPATI SHIVAJI

by : Bhawan Singh Rana

પ્રસ્તાવના

યુગ પ્રવર્તક છત્રપતિ શિવાજીનું નામ કોઈ પણ ભારતીય માટે અપરિચિત નથી. જે સમયે સમગ્ર ભારતવર્ષ મુસલમાનોની સત્તાની આધીન થઈ ચૂકયું હતું, તે સમયે શિવાજીએ એક સ્વતંત્ર હિન્દુ રાજ્યની સ્થાપના કરીને ઈતિહાસમાં એક નવીન અધ્યાયની શરૂઆત કરી હતી. પોતાના દુસ્સાહસભર્યા પ્રયત્નોથી તેમણે સાબિત કરી બતાડયું હતું કે હિન્દુઓની આત્મા હજુ પણ જાગૃત છે. આવું પ્રશંસનીય કાર્ય સદીઓથી કોઈ હિન્દુએ નહોતું કર્યુ. એમના આ કાર્યનું મહત્વ એટલા માટે પણ વધુ આંકવામાં આવે છે કારણ કે તેઓ એક પરિત્યકતા માંના પુત્ર હતા. એમના જીવનમાં પિતાનું યોગદાન નહીં સમાન હતું. પિતા શાહજીએ માતા જીજાબાઈ અને દાદાજી કોન્ડદેવના સંરક્ષણમાં પૂનાની જાગીર સોંપી દીધા પછી એમના પ્રત્યે પોતાનું કર્તવ્ય પૂરૂં થયું એમ માની લીધું હતું. જેના પરિણામસ્વરૂપે તેઓ પૂરૂં ભણી પણ નહોતા શકયા. તેમછતાં તેમણે પોતાના બાહુબળે એક સ્વતંત્ર રાજ્યની સ્થાપના કરી. એવી જ રીતે જેમ વનરાજ સિંહનો ન તો કોઈ અભિષેક કરે છે અને ન અન્ય સંસ્કાર તો પણ તે પોતાના બળે વનરાજની પદવી મેળવી જ લે છે.

અદ્વિતીય રાજનૈતિક ચતુરતા અને બુદ્ધિમત્તા, અદ્દભૂત સાહસ, પ્રશંસનીય ચરિત્રબળ વગેરે ગુણ શિવાજીના ચરિત્રની અન્ય ખાસિયતો હતી. પોતાના ધર્મ, સંસ્કૃતિ, રાષ્ટ્ર વગેરે પ્રત્યે પરમ આસ્થાવાન હોવા છતાં પણ તેઓ અન્ય બધાય ધર્મો પ્રત્યે આદર અને અન્ય સંપ્રદાયના લોકો પ્રત્યે પૂર્ણ સદ્દભાવના રાખતા હતા. એમના રાજકારણમાં ધાર્મિક અને જાતિય ભેદભાવ માટે કોઈ સ્થાન ન હતું. આ રીતે શિવાજી મહાન

હતા. શિવાજીના ગુણોના વખાણ એમના શત્રુ પણ કરતાં હતા. અનેક પાશ્ચાત્ય સમીક્ષકોએ પણ એમના મુકત કંઠે વખાણ કર્યા છે. શિવાજીના આદર્શ આપણી વર્તમાન રાષ્ટ્રીયતા માટે પણ યોગ્ય છે. આ પુસ્તકનો એજ ઉદ્દેશ્ય છે.

આ પુસ્તક મૂળ તો હિન્દીમાં લખાયુ છે પણ તેનું ભાષાંતર ગુજરાતી ભાષામાં જાણીતા અને ખ્યાતનામ ભાષાંતરકાર અને લેખિકા સંગીતા શુકલાએ કર્યુ છે. મને સંપૂર્ણ વિશ્વાસ છે કે ગુજરાતીઓને આ પુસ્તક વાંચવું ખૂબ જ ગમશે.

આ પુસ્તક લખતી વખતે ખ્યાતનામ ઈતિહાસકાર સર જદુનાથ સરકાર, ગોવિંદ સખારામ સરદેસાઈ, જેમ્સ ગ્રાન્ડ ડફ વગેરેના પુસ્તકોની મદદ આભાર સાથે લેવામાં આવી છે. પુસ્તકની સામગ્રી સંપૂર્ણ રીતે ઈતિહાસ સાથે સંમત છે. મતભેદવાળા પ્રસંગોની ચર્ચા પણ યથાસ્થાને કરી દેવામાં આવી છે.

ડૉ. ભવાનસિંહ રાણા

ભાષાંતરકારની દૃષ્ટિએ

આ પુસ્તકનું ગુજરાતીમાં ભાષાંતર કરવા માટે જ્યારે મને ડાયમંડ પુસ્તકોના મેનેજિંગ ડિરેકટર શ્રી નરેન્દ્ર શર્માજીએ કહ્યું ત્યારે મને ખૂબ જ આનંદ થયો કારણ કે શિવાજી વિશે ઉંડાણથી જાણવા માટેની આ સારી તક હતી. આમ પણ આજકાલ ટીવીમાં 'વીરશિવાજી' નામની સીરિયલ કલર્સ ચેનલ ઉપર આવે છે, તે પણ ખૂબ જ રસપ્રદ છે અને ઈતિહાસમાં ડોકિયું કરવાનો આ સુઅવસર હતો.

વીર શિવાજી વિશે જેટલું પણ કહેવાયું છે તે આ પુસ્તકનું ભાષાંતર કરતાં મેં અનુભવ્યું કે અક્ષરશઃ ખરૂં છે. તેમણે કેટકેટલા કષ્ટો વેઠીને પણ મોગલો સામે હિન્દુ ધર્મને જાગૃત કરવાનું સ્વપ્ન પૂરૂં કર્યુ અને મોગલોને સાબિત કરી દેખાડયું કે જો દૃઢ નિશ્ચય સાથે કાર્ય કરવામાં આવે તો તેમાં સફળતા જરૂર મળે છે. શૂન્યમાંથી સર્જન કરીને તેમણે ભારતમાં પોતાનું નામ ઈતિહાસના પાનાંમાં સ્વર્ણ અક્ષરે અંકિત કરાવડાવ્યું. પોતાના ધર્મ, સંસ્કૃતિ, રાષ્ટ્ર વગેરે પ્રત્યે પરમ આસ્થાવાન હોવા છતાં પણ તેઓ અન્ય બધાય ધર્મો પ્રત્યે આદર અને અન્ય સંપ્રદાયના લોકો પ્રત્યે પૂર્ણ સદ્ભાવના રાખતા હતા. શિવાજીના ગુણોના વખાણ એમના શત્રુ પણ કરતાં હતા. અનેક પાશ્ચાત્ય સમીક્ષકોએ પણ એમના મુકત કંઠે વખાણ કર્યા છે.

મને પૂર્ણ વિ ાસ છે કે આ પુસ્તક આપને વાંચવું ગમશે. આ પુસ્તકનું ભાષાંતર ડૉ.ભવાન સિંહ રાણાએ હિન્દીમાં લખેલ પુસ્તક 'છત્રપતિ શિવાજી'માંથી કરવામાં આવ્યું છે એટલે એમાં જો કોઈ ત્રુટિ રહી ગઈ હોય તો તે બદલ હું ક્ષમા માગું છું.

સંગીતા શુકલા

અનુક્રમણિકા

ત્રીજો અધ્યાય (સફળતાઓનો ક્રમ)

ચોથો અધ્યાય (આરોહ–અવરોહ)

પાંચમો અધ્યાય (વનરાજ પિંજરામાં)

છઠ્ઠો અધ્યાય (નુકસાનની ભરપાઈ)

સાતમો અધ્યાય (અભિષેક મહોત્સવ)

આઠમો અધ્યાય (દક્ષિણમાં વિસ્તાર)

નવમો અધ્યાય (ઢળતી સાંજ)

દસમો અધ્યાય (શિવાજીનું મૂલ્યાંકન)

છત્રપતિ શિવાજી

વંશ પરિચય અને પ્રારંભિક જીવન

વંશ પરંપરા

વિશ્વમાં અમુક લોકો પોતાના વંશના કારણે ખ્યાતિ મેળવે છે અને અમુક પોતાના વંશને પ્રસિદ્ધ કરી દે છે. છત્રપતિ મહારાજ શિવાજી એક એવા જ વ્યકિત છે, જે પોતાના વંશ ભોંસલેની પ્રસિદ્ધિનું કારણ બન્યા. ભોંસલે વંશની ઉત્પત્તિ કયારે, કયાં અને કોનાથી થઈ એ વિષયમાં ઈતિહાસકારોમાં ઘણા મતભેદો છે, પણ ભોંસલે સ્વયંને મેવાડના સિસૌદિયોના વંશજ માને છે. કહેવાય છે કે જ્યારે મહારાણા ઉદયસિંહે ચિતૌડની સત્તા સંભાળી, ત્યારે બનવીર જે એમની પહેલા ચિતૌડનો રાજા હતો (અને એણે ઉદયસિંહની નાનપણમાં જ હત્યા કરી નાંખવાનો પ્રયાસ કર્યો હતો), તે ચિતૌડ છોડીને દક્ષિણની તરફ ભાગી ગયો હતો. એ મહારાણા સાંગાના ભાઈનો દાસીથી પેદા થયેલો પુત્ર હતો અને એનાથી જ મહારાષ્ટ્રમાં ભોંસલે જાતિની ઉત્પત્તિ થઈ. બીજો મત એવો છે કે ૧૩૦૩માં ચિતૌડ ઉપર અલાઉદ્દીન ખિલજીએ અધિકાર કરી લીધો હતો. એ જ સમયે રાજ પરિવારનો એક વ્યકિત સજ્જન સિંહ અથવા સુજાન સિંહ ભાગીને દક્ષિણ તરફ ચાલ્યો ગયો હતો. એનું મૃત્યુ ૧૩૫૦ની આસપાસ થયું હતું. એની પાંચમી પેઢીમાં ઉગ્રસેનનો જન્મ થયો, તેના કર્ણસિંહ અને શુભકૃષ્ણ નામના બે પુત્ર હતા. કર્ણસિંહના પુત્ર ભીમસિંહને બહમની સુલ્તાન દ્વારા "રાજા ઘોરપડે બહાદુર"ની ઉપાધિ અને ૮૪ ગામડાઓની

જાગીર મળી. ત્યારથી ભીમસિંહના વંશજ ઘોરપડે કહેવાયા. શુભકૃષ્ણના વંશજોની પણ ઉપાધિ ભોંસલે છે.

શુભકૃષ્ણના પૌત્રનું નામ બાબાજી ભોંસલે હતું અને એમનું મૃત્યુ ૧૫૯૭માં થયું હતું. બાબાજી ભોંસલેના માલોજી અને બિઠોજી નામના બે પુત્ર હતા. કહેવાય છે કે આ બંને ભાઈઓ એટલા બધા તંદુરસ્ત અને વિશાળકાય હતા કે દક્ષિણના ઘોડા એમનો ભાર પણ સહન નહોતા કરી શકતા. બંને ભાઈઓ સિંદખેડાના સરદાર લુકજી જાધવરાજના અંગરક્ષક અને દૌલતાબાદની નજીકના એક ગામડાના પાટિલ હતા. અહમદ નગર રાજ્યના પતન પછી દૌલતાબાદ નિજામશાહી રાજ્યની રાજધાની બન્યું. લુકજી જાધવરાવ આ વંશની સેવામાં પ્રથમ શ્રેણીના સામંત બન્યા. યાદ રાખો કે (લુકજી જાધવરાવ) દેવગિરીના ભૂતપૂર્વ યાદવ રાજવંશની સંતાન હતા. માલોજી અને બિઠોજી લુકજી જાધવરાવની સેવાની સાથે જ પોતાની પિતરાઈ ભૂમિનો પ્રબંધ પણ કરવા લાગ્યા હતા.

શાહજી ભોંસલે

માલોજીના મોટા પુત્રનું નામ શાહજી અને નાનાનું નામ શરીફજી હતું. એક વખત હોળી અને વસંત પંચમીના અવસરે માલોજી પોતાના દસ–બાર વર્ષના પુત્ર શાહજીને લઈને લુકજી જાધવરાવને ત્યાં આમંત્રણમાં ગયા. ઉત્સવમાં બધા લોકો ઉલ્લાસ સાથે એક–બીજા ઉપર રંગ નાંખી રહ્યા હતા. લુકજી જાધવરાવની દીકરી જીજાબાઈ પણ શાહજીની બાજુમાં બેઠી હતી અને એની ઉંમર પણ આશરે શાહજી જેટલી જ હતી. મોટાઓને રંગથી રમતા જોઈને બે બાળક પણ એક–બીજા ઉપર રંગ નાંખવા લાગ્યા. બાળકોની આ નિર્દોષ રમત જોઈને લુકજી જાધવરાવના મુખમાંથી અનાયાસ જ નીકળી ગયું – "આ બંનેની જોડી કેટલી સુંદર લાગે છે."

આટલું સાંભળતા જ માલોજીને મોટા સ્વરે જાહેરાત કરી નાંખી – "તમે બધા લોકો સાક્ષી છો, લુકજી જાધવરાવે મારા દીકરા સાથે પોતાની દીકરીની સગાઈ કરી નાંખી છે."

માલોજીની આ પ્રમાણેની જાહેરાતનો લુકજીએ તીવ્ર વિરોધ કર્યો. એમના અનુસાર તેમણે પેલા શબ્દો કોઈ ઉદ્દેશ્યને ધ્યાનમાં રાખીને નહોતા

કહ્યા, ફકત એમ જ સહજ ભાવે બોલી નાંખ્યા હતા. હકીકતમાં માલોજી, લુકજી જાધવરાજના એક સેવકમાત્ર હતા. ભલા એક સેવકના દીકરા સાથે તેઓ પોતાની દીકરીના લગ્ન શું કામ કરત? આ વાતે બંને વચ્ચે મતભેદ થઈ ગયો. પરિણામસ્વરૂપે માલોજીએ લુકજીની સેવા છોડી દીધી. ત્યારબાદ તેઓ પોતાની સ્થિતિ મજબૂત કરવામાં લાગી ગયા. તેમણે નિજામશાહના સેનાપતિ મલિક અંબર સાથે પોતાના સંબંધ મજબૂત કરી લીધા. થોડાક જ સમયમાં એમને અહમદ નગરના નિજામશાહે પાંચ હજાર ઘોડાઓની કમાન અને રાજા ભોંસલેની પદવી આપી. શિવનેરી અને ચાકણના કિલ્લા એમના અધિકારમાં આવી ગયા. એની સાથોસાથ પૂના અને સૂપેની જાગીર પણ એમને મળી ગઈ. પછી મલિક અંબરની પ્રેરણાથી નિજામશાહે લુકજી જાધવરાવને શાહજી સાથે જીજાબાઈના લગ્ન કરવા માટે મંજુરી મેળવી લીધી. પરિણામે ઈસવી સને ૧૬૦૫ના નવેમ્બર માસમાં બંનેના લગ્ન થયા. અનેક નાટકીય પરિસ્થિતિનો સામનો કર્યા પછી લગ્ન સંબંધમાં બંધાયેલ આ યુગલ જ ઈતિહાસ બનાવનાર છત્રપતિ શિવાજીની ઉત્પત્તિનું કારણ બન્યું.

શિવાજીનો જન્મ અને બાળપણ

શિવાજીનો જન્મ કયારે થયો? એ વિષયમાં ઈતિહાસકારો એક મત નથી. એક મત પ્રમાણે એમનો જન્મ માતા જીજાબાઈની કૂખેથી વૈશાખ શુકલ બીજ, શક સંવત ૧૫૪૯ તદનુસાર ગુરૂવાર ૬ એપ્રિલ ૧૬૨૭ના રોજ શિવનેરના કિલ્લામાં થયો હતો. બીજા મત પ્રમાણે એ તિથિ ફાગણ વદ ૩, શક સંવત ૧૫૫૧ એટલે કે શુક્રવાર ૧૯ ફેબ્રુઆરી ૧૬૩૦ ઈ.માં થયો હતો. આ બંને તિથિમાં આમ તો ત્રણ વર્ષનો સમયગાળો છે, પણ એનાથી શિવાજીની મહાનતામાં કોઈ ફરક નથી પડતો.

શિવાજી સહિત માતા જીજાબાઈએ છ પુત્રોને જન્મ આપ્યો હતો. દુર્ભાગ્યથી ચાર દીકરાઓ અલ્પાયુમાં જ મૃત્યુ પામ્યા હતા. બાકીના બે દીકરાઓમાં મોટા દીકરાનું નામ સંભાજી હતું. અંદાજ પ્રમાણે એનો જન્મ ૧૬૧૬ ઈ.માં થયો હતો.

શિવાજીના બાળપણને સુખદ ન કહી શકાય. એમને પોતાના પિતાશ્રીનું

સંરક્ષણ નહીં બરાબર મળ્યું હતું. તેમછતાં પણ એમણે એક સ્વતંત્ર સામ્રાજ્યની સ્થાપના કરી જે ખરેખર આશ્ચર્યથી ઓછું ન હતું. આ આશ્ચર્યની પાછળ જે બે મહાન વિભૂતિઓનો હાથ રહ્યો, એ છે એમની માતા જીજાબાઈ અને દાદાજી કોંડદેવ. આજ બે માર્ગદર્શકોની છત્રછાયામાં શિવાજીનું બાળપણ પસાર થયું અને એમના ભાવિ જીવનનો પાયો નંખાયો.

માતા જીજાબાઈની છત્રછાયામાં

માતા જીજાબાઈ લુકજી જાધવરાવની દીકરી હતી. એમની રગોમાં દેવગિરિના યાદવ શાસકોનું લોહી હતું. એમનું દાંપત્ય જીવન એક સુખી દાંપત્ય જીવન ન કહી શકાય. એક રીતે એમનું જીવન એક પરિત્યકતાના જીવન જેવું હતું. જે સમયે શિવાજી એમના ગર્ભમાં હતા, તે સમયથી જ શાહજી અને એમનું જીવન એક નદીના બે કિનારાની સમાન થઈ ગયું હતું. શાહજીએ સૂપાના મોહિતે પરિવારની કન્યા તુકાબાઈ સાથે બીજા લગ્ન કરી લીધા અને જીજાબાઈ પૂનામાં દાદાજી કોંડદેવના સંરક્ષણમાં રહેવા લાગ્યા, જે પૂનાની શાહજીની નાનકડી જાગીરની દેખરેખ રાખતા હતા.

તેમનો મોટો દીકરો સંભાજી પોતાના પિતાની જ સાથે જ રહેતો હતો. શિવાજીના જન્મના થોડાક જ સમય પહેલાની એમની સ્થિતિનું વર્ણન કરતાં પ્રસિદ્ધ ઈતિહાસકાર ગોવિંદ સુખરામ સર દેસાઈએ લખ્યું છે કે–

"સાસરે જવાની કોશિશ કરવી જોઈએ અથવા તો ત્યાં જઈને સાસરિયાના ગળે પડવું જોઈએ, એવું એમને કોણ સમજાવત? જીજાબાઈની મનઃસ્થિતિની કલ્પના કરી શકાય છે. પતિ સાથે પ્રત્યક્ષ મળવાનો વારો જ નહોતો આવતો અને આવતો તો પણ સ્પષ્ટ વાત કહેવાની એમની હિમ્મત નહોતી થતી. જીજાબાઈને ગર્ભાર્પણ કરીને પતિદેવ તો ઘોડા ઉપર સવાર થઈને ચાલતા થયા. એટલે સાસરિયાવાળાઓએ જ એમનું પાલન–પોષણ કરવું પડયું. તે અવસરે પત્નીને સાસરામાં છોડીને શાહજી રાજા તો નીકળી પડયા, આ પ્રસંગ બાબત જે કથા પ્રચલિત છે એને નકારી પણ નથી શકાતી. શાહજીથી મળીને જ્યારે જાધવરાવ પરત આવી રહ્યા હતા, ત્યારે એમને જીજાબાઈ રસ્તામાં જુન્નારની નજીક મળ્યા. તે સમયે એમના ગર્ભને સાત મહિના પૂરા થઈ ચૂકયા હતા. જાધવરાવ એમને સિંદખેડા

મોકલવા લાગ્યા. કેવો વિકટ પ્રસંગ હતો. આર્ય સ્ત્રી માટે પોતાના પતિથી વધીને કાંઈ જ નથી હોતું. જ્યારે પતિદેવ એમને છોડીને ચાલ્યા ગયા, તો પણ એ એટલી દૃઢ સંકલ્પ બનેલી રહી કે પિતાની સાથે પીયર ન ગઈ. નજીકમાં જ ભોંસલાઓની જાગીરનો શિવનેરનો કિલ્લો હતો. એ ત્યાં ચાલી ગઈ અને પછી ત્યાં શિવાજીનો જન્મ થયો. મોટો દીકરો હવે મોટો થઈને પિતાજીની મદદ કરવા લાગ્યો હતો. એ મોટો થઈને પિતાની સાથે જીવનશિક્ષા, રાજકાજ, યુદ્ધ, દાવ–પેચ વગેરે શીખવા લાગ્યો. સંભાજીને કદી પણ પોતાની માતાની ખામી અનુભવાઈ ન હતી.

લુકજી જાધવરાવ પહેલા નિજામશાહના સામંત હતા, પણ પછીથી મતભેદ થવાના લીધે તેમણે નિજામશાહના પક્ષનો ત્યાગ કર્યો હતો અને મોગલ સમ્રાટ શાહજહાંની સેવામાં ચાલ્યા ગયા હતા. તેઓ સિંદખેડામાં રહીને મોગલ સમ્રાટના પક્ષમાં કામ કરતા હતા, જે નિજામશાહને સહન ન થયું. તેમને લુકજી કાંટાની જેમ ખટકવા લાગ્યા. ૨૫ જુલાઈ ૧૬૨૯ના રોજ તેમણે બધા જાધવ સરદારોને મુલાકાત માટે દૌલતાબાદના કિલ્લામાં બોલાવ્યા. કોઈને સપનામાં પણ આશા ન હતી કે તે વિશ્વાસઘાત કરશે. અનેક જાધવ સરદારોની સાથે પોતાના પુત્ર–પૌત્રો સાથે લુકજી જાધવરાવ પણ દૌલતાબાદના કિલ્લામાં પહોંચ્યા હતા, ત્યાં પહોંચેલા મોટાભાગનાની નિર્દયતાથી હત્યા કરી નાંખવામાં આવી હતી. લુકજી જાધવરાવ, એમના બે પુત્ર–અચલોજી અને રઘુજી અને પૌત્ર યશવંતરાવને પણ પોત–પોતાના પ્રાણ ગુમાવવા પડયા હતા.

પોતાના પિતા, ભાઈઓ અને ભત્રીજાઓની સાથે થયેલા આ અમાનવીય વિશ્વાસઘાતને માતા જીજાબાઈ જીવનભર ભૂલી નહોતા શકયા. આ બનાવના પ્રતિશોધની ભાવનાએ પણ એમને સદા યવનોના વિનાશની પ્રેરણા આપી હતી, અને એટલે જ તેમણે યુગ નિર્માતા શિવાજીને પણ એ માટે તૈયાર કર્યા હતા.

બાળક શિવાજીનો અજ્ઞાતવાસ

આ બનાવ બન્યા પહેલાથી જ શાહજી મલિક અંબરની સાથે ઘણા વર્ષોથી મોગલોની વિરૂદ્ધ લડી રહ્યા હતા. દૌલતાબાદના કિલા પર

મોગલોનો અધિકાર થઈ જવાથી મોગલ સમ્રાટે શાહજી અને એમના પરિવારના લોકોને પકડવાના ભરસક પ્રયત્નો કર્યા હતા. માતા જીજાબાઈ શિવાજીની સાથે શિવનેરના કિલ્લામાં રહેતા હતા. મોગલ સમ્રાટનો એક સરદાર મહાદલ ખાં તે સમયે એમને પકડવા માટે ગયો હતો. જીજાબાઈ મહાદલ ખાંને પહેલાથી જ ઓળખતા હતા. એટલે એમણે એમની પાસે સંદેશો મોકલાવ્યો કે તેઓ સ્વયં એને મળવા માટે આવી રહી છે. મહાદલ ખાંને પણ સંતોષ થયો. ત્યારે જીજાબાઈએ શિવાજીને પોતાની એક વિશ્વાસપાત્ર દાસીની સાથે કોઈ અજ્ઞાત સ્થાને મોકલાવી દીધો અને સ્વયં કેદ થવા માટે ગયા. બે વર્ષ સુધી શિવાજી પોતાની ધાય માં પાસે રહ્યા. સૌભાગ્યથી જીજાબાઈ મુકત થઈ ગયા અને પોતાના પુત્રનું પાલન–પોષણ ફરીથી મગ્ન થઈને કરવા લાગ્યા.

એ જગ્યા જ્યાં શિવાજીને છુપાવીને રાખવામાં આવ્યા હતા એને શિવાપુર અથવા ખેડ–શિવાપુર કહેવાય છે. આ ગામડું પૂનાથી સતારા જતા રસ્તામાં પડે છે. શિવાજીના નામથી માતા જીજાબાઈએ એ ગામનું નામ શિવાપુર રાખી દીધું હતું. અહિંયા ભોંસલોની પિતરાઈ જમીન હતી, જેમાં જીજાબાઈએ શાહબાગ નામથી કેરીઓનો બગીચો પણ બનાવડાવ્યો હતો.

આ બધી વિષમ પરિસ્થિતિઓનો જીજાબાઈએ દૃઢતા સાથે સામનો કર્યો. શિવાજીના જન્મના સમયે ન તો એમની પાસે પૈસો હતો અને ન કોઈ સેવક કે સંરક્ષક. તેઓ પિતાની પાસેથી પતિના ઘર શિવનેરીના કિલ્લામાં આવી ગયા હતા, પણ પતિ તો તેમને છોડીને યુદ્ધભૂમિમાં ચાલ્યા ગયા હતા. થોડા સમય પછી તેઓ શિવનેરીથી ઓસાડના કિલ્લામાં આવી ગયા. આ બધી જ નિરાશાપૂર્ણ સ્થિતિમાં એમણે કિલ્લામાં સ્થિત મંદિરની દેવી શિવાઈને જ પોતાનો આશ્રમ માન્યો. એમના ચાર પુત્ર અલ્પાયુમાં જ ગુજરી ગયા હતા, એટલે પોતાના નવજાત શિશુ શિવાજીના દીર્ઘજીવનની કામના માટે તેઓ માં ભગવતી શિવાઈને દિવસ– રાત પ્રાર્થના કરતા હતા. આ બધી પરિસ્થિતિઓમાં પણ તેમણે પોતાના પતિ અને તેમની બીજી પત્ની સાથે પોતાના સંબંધોમાં કયારેય કટુતા નહોતી આવવા દીધી.

પૂના પ્રસ્થાન

શિવાજીના જન્મના સમયે શાહજી નિજામશાહની તરફથી મોગલોની

વિરૂદ્ધ લડી રહ્યા હતા. જાન્યુઆરી ૧૬૩૬માં શાહજહાં સ્વયં દક્ષિણ ભારત ગયા, ત્યારે જ નિજામશાહી રાજ્ય સમાપ્ત થયું. મે મહિનામાં મોગલ સમ્રાટ અને બીજાપુરની સલ્તનતમાં એક સંધિ થઈ ગઈ. ત્યારબાદ શાહજી પણ બીજાપુરની સેવામાં ચાલ્યા ગયા. એમની આ સેવાઓના બદલામાં તેમને ગોદાવરી નદીની દક્ષિણમાં એક જાગીર આપી દેવાઈ. આ ઘટના ઑક્ટોબર ૧૬૩૬ ઈ.ની છે. આ સંઘર્ષોના વર્ષોમાં પણ શાહજીએ પૂનાની જાગીર પર પોતાનો અધિકાર સુરક્ષિત રાખ્યો હતો. પોતાની નવી જાગીર માટે તેમણે અમુક વિશ્વાસપાત્ર વ્યકિતઓની નિમણૂંક કરી દીધી અને પોતે બીજાપુર ચાલ્યા ગયા.

બીજાપુર ગયા પહેલા શાહજીએ જીજાબાઈ અને શિવાજીને પૂના મોકલી દીધા. પૂનાની જાગીરનો પ્રબંધ કરવા માટે તેમણે એક યોગ્ય વ્યકિત દાદાજી કોંડદેવની નિમણૂંક કરી. ત્યારે શિવાજી લગભગ સાત—આઠ વર્ષના હતા. શિવાજીના જીવનની આ સૌથી પહેલી શુભ ઘટના હતી કારણ કે અત્યારસુધી તેઓ અહિંયા—ત્યાં ભટકી રહ્યા હતા પણ હવે તેઓ ભલે એક અસ્ત—વ્યસ્ત અને અવ્યવસ્થિત રહી હોય એવી જાગીરના સ્વામી તો બની જ ગયા હતા. સૌથી મોટી વાત તો તેમને યોગ્ય માર્ગદર્શક દાદાજી મળી ગયા હતા.

દાદાજી કોંડદેવના સંરક્ષણમાં

એ પ્રથમ પુરૂષ જેને બાળક શિવાજીએ પોતાના વડિલ તરીકે જોયા, તે દાદાજી કોંડદેવ હતા. એકરીતે અહિંયાથી જ એમના જીવનની આધારશિલા રાખવામાં આવી. આ પહેલાનું એમનું જીવન એક રીતે વન્ય જીવન જેવું જ હતું. આ નવીન જીવનની શરૂઆત દાદાજી કોંડદેવના સંરક્ષમાં થઈ. દાદાજી કોંડદેવ માલ્થનના બ્રાહ્મણ હતા. તેમના ઉપનામ ગોચિવડે, પારનેકર, મલઠણકર વગેરે પણ હતા. પહેલા તેઓ બીજાપુરના શાસકની સેવામાં હતા. પછીથી તેમને મલિક અંબરથી પણ યુદ્ધ વગેરેનું પ્રશિક્ષણ મળ્યું હતું. મોગલ સમ્રાટની વિરૂદ્ધ યુદ્ધમાં તેમણે શાહજીની મદદ કરી હતી.

સપ્ટેમ્બર—ઑક્ટોબર ૧૬૩૬થી દાદાજી કોંડદેવ, માતા જીજાબાઈ અને બાળક શિવાજીને લઈને પૂના આવી ગયા. હવે તેઓ શાહજી ભોંસલેની

આ જાગીરના પ્રબંધક હતા. તેમણે જે પ્રેમ અને ઈમાનદારીથી આ ઉત્તરદાયિત્વનું પાલન કર્યુ હતું તે લોકો માટે એક મિસાલ બની ગયું. શિવાજીને હિંદુ રાજ્યના સંસ્થાપક બનાવવામાં એમની ભૂમિકાની સરખામણી બહુ ઓછા લોકો સાથે કરી શકાય તેમ છે.

સત્તાનો પ્રબંધ પોતાના હાથમાં આવતાવેંત જ દાદાજી કોંડદેવે સૌથી પહેલા ખેતીની પ્રગતિ ઉપર ધ્યાન આપવાની શરૂઆત કરી. ત્યારે સત્તામાં ચારેકોર અરાજકતાની સ્થિતિ ફેલાયેલી હતી એટલે ત્યાંની અવ્યવસ્થાને દૂર કરવી અને ન્યાય વ્યવસ્થાને સુધારવી એમનું પહેલું કામ હતું. તેમણે ગામડાઓમાં પ્રબંધ કરનારાઓની નિમણૂંક કરી, કરમાં સુધારો કર્યો. પહેલા પાંચ વર્ષો માટે ખેડૂતોને કર ભરવાથી મુકત કર્યા. ઉપજમાં વૃદ્ધિ કરવાના ઉપાય કર્યા. એના માટે લોકોને પ્રોત્સાહિત કર્યા. પણ એ પહેલા ત્યાં મુરાર જગદેવ ગધેડાઓથી ખેતર ખેડાવી ચૂકયા હતા જેની આડઅસર દૂર કરવા માટે એમણે ભૂમિમાં સોનાનું હળ ચલાવીને ખેતીના કામનું શ્રીગણેશ કર્યુ. યોગ્ય ખેડૂતોને બહારથી લાવીને વસાવવામાં આવ્યા. દાદાજી કોંડદેવ પૂનામાં રહીને આ બધી વ્યવસ્થા કરતા હતા, એટલે તેમણે પહેલા પૂનાના નિવાસ સ્થાનને સુંદર બનાવ્યું. ત્યાં એક નાનકડી વાડી બનાવી. શિવાજી આ પહેલા પોતાના અજ્ઞાતવાસ વખતે આજ જગ્યાએ રહ્યા હતા.

પોતાની જાગીર અવ્યવસ્થિત છે તેનો અનુભવ આ નાનકડા બાળક શિવાજીએ પણ કર્યો. એક દિવસ તેઓ પોતાની માતાને પુછી જ બેઠા કે – "માં! આ કેવી અવ્યવસ્થા ફેલાયેલી છે? અને તમે સદા ચિંતામાં અને ડરેલા શા માટે રહો છો? મને પણ જણાવો, હું શું કામ કરી શકું છું? હું ભલે નાનકડો છું પણ તમારી થોડી મદદ તો કરી જ શકીશ."બાળકની વાતો સાંભળીને માંનું દિલ ભરાઈ આવ્યું. તે ભલા આનો શું જવાબ આપે?તેમણે દાદાજી કોંડદેવને કહ્યું – "બાળક શિવાના પ્રશ્નોના જવાબ તમે જ આપો. તેને અત્યારથી જ બધી વાતો સ્પષ્ટ થઈ જાય તો સારૂં છે. આપણે શું છીએ, આજે આપણી પરિસ્થિતિ શું છે, ભવિષ્યમાં કેવી રીતે ગુજારો કરીશું, એ બધી બાબતોની જાણ તેને જરૂર હોવી જોઈએ. શાહજી રાજાએ આને તમારા જ હાથોમાં સોંપ્યો છે."

ત્યારે દાદાજીએ એક યોગ્ય સંરક્ષકના ધર્મનું પાલન કરતાં શિવાજીને સરળ ભાષામાં બધું જ સમજાવી દીધું, જેનો ટુંકસાર નીચે પ્રમાણે હતો:

"રાજે! તમે હજુ નાના છો. તમને પોતાની આજની પરિસ્થિતિનો ખ્યાલ નથી. તમે એ વીર શાહજી રાજાના પુત્ર છો, જે આજે પોતાના પ્રાણોની રક્ષા માટે પરદેશ ચાલ્યા ગયા છે અને આપણે અત્યારે વનવાસમાં છીએ. આપણા રહેવા માટે પણ સારી જગ્યા નથી. આજે સાત વર્ષોથી મોગલ સમ્રાટે આપણને સત્તાહીન કરેલા છે. એમની પ્રબળ શકિતની સામે શાહજી રાજા ટકી નહોતા શકતા. સહી સલામત બચી નીકળ્યા એ જ મોટી વાત છે. હું ગત પંદર વર્ષોથી શાહજી મહારાજની સેવા કરી રહ્યો છું અને હવે અમારી ભાવિ પ્રગતિ તમારા નેતૃત્વ ઉપર આધાર રાખે છે. મારૂં આ શરીર એમની જ છત્રછાયામાં વધ્યું છે. પૂનાની આ પિતૃ સત્તા ચારેકોર વેરણછેરણ થઈ ગઈ છે. જેને સરખી રીતે સુધારવાથી જ આપણી ભલાઈ થશે. આજે કેટલાય વર્ષોથી આપણે સંકટોના દોરથી પસાર થઈ રહ્યા છીએ. મુસલમાનોએ બધી જગ્યાએ આતંક મચાવેલો છે. જાધવ જેવા પરાક્રમી સરદારને મળવા માટે બોલાવીને એને કપટથી મારી નાંખ્યો. શાહજી રાજાની માતાજી નિમ્બાલકર ઘરાનાની હતી. એમના ભાઈ બાજાજી નિમ્બાલકરે ફાલ્પટનની સત્તા સંભાળી. એમને બીજાપુરના શાહે મળવા માટે બોલાવ્યા અને કપટ કરીને મુસલમાન બનાવી દીધા. આજે તેઓ વિધર્મો બનીને બીજાપુરમાં રહે છે. આ ધર્મની કેવી વિડંબના છે? ભગવાનની કૃપાથી તમારી માતાજી ઉપર એવી કોઈ આફત નથી આવી."

આ બધું સાંભળીને બાળક શિવાજીના મનમાં અનેક વિચારો ઉત્પન્ન થવા લાગ્યા. તેઓ આ અત્યાચારોના પ્રતિશોધ માટે વ્યાકુળ થઈ ઉઠયા. આ ઘટનાથી એમના વિચારોમાં એક ક્રાંતિકારી પરિવર્તન આવ્યું. તેઓ સંપૂર્ણ રીતે સ્વધર્મ અને સ્વરાજ્યની સ્થાપના માટે સમર્પિત થઈ ગયા. એમના આજ સંકલ્પના લીધે અંતે તેઓ છત્રપતિ શિવાજી બન્યા. એના માટે તેમણે સૌથી પહેલા પોતાની સત્તામાં સુવ્યવસ્થા સ્થાપિત કરી અને પછી પોતાની સમાન વિચારધારાવાળા મિત્રોનું સંગઠન બનાવ્યું. માતા જીજાબાઈ અને દાદાજી કોંડદેવ એમને સલાહ આપનારા અને માર્ગદર્શક બન્યા. અહિંયા આજ બધી ઘટનાઓનો વિસ્તારપૂર્વક ઉલ્લેખ કરવામાં આવ્યો છે.

પૂનાની આ જાગીરમાં કુલ ચોવીસ વિસ્તાર સામેલ હતા. એમાંથી

બાર માવલ અને જુન્નારમાં અને બાર પૂનાની હેઠળ હતા. માવલ શબ્દનો અર્થ થાય છે બે પહાડીઓની વચ્ચે વહેતી નદીના કિનારાએ વસેલી ભૂમિ. દરેક માવલમાં એક કારકૂન અને એક હિસાબ–કિતાબ રાખનાર દેશપાંડે હતો. પોતાના નાનપણના અજ્ઞાતવાસ વખતે શિવાજી પણ એક માવલમાં જ રહ્યા હતા. જુન્નારની ડાબી તરફ ફેલાયેલા દોઢસો માઈલ લાંબા અને ત્રીસ માઈલ પહોળા આ ઉબડખાબડ પ્રદેશમાં શિવાજી ઘણા હર્યા ફર્યા હતા એટલે તેઓ એના ખૂણેખૂણાને ઓળખતા હતા. આ જગ્યાએ રહેવાથી શિવાજીને સૌથી મોટો લાભ એ થયો કે તેઓ પહાડી વિસ્તાર અને જંગલી જગ્યાઓમાં ચાલવાના આદી થઈ ગયા હતા અને હવે તેઓ સત્તા માટે ફરતા રેહવા લાગ્યા હતા. તેમના આ હરવા–ફરવાનું વર્ણન કરતા એક પ્રત્યક્ષ દૃષ્ટાએ લખ્યું છે કે –

"આજે આઠ વર્ષોથી હું શિવાજીના કામોને બારીકાઈથી જોઈ રહ્યો છું. તેમની બુદ્ધિ અને નવીન શોધ કરવાની કોઈ સીમા નથી. તેઓ દિવસ–રાત ગામડે–ગામડે ભટકતા ફરે છે. તડકો–છાંયો, ભૂખ–પ્યાસ કોઈની પણ દરકાર નથી કરતા. મન ફાવે તે ઝુંપડામાં જઈને રોટલી માંગીને ખાઈ લે છે અને ત્યાં જ રાતવાસો પણ કરી લે છે. લોકોથી મળીને પુછપરછ કરી લે છે અને એમનાથી માહિતી મેળવીને ચુપકેથી ધર્માધર્મ આચાર–વિચાર વિશે બધું જ જાણી લે છે. આવી રીતે ભટકતા તેમણે કેટલો સમય પસાર કર્યો એનો કોઈ હિસાબ–કિતાબ નથી. આવી રીતે ભટકતા તેઓ મહીનાઓ સુધી ઘરથી દૂર રહ્યા. બીચારી માં ઘરમાં ચિંતા કરતી રહેતી, કે કયાં ગયા?, શું કરે છે? અને સકુશળ પાછા આવશે કે નહીં? પરત આવીને તેઓ પોતાના અનુભવ માતાને સંભળાવા લાગે છે જે સાંભળીને માતાને ખૂબ જ આશ્ચર્ય થાય છે. મુસલમાન હાકિમ કોને–કોને કચડતા, લુંટતા, મારતા, મંદિરો તોડતા, સ્ત્રીઓને ભગાડીને લઈ જતા અને ન્યાય–અન્યાયનો કોઈ વિચાર ન કરતા, આ બધી અંધેરનગરીની હકુમતને તેઓ સ્વયં જોતા. તેઓ લોકોને ધીરજ બંધાવતા કે તમે આ બધું શું કામ સહન કરો છો? તેમને મારીને ભગાડી કેમ નથી દેતા? આ પ્રમાણેની વાતો સાંભળીને એમની પાસે કેટલાય નાના–મોટા લોકો ભેગા થઈ જાય છે. તેમને માણસની સાચી પરખ છે. તેઓ સ્વયં તડકા અને વરસાદમાં કષ્ટ ઉઠાવતા, નદી–નાળા પાર કરતા, કુશ્તી લડતા, ઘોડેસવારી કરતા અને ભાલા–તલવાર ચલાવતા. ડર શું

છે? એને તેઓ જાણતા જ ન હતા. રાત હોય, અંધારૂં હોય તો પણ તેમનો પ્રયોગ તો ચાલતો જ રહેતો. ગમે તેવો સ્વાંગ રચવામાં તેઓ સિદ્ધહસ્ત હતા. બહુરૂપિયાનો વેષ ધારણ કરીને બહારની વાત જાણવામાં તેઓ ખૂબ જ માહિર હતા. એમની વાણી એટલી મોહક છે કે એક વાર જે એમનાથી મળી લે તે એમના ગુણગાન જ ગાવા લાગતુ. તેઓ હંમેશા એ જોતા રહેતા કે કયાંક કોઈને કોઈ સાધુ–સંત કે આવડતવાળો વ્યકિત તો નથી મળ્યો ને! જો એવું કોઈ મળ્યું હોય તો તેઓ કલાકો સુધી બેસીને એના વિશે પુછપરછ કરતા રહેતા. 'અમુક વ્યકિત દેહૂના પ્રસિદ્ધ બાબા તુકારામ થી નથી ને? એમનું કિર્તન થયું હતું કે શું?' આજ બધી વાતોમાં તે ભૂખ–પ્યાસ ભૂલીને બેસી જતા. જ્યાં પણ જાય ત્યાં લોકોને ભેગા કરી લે. લડાઈ અને પરાક્રમની વાતો કરતા જાય. ફરવાની તો વાત જ ન પુછો. આજે અહિંયા છે તો કાલે પચાસ માઈલ દૂર પહોંચી ગયા હોય. એમની ફરવાની ગતિ એક સરખી ચાલતી રહે છે. એમની સામે કોઈ છાતી કાઢીને ચાલવાની હિમ્મત ન કરતુ. પશુ–પક્ષિઓની અવાજની નકલ તો એવી કરતા કે સાંભળનાર સરળતાથી ધોખો ખાઈ બેસે. બાધા–સંકટને તો તેઓ ઓળખતા જ ન હતા. તેઓ દૂરંદેશી છે. માવલના નાના–મોટા દેશમુખ તો એમના ગુણગાન ગાતા થાકતા નથી."

દાદાજી કોંડદેવ પ્રજામાં એક લોકપ્રિય વ્યકિત હતા. એમની કર્તવ્યનિષ્ઠા, દેશભકિત અને નિર્લિપ્તતા બધાય કરતાં જુદી જ હતી. તેઓ શિવાજીને જે રૂપમાં જોવા ઈચ્છતા હતા, એના માટે તેઓ કાંઈ પણ કરવામાં પાછી પાની નહોતા કરતાં. જાગીરનો પ્રબંધ સંભાળવાની જવાબદારી માથે લેતાની સાથે જ તેમણે ગામડે ગામોમાં જઈને વ્યવસ્થા જોવાની શરૂઆત કરી નાંખી અને તેમાં તેઓ શિવાજીને પણ પોતાની સાથે રાખતા. તેમણે સુવ્યવસ્થા સ્થાપિત કરવા માટે પંચાયતો કરવા, નિર્ણય લેવા અને ખેતી માટે સિંચાઈ વગેરેની વ્યવસ્થા કરાવવાના કામોની શરૂઆત કરી નાંખી. બાળક શિવાજીને તેઓ રાજસી ઠાઠના વસ્ત્રો અને અલંકારો પહેરાવીને પંચાયતની મુખ્ય જગ્યાએ બેસાડી દેતા. અને એ બધી સભાઓમાં તેઓ લોકોને સંબોધિત કરીને શિવાજી વિશે કહેતા કે – "આ હવે તમારા બધાના સ્વામી છે. તમારે એમની જ આજ્ઞાનું પાલન કરવું જોઈએ. તમે જો આડા ફાટશો તો એ તમારી ઉપર અંકુશ રાખશે. ઠીકથી

સીધી રીતે ચાલશો તો તમારૂં કલ્યાણ કરશે."

દાદાજીના આ પ્રમાણેના પ્રયત્નોથી આ જાગીરમાં નવ–ચેતના પ્રસરી અને વરસોથી પીડાતી પ્રજા પણ સ્વતંત્ર હિંદુ રાજ્યના સપનાં સેવવા લાગી. લોકો શિવાજીનો હકીકતમાં પોતાના રાજા તરીકે જોવા લાગ્યા. પોતાની જાગીરમાં શિવાજી જ્યાં પણ જતા ત્યાં પ્રજા એમનાં પગે પડતી અને ખૂબ જ આદર સાથે એમની વાતો સાંભળતી.

બે–ત્રણ વર્ષોમાં જ જાગીરની વ્યવસ્થા સુધરવા લાગી. લોકો માટે ગામડામાં સંરક્ષણ કરનારાઓની વ્યવસ્થા કરવામાં આવી. જંગલી પશુઓથી ખેતીની રક્ષા કરવાના પણ પ્રબંધ કરવામાં આવ્યા હતા. પરિણામે ખેતીની ઉપજમાં નોંધપાત્ર વધારો થયો. દાદાજી કોંડદેવ દરવર્ષે જાગીરની સમસ્ત આવક–જાવકનું વિવરણ શાહજીની સામે મુકી દેતા અને એમના આદેશો અનુસાર જ બધી વ્યવસ્થા કરતા હતા. એનાથી શિવાજી અને જીજાબાઈની આર્થિક સ્થિતિ પણ સુધરવા લાગી હતી. પતિ દ્વારા પૂર્ણરૂપથી ઉપેક્ષિત માતા જીજાબાઈના દિવસો પણ બદલાવા લાગ્યા હતા. હવે તેઓ સ્વયં પંચાયતોમાં હાજર રહીને નિર્ણય પણ આપવા લાગ્યા હતા.

આ બધી પ્રગતિનો જશ સંપૂર્ણ રીતે દાદાજી કોંડદેવને જ મળવો જોઈએ. તેમણે જે સાચી લગન અને નિર્વિકાર ભાવથી આ બધું કામ કર્યું હતું આવા દાખલા ઈતિહાસમાં બહુ ઓછા જોવા મળે છે. તેઓ પળવાર માટે પણ પોતાનું કર્તવ્ય ભૂલ્યા ન હતા. હકીકત તો એ છે કે તેઓ શિવાજીના જ નહીં પણ જીજાબાઈના પણ સંરક્ષક હતા.

શિવાજીની શિક્ષા–દીક્ષા

જાગીરની વ્યવસ્થામાં સુધારો થઈ જવાથી માતા જીજાબાઈએ શિવાજીને શિક્ષા અપાવવાનો નિર્ણય લીધો. શિવાજીને ધર્મ અને રાજકારણની શિક્ષા આપવા માટે એક પંડિતની વ્યવસ્થા કરવામાં આવી. એમને રામાયણ, મહાભારત વગેરેનું જ્ઞાન શિખડાવવામાં આવ્યું. પંતોની દેખ–રેખમાં એમને અક્ષરજ્ઞાન અને સાથે–સાથે સામાન્ય વ્યાવહારિક ગણિતની શિક્ષા પણ આપવામાં આવી. આ ધાર્મિક જ્ઞાનના કારણે શિવાજી પોતાની માતા પ્રત્યે ખૂબ જ શ્રદ્ધાવાન થઈ ગયા.

મોટાભાગના લોકો એમ જ માને છે કે શિવાજી પૂર્ણરૂપે નિરક્ષર હતા, પણ એ સાચું નથી. જો કે તેમણે પરંપરાગત રીતે ભણતર નહોતું કર્યુ પણ તેમછતાં પણ તેઓ સંપૂર્ણ નિરક્ષર તો નહોતા જ. જો કે એ વાતના કોઈ પ્રમાણ નથી કે તેઓ સાક્ષર હતા પણ ઈતિહાસકારો એ વાતનું ખંડન કરે છે અને જણાવે છે કે તેઓ સાક્ષર હતા. નાનપણથી તેઓ સ્કૂલે નહોતા જઈ શકયા અને જે સમયે તેમને અક્ષર જ્ઞાન કરાવડાવવામાં આવ્યું ત્યારે તેઓ દસ–પંદર વર્ષના થઈ ગયા હતા. સરખી રીતે વ્યવસ્થિત ભણતર ન કરવા છતાં પણ તેમણે જે કામો કરી દેખાડયા હતા એવી કલ્પના તો ભલભલા ભણેલા પણ નહોતા કરી શકતા.

લગ્ન

શિવાજીના જીવનમાં એમની માતા જીજાબાઈએ જ હંમેશા પિતાની ભૂમિકા પણ નિભાવી હતી. વર્ષ ૧૬૩૮થી ૧૬૪૦ સુધી શાહજી બીજાપુર માટે પશ્ચિમી કર્ણાટક જીતવામાં વ્યસ્ત હતા. જીજાબાઈનો મોટો દીકરો સમ્ભાજી અને શાહજીની બીજી પત્નીથી પેદા થયેલ પુત્ર એકોજી પોતાના પિતાની પાસે જ હતા. શિવાજી પોતાની મમતામયી માં અને યોગ્ય સંરક્ષક દાદાજી કોંડદેવના સંરક્ષણમાં મોટા થઈ રહ્યા હતા. જીજાબાઈએ સને ૧૬૪૦માં ફાલ્ટનના નિમ્બાલકર પરિવારની દીકરી સઈબાઈ સાથે શિવાજીના લગ્ન કરી દીધા. સ્પષ્ટ છે કે આ લગ્નમાં એમના પિતા અને ભાઈ આવી શકયા ન હતા.

અત્રે એ વાતનો ઉલ્લેખ કરવો પણ જરૂરી છે કે આ શિવાજીનું પ્રથમ લગ્ન હતું. ઈતિહાસકારો અનુસાર આ સિવાય તેમના સાત લગ્ન બીજા પણ થયા હતા. તે સમયના સમાજમાં પ્રચિલિત રિવાજ અનુસાર આને અનુચિત ગણવામાં નહોતું આવતુ. સઈબાઈ સિવાયની તેમની અન્ય સાત પત્નીઓના નામ આ પ્રમાણે હતાઃ સુમનબાઈ, સોયરાબાઈ, પુતલાબાઈ, લક્ષ્મીબાઈ, સકવારબાઈ, કાશીબાઈ અને ગુણવંતાબાઈ.

શિવાજીનું પ્રથમ લગ્ન આશરે બાર–તેર વર્ષની ઉંમરે જ થઈ ગયું હતું. આજના સમાજમાં એને બાલવિવાહ કહેવાય પણ ત્યારે આ પ્રમાણે નાની ઉંમરમાં જ લગ્ન થવા સમાન્ય વાત હતી, અને એની પાછળ કદાચ

માતા જીજાબાઈના માતૃસ્નેહ જ કારણ રહ્યું હશે.

પિતા–પુત્ર મિલન

દાદાજીના સંરક્ષણમાં શાહજી ભોંસલેની જાગીર પ્રગતિ કરી રહી હતી. તેમને આ પ્રમાણેના સમાચાર મળતા રહેતા હતા અને એ સાંભળીને સ્વાભાવિક જ તેઓ ખુશ થતા હતા, પણ શિવાજીની પ્રગતિ જોઈને બીજાપુરના શાસનાધિકારી ખુશ ન હતા. તેમને બીજાપુરથી એમના સમાચાર મળવા લાગ્યા કે શિવાજી પોતાની માં અને દાદાજી કોંડદેવના સંરક્ષણમાં બીજાપુરને ત્યાં સ્થિત પ્રશાસનિક અધિકારીઓની અવહેલના કરી રહ્યા છે. શિવાજીએ પોતાની જાગીરની સુવ્યવસ્થાની સાથે જ પોતાની પ્રજાનું સંગઠન પણ કરી લીધું હતુ અને જુના કિલ્લાઓની મરામત કરાવીને તેમાં જરૂરી સામગ્રી પણ ભેગી કરી લીધી હતી. તેમના આ કામો જોઈને બીજાપુરનું સાવધ થઈ જવું સ્વાભાવિક જ હતું.

આ શંકાપૂર્ણ સમાચારોના લીધે શાહજી ચાર વર્ષોથી પોતાની પત્ની અને પુત્રને મળી પણ નહોતા શકતા, બીજું તેમને પોતાની નવપરણિત દીકરાવહુને જોવાની પણ ઈચ્છા હતી. એટલે તેમણે ઘરના બધા લોકોને મળવા માટે બેંગ્લોર બોલાવ્યા. સને ૧૬૪૦માં માતા જીજાબાઈ, દાદાજી કોંડદેવ શિવાજી અને એમની પત્ની સઈબાઈ શાહજીને મળવા બેંગ્લોર ગયા.

શાહજી બીજાપુરના મુસ્લિમ રાજ્યના એક સ્વામીભકત અધિકારી હતા. આ રાજ્યની આજુબાજુના હિન્દુ રાજ્યોને તેમણે વેર–વિખેર કરી નાંખ્યા હતા. તેનાથી વિરૂદ્ધ જીજાબાઈ, દાદાજી અને શિવાજી સ્વરાજ્યનું સપનું જોનાર અને હિન્દુ સંસ્કૃતિના વિચારોથી ઓત–પ્રોત હતા.

બીજાપુરના દરબારમાં

જીજાબાઈ અને શિવાજી પરત જવા માટે વિચારી જ રહ્યા હતા ત્યારે જ શાહજીને પણ દરબારમાં હાજર થવાનો સંદેશ મળ્યો હતો એટલે તેઓ પુત્રને લઈને બીજાપુરના દરબારમાં ગયા. દરબારમાં બધાએ માથું ઝુકાવીને

બાદશાહની સામે સલામ ભરવી પડતી હતી. શાહજીએ પણ એજ પ્રમાણે સલામ ભરી એ જોઈને બાળક શિવાજીને પિતાનું કામ ખૂબ જ અપમાનજનક લાગ્યું. બાળકે સલામ ન ભરી અને ફકત મરાઠા રીતે સાધારણ નમન જ કર્યા, જે પોતાનામાં એક સંપૂર્ણ આદરસન્માન હતું પણ ઝુકીને આદર આપવા જેટલું નહીં. શાહજીથી આ વિષયમાં સ્પષ્ટીકરણ માગવામાં આવ્યું ત્યારે શાહજીએ કહ્યું કે શિવાજી હજુ બાળક છે અને એને રાજદરબારના નિયમોનો ખ્યાલ નથી એટલે એના અપરાધને માફ કરી દેવામાં આવે. હકીકતમાં તો શાહજી સરખી રીતે જાણતા હતા કે શિવાજી મુસલમાનોના અત્યાચારને સરખી રીતે જાણતા હતા અને એટલા માટે જ તેઓ એમનાથી ઘૃણા કરતા હતા અને એટલે જ તેણે જાણી જોઈને ઝુકીને આદર નહોતું કર્યુ.

પિતા અને પુત્રના વિચારોમાં ધરતી–આસમાનનું અંતર હતું. શિવાજીનો વિરોધ સ્પષ્ટ દેખાવા લાગ્યો હતો એટલે શિવાજી અને માતા જીજાબાઈએ બીજાપુરથી પરત જવાનો નિર્ણય લઈ લીધો. અહિંયા એ વાતનો ઉલ્લેખ કરવો પણ અપ્રાંસગિક નથી કે જીજાબાઈને શાહજી સાથે મળીને પણ કોઈ ખાસ ખુશી નહોતી થઈ. એનું એક કારણ શાહજીની મુસ્લિમ ભકિત હતી, બીજું કારણ એમણે પતિ જેવો વ્યવહાર પણ ન દેખાડયો, જેનો એમણે એક રીતે પરિત્યાગ જ કરી નાંખ્યો હતો. જીજાબાઈએ બેંગ્લોરમાં તેમની નવી ગૃહસ્થીને પણ ફળતા–ફૂલતા જોઈ હતી. કાંઈ પણ હોય, અંતે તે પણ એક સ્ત્રી હતી એટલે તે પણ પતિથી થોડી અપેક્ષાઓ રાખતી હતી. એમને એવું પણ લાગવા માંડયું કે પતિએ તેમને ઈર્ષ્યા કરવા માટે જ ત્યાં બોલાવી છે અને એટલા માટે જ તેઓ શિવાજીને દાદા કોંડદેવ પાસે છોડીને સ્વયં આશરે એક વર્ષ માટે કાંચી રામેશ્વરનો પ્રવાસ કરવા માટે ચાલ્યા ગયા હતા. દાદાજી કોંડદેવના પ્રયાસોથી તેમના સંબંધોમાં વધુ તિરાડ નહોતી પડી.

આજ મિલન વખતે શિવાજી જ્યારે બીજાપુર ગયા હતા ત્યારે કહેવાય છે કે એક વખત એક કસાઈ એક ગાયનું વધ કરવા માટે લઈ જઈ રહ્યો હતો. તે જોઈને શિવાજી ક્રોધિત થઈ ઉઠયો હતો, તેમણે તરત જ કમરમાંથી તલવાર કાઢીને કસાઈનું માથું વીંધી નાંખ્યું હતું. આ બાબતની તપાસ થઈ. એટલે ભાવી વિપત્તિને ટાળવા માટે તેમને તરત જ બીજાપુર છોડી દેવું પડયું.

બીજી બાજુ માતા જીજાબાઈ તીર્થ પ્રવાસથી બેંગ્લોર પરત આવી ગઈ હતી. તે પણ શિવાજીને રોકી રાખવાના પક્ષમાં ન હતી. એટલે સને ૧૬૪૨ના અંતમાં અથવા ૧૬૪૩ની શરૂઆતમાં બંને, માતા જીજાબાઈ અને પુત્ર શિવાજી પોતાના સેવકો સાથે પૂના રવાના થયા. દાદાજી કોંડદેવ પહેલા જ ત્યાં પહોંચી ગયા હતા. રવાના થતી વખતે શાહજીએ શિવાજી માટે સ્વતંત્ર દરબાર યોગ્ય બધા જ પ્રબંધ કરી દીધા હતા. તે સિવાય તેમને પાયદળ, ઘોડેસવાર અને હાથીઓનો સૈન્ય, કિંમતી ધ્વજાઓ, રાજચિહ્ન અને પૂરતી ધનરાશિ પણ આપી હતી. કહેવાય છે કે શાહજીએ શિવાજીના શાસન સંચાલન માટે શ્યામરાવ નીલકંઠ (પેશવા), બાલકૃષ્ણ પંત (મજૂરદાર), બાલાજી હરિજી (સભાસદ), રઘુનાથ બલ્લાલ (કોરડે), સોનો પંત (દબીર) અને રઘુનાથ અત્રે (ચિટનિસ) વગેરે કર્મચારી પણ તેમની સાથે અથવા પછીથી સમયે–સમયે મોકલતા રહ્યા હતા. એનાથી સાબિત થાય છે કે શાહજી પોતે પણ પોતાના દીકરાને એક સ્વતંત્ર શાસક તરીકે જોવા માગતા હતા, પણ અનુકૂળ પરિસ્થિતિ ન હોવાના કારણે તેઓ એ વાતનો સ્વીકાર બધાની સામે નહોતા કરી શકતા. કારણ કે એવું કરવાથી શિવાજીને પોતાનું લક્ષ્ય મેળવવામાં મુશ્કેલીઓનો સામનો પણ કરવો પડી શકતો હતો. આનાથી શાહજી ભોંસલેની રાજનૈતિક દૂરદર્શિતાનો પણ પરિચય મળે છે.

પૂના આવી ગયા પછી શિવાજી ફરીથી પોતાની જાગીરની દેખરેખ કરવામાં અને પોતાના લક્ષ્યને મેળવવાની કોશિશો કરવામાં ગળાડૂબ થઈ ગયા હતા. પોતાના પિતાના વ્યવહારથી એમને પણ ખ્યાલ આવી ગયો હતો કે તેઓ પણ અંદરખાનેથી એની સાથે છે. ધીરે–ધીરે શિવાજી યુવાન થવા લાગ્યા હતા ત્યારે એમની સાથે એમના નાનપણના પણ ઘણા સાચા મિત્રો હતા. જે શિવાજી માટે પોતાના પ્રાણોનો પણ ત્યાગ કરી શકતા હતા.

બીજો અધ્યાય

કાર્યકારિણી

તે સમયની સામાજિક અને રાજનૈતિક પરિસ્થિતિ

મુસ્લિમ સત્તાનો ભારતમાં પગપસેરો થવાની સાથે જ ભારતમાં હિન્દુઓના ખરાબ દિવસોની શરૂઆત થઈ ગઈ હતી. ઔરંગઝેબનાં સમયમાં તો આ દયનીય સ્થિતિ ચરમ સીમા સુધી પહોચી ગઈ હતી, જેનાથી મહારાષ્ટ્ર પણ બાકાત રહ્યું ન હતું. હિન્દુઓના મંદિરોને દાટી દેવામાં આવતા, મૂર્તિઓ તોડી નાંખવામાં આવતી, અને કોઈને કોઈ અત્યાચાર તેમની ઉપર થતો જ રહેતો. મુસલમાનોના આ અત્યાચારોનું વર્ણન દક્ષિણના સંત સાહિત્યમાં ખૂબ જ વિસ્તારથી કરવામાં આવ્યું છે. સંત સમગ્ર દેશમાં ફરતા રહેતા હતા એટલે તેમને ચારેકોર આજ સ્થિતિ દેખાતી હતી. આ દુઃખદ સ્થિતિને જોઈને તેઓ ભગવાનથી પ્રાર્થના કરતા હતા કે – "હે ઈ ર! તે અવતાર લઈને રાવણ અને અસુરોનો વિનાશ કર્યો હતો અને સંસારનું ઉદ્ધાર કર્યુ હતું. એવી જ પરિસ્થિતિ આજે પણ ઉત્પન્ન થઈ ગઈ છે. તું આંખો મીંચીને શા માટે બેઠો છે. શું અમારી આવી દયનીય સ્થિથિ જોઈને તને જરાય દયા નથી આવતી? અમારી રક્ષા કરો."

હિન્દુઓનો બળજબરીથી ધર્મ પરિવર્તન કરી નાંખવામાં આવતો હતો. લગભગ મોટાભાગના બધા જ શાસકોએ મુસલમાનોની પરાધીનતા સ્વીકારી લીધી હતી. દક્ષિણના આશરે બધા હિન્દુ રાજવંશ ઈતિહાસનો વિષય બની ચુકયા હતા. શિવાજીએ જ્યારે સત્તા સંભાળી પછી શરૂઆતમાં જ તેમને આ દયનીય પરિસ્થિતિનો અનુભવ થઈ ગયો હતો. પૂનાની

પોતાની જાગીરનો કાર્યભાર સંભાળ્યા પહેલા તેમને આ અત્યાચારોનો પ્રત્યક્ષ સામનો કરવો પડયો હતો. જેનું વર્ણન ઉપર કરવામાં આવ્યું છે. તે સમયે તેમની આ જાગીર ઉપર પણ મુસલમાનોનું શાસન હતું. માતા જીજાબાઈ તેમને ભારતના પ્રાચીન ગૌરવની વાતો નાનપણથી સંભળાવતા રહ્યા હતા. તેમના પિતા અને ભાઈઓની નિજામશાહે ક્રૂર રીતે હત્યા કરી નાંખી હતી. શાહજીના નાના ના ઘરના બજાજી નિમ્બાલકરને બળજબરીથી મુસલમાન બનાવી દીધા હતા. આવા તો અનેક બનાવો સમગ્ર ભારતવર્ષમાં થતા રહેતા હતા. દાદાજી કોંડદેવે આ બધી જ વાતોની જાણ શિવાજીને કરી દીધી હતી.

બાળક શિવાજી ધીરે–ધીરે પોતાના કામ અને ઉત્તરદાયિત્વને સમજવા લાગ્યા હતા. તેમના વિચારોમાં પણ ઉંમરની સાથોસાથ પરિપકવતા આવતી ગઈ. તેમના કામોને જોઈને માતા જીજાબાઈ અને દાદાજી કોંડદેવના હૃદયમાં એક નવી આશાનો સંચાર થયો. તેમને આભાસ થવા લાગ્યો કે તેઓએ કરેલી મહેનત નિષ્ફળ નહીં જાય. તેઓ શિવાજીની હિમ્મતના વખાણ કરતા. એનાથી શિવાજીનું પ્રોત્સાહન પણ વધવા લાગ્યું. પોતાના આ બંને વડિલોના સંરક્ષણમાં બાળક શિવાજી દિવસે–દિવસે ઉત્તરોત્તર પ્રગતિ કરતા પોતાની જાગીરમાં લોકપ્રિય થવા લાગ્યા. દાદાજી કોંડદેવ અને માતા જીજાબાઈ શિવાજીની આટલી પ્રગતિથી ખુશ તો હતા પણ સંતુષ્ટ ન હતા કારણ કે તેઓ શિવાજીને એક સ્વતંત્ર શાસકના રૂપમાં જોવા માગતા હતા.

સપનાનું શ્રીગણેશ

પોતાના પિતાની મૌન સ્વીકૃતિ મળી ગયા પછી શિવાજીએ પૂના પહોંચતા વેંત જ પોતાના લક્ષ્યને મેળવવા માટે એના પાયા નાંખવાની શરૂઆત કરી નાંખી હતી. તેમના નાનપણના મિત્રો, જે હજુ અલ્પવયસ્ક જ હતા, તેઓએ પણ પોતાનું એક સંગઠન બનાવી લીધું. આ સંગઠન શિવાજીને દરેક રીતે મદદ કરતું અને જરૂર પડયે આત્મબલિદાન આપવા માટે પણ તત્પર રહેતું હતું. શિવાજી સ્વતંત્ર રાજ્યની સ્થાપના કરવા માટે કટિબદ્ધ થઈ ગયા હતા. તેઓ આ વિષયમાં પોતાના આ વિશ્વાસપાત્ર

મિત્રોની સાથે ચર્ચા–વિચારણા કરતા રહેતા. તેમના આ મિત્રોમાં – ગોમાજી નાયક પનસમ્બલ, યેસાજી કક, તાનાજી માલસુરે, બાજી પાસલકર, બાજીરાવ જેધેના નામો ખાસ ઉલ્લેખનીય છે. ધીરે–ધીરે આ મિત્રોની સંખ્યા હજારોમાં પહોંચી ગઈ હતી. શિવાજીને પોતાની આ કાર્યકારિણીમાં પોતાના પરમ હિતેચ્છુ સંરક્ષક દાદાજી કોંડદેવની સાચી સલાહ અને માર્ગદર્શન હંમેશા મળતું રહેતું હતું.

લક્ષ્ય મેળવવા માટે શિવાજી અને એમના મિત્રો માવલ પ્રદેશની તળેટીમાં ઘોડા ઉપર બેસીને ચક્કર મારતા–મારતા નાના–મોટા કિલ્લાઓ, ગુપ્ત રસ્તાઓ, ઘાટો વગેરેનું ખૂબ જ બારીકીથી નિરીક્ષણ કરતા રહેતા. આ બધા માટે ગુપ્તચરોની નિમણૂંક પણ કરવામાં આવી હતી, જે એ વાતની પણ તપાસ રાખતા કે મુસલમાનોના સ્થાનીય અધિકારી કોણ છે, કયાં રહે છે, કિલ્લાઓમાં એમનો શું પ્રબંધ છે, કિલ્લાઓના રક્ષકો કેવી રીતે કામ કરે છે, કોનામાં શું ખામીઓ છે અને એ કિલ્લાઓ ઉપર કબજો મેળવવા માટે કેટલી તૈયારીઓ કરવી પડશે, વગેરેનો અંદાજ લગાડતા. આ ગુપ્તચરો મંદિરો, મેળાઓ, બજારો, પ્રવાસીઓ વગેરે સાથે મળીને માવલ પ્રદેશની આંતરિક સ્થિતિનો પણ કુશળતાથી નિરીક્ષણ કરવા લાગ્યા.

પોતાના લોકોનો ઉત્સાહ વધારવા માટે શિવાજી મુસલમાનોના અત્યાચારોનું વર્ણન કરતા કહેતા કેઃ "વિદેશી મુસલમાન આપણા દેશ અને ધર્મ ઉપર અત્યાચાર કરી રહ્યા છે. શું આ અત્યાચારોનો બદલો વાળવો એ આપણો ધર્મ નથી અને એવું કરવું જરૂરી પણ છે. વિદેશીઓએ આપેલા પુરસ્કારો અને પોતાની પિતરાઈ સંપતિથી જ આપણે શું કામ સંતોષ માની લઈએ? આપણે હિન્દુ છીએ, આ સમગ્ર દેશ આપણો છે તો પણ એની ઉપર મુસલમાનો રાજ કરી રહ્યા છે. તેઓ આપણા મંદિરો અપવિત્ર કરે છે, આપણી મૂર્તિઓને તોડે છે, આપણી સંપત્તિ લુંટે છે, આપણી પ્રજાને બળજબરીથી મુસલમાન બનાવે છે અને ગાયની હત્યા પણ કરે છે. હવે આપણે આ વ્યવહારને સહન નહીં કરીએ. આપણા હાથોમાં બળ છે અને આપણા પવિત્ર ધર્મની રક્ષા કરવા માટે હવે આપણે તલવાર ખેંચી લેવી જોઈએ. આપણે પોતાની જન્મભૂમિને સ્વતંત્ર કરશું. પોતાના પ્રયાસોથી નવા પ્રદેશ અને સંપત્તિ મેળવીશું. આપણે પોતાના પૂર્વજોની જેમ જ વીર અને યોગ્ય છીએ. જો આપણે આ પાવન કામની

શરૂઆત કરીશું તો જરૂર ભગવાન પણ આપણી મદદ કરશે. મનુષ્યને બધા જ ઉપલબ્ધ સાધનોથી પ્રયત્ન તો જરૂર કરવો જ જોઈએ, તોજ એને સફળતા મળે છે. સૌભાગ્ય અને દુર્ભાગ્ય જેવી કોઈ ચીજ જ નથી હોતી."

શિવાજીના આવા ઉત્સાહ ભરેલા વાકયોને સાંભળીને તેમના ઉત્સાહી મિત્રોમાં જોશ ભરાઈ આવતું અને તેઓ વીરતા સાથે માતૃભૂમિની રક્ષા કરવા માટે નીડરતાથી આગળ આવતા. બેંગ્લોર આવ્યા પછી થોડાક જ સમયમાં શિવાજીએ માવલની બહારની ઘાટિઓ ઉપર કબજો મેળવી લીધો અને ટૂંક સમયમાં જ કૌઢાના કિલ્લા ઉપર પણ પોતાનો અધિકાર મેળવીને એનું નામ બદલાવીને સિંહગઢ રાખી દીધું. આ સમાચાર જ્યારે બીજાપુર પહોંચ્યા ત્યારે ત્યાંના દરબારમાંથી શાહજીને બહાર કાઢીને તેમની જગ્યાએ સુલ્તાને કાન્હોજી જેધેને ૧ ઑગસ્ટ ૧૬૪૪ના રોજ નીચે પ્રમાણે આદેશ મોકલાવ્યો હતોઃ

"શાહજી ભોંસલેનું અપમાન કરવામાં આવ્યું છે અને તેમને દરબારમાંથી ખસેડી દેવામાં આવ્યા છે. અમને એવા સમાચાર મળ્યા છે કે એમના પ્રતિનિધિ દાદાજી કોંડદેવે કૌઢાના કિલ્લા ઉપર વિદ્રોહી ચળવળ ની શરૂઆત કરી દીધી છે અને એનું દમન કરીને એ પ્રદેશ ઉપર પોતાનો અધિકાર સિદ્ધ કરવા માટે ખંડોજી અને બાજી ઘોરપડેની નિમણૂંક કરવામાં આવી છે, જેથી તેઓ આના વિરોધ કરી શકે અને એટલા માટે જ આપને પણ આ પત્ર દ્વારા આજ્ઞા આપવામાં આવે છે કે તમે પણ પોતાના સંપૂર્ણ સૈન્યબળ સાથે ઘોરપડેનો સાથ આપો અને પોતાની સંપૂર્ણ શકિતથી એ ધૂર્ત વિદ્રોહી દાદાજીનો એમના સમર્થકો સાથે નાશ કરી દો. આ કામ જો સફળતાપૂર્વક પૂર્ણ થશે તો આપને ઉચિત પુરસ્કાર પણ આપવામાં આવશે."

કાન્હોજી જેધે શાહજીના પરમ મિત્ર અને શિવાજીના પ્રબળ ટેકેદાર હતા. એટલા માટે જ તેમણે આ વિષયમાં કોઈ જ કાર્યવાહી ન કરી અને તેના લીધે તેમને પણ શાહજી સાથે કેદ કરવામાં આવ્યા હતા.

સ્વતંત્ર હિન્દવી સ્વરાજ્યનું સંકલ્પ

પોતાની ધારી સફળતાથી શિવાજીનો ઉત્સાહ વધ્યો. તેમણે ૩૦ માર્ચ

૧૬૪૫ના શુભ દિવસે સ્વતંત્ર હિન્દવી સ્વરાજ્યની સ્થાપના કરવાનો સંકલ્પ લીધો. આ સંકલ્પ લીધા પછી તેમણે પોતાની શાસકીય મોહર (મુદ્રા) ચલાવી. આ મુદ્રા ઉપર લખેલા આદર્શ વાકય આ પ્રમાણે હતા– 'શાહના પુત્ર શિવાજીની આ મુદ્રા કલ્યાણ માટે પ્રકાશમાન છે. આ ચંદ્રમાની પ્રથમ કળાની જેમ રોજેરોજ વધવાવાળી છે અને વિશ્વ એનું સન્માન કરવાવાળું છે. શાસનનું સંચાલન કરવા માટે નવા પદોની જગ્યા કરીને તેમાં નવી નિમણૂંકો પણ કરી. ત્યારબાદ તેઓ તન–મન–ધનથી પોતાના લક્ષ્યની પ્રાપ્તિ માટે નીકળી પડયા. સૌથી પહેલા તેમણે આજુબાજુના કિલ્લાઓને પોતાના અધિકારમાં કરવાનો નિર્ણય કર્યો અને થોડાક જ સમયમાં તોરણા, ચાકણ વગેરે ઉપર અધિકાર પણ કરી લીધો.

તોરણાના કિલ્લા ઉપર અધિકાર

૧૬૪૬માં શિવાજીએ તોરણાના કિલ્લા ઉપર અચાનક જ અધિકાર કરી લીધો. કહેવાય છે કે આ કિલ્લા ઉપર અધિકાર મેળવવા માટે તેમણે કિલ્લાના સંરક્ષકોને ફોડી કાઢીને તેમને પૈસા આપીને પોતાના પક્ષમાં કરી લીધા હતા. પછીથી આ કિલ્લામાંથી શિવાજીને દાટેલું ધન પણ મળ્યું હતું. આ કિલ્લા ઉપર અધિકાર મેળવીને તેમણે લોકોને એવું દેખાડવાની શરૂઆત કરી નાંખી હતી કે આ કામ કરીને તેમણે સુલ્તાનની મદદ જ કરી છે. પોતાના પ્રતિનિધિઓને બીજાપુરના સુલ્તાન પાસે મોકલીને એવો વિશ્વાસ કરાવ્યો કે આ સુનસાન કિલ્લા ઉપર અધિકાર કરીને અહિંયા શકિત શાળી સુરક્ષા વ્યવસ્થા રાખવી બુદ્ધિમાનીનું કામ છે. તેમણે આ કામ બીજાપુર પ્રત્યે પોતાની સ્વામી ભકિતના કારણે જ કર્યુ હતું. તેમના આ તર્કને માન્ય રાખવામાં આવ્યું. કિલ્લાની આજુબાજુની જમીન શિવાજીએ દેશમુખોને આપી દીધી, જેથી તેઓ કોઈપણ પ્રકારનો વિરોધ ન કરે. ત્યારબાદ તેમણે બીજાપુરના અનેક દરબારિઓને પણ ઘણી લાંચ આપી, જેથી બીજાપુરનું ધ્યાન તેમની તરફથી હટી ગયું. બીજી બાજુ શિવાજીના પ્રતિનિધિઓ બીજાપુરના દરબારને વાતોમાં ગુંચવાયેલા રાખતા, ત્યારે શિવાજી જલ્દીથી માવલોને પોતાના લશ્કરમાં ભરતી કરી રહ્યા હતા. પોતાની શકિત વધારવા માટે તેમણે તોરણા કિલ્લાની મરામાત પણ

કરાવવાની શરૂઆત કરી નાંખી અને તે દરમિયાન જ તેમને ખોદકામ વખતે દાટેલું ધન મળ્યું હતું. આ ધન મળવાથી શિવાજીની બધી મુશ્કેલીઓનું સમાધાન થઈ ગયું. આ ધનથી તેમણે વિશાળ માત્રામાં અસ્ત્ર–શસ્ત્ર વગેરે ખરીદ્યા અને એક નવા કિલ્લાના નિર્માણના કાર્યની શરૂઆત પણ કરી. આ નવો કિલ્લો તોરણા કિલ્લાથી ત્રણ માઈલ પૂર્વ દક્ષિણ દૂરમાં મોરબુધ નામની પહાડી ઉપર બનાવવામાં આવ્યો હતો.

નવા કિલ્લાના નિર્માણના સમાચાર બીજાપુર દરબાર સુધી પહોંચ્યા. ત્યાંથી એને રોકી દેવાના આદેશ મળ્યા અને કર્ણાટકમાં શિવાજીની પાસે પણ વિરોધ પત્ર મોકલવામાં આવ્યો અને આ કામ કરવાની તેમની લાયકાતનું સ્પષ્ટીકરણ માગવામાં આવ્યું. એના જવાબમાં શાહજીએ બીજાપુર દરબારને લખ્યું કે – "આમ તો શિવાજીએ આ કિલ્લાનું નિર્માણ કરવા માટે મારી સલાહ નથી લીધી, તેમછતાં કારણ કે મારૂં આખું પરિવાર બીજાપુર રાજ્યનો સેવક છે. એટલે જરૂર શિવાજી જાગીરની રક્ષા અને રાજ્યની પ્રગતિ માટે જ કિલ્લાનું નિર્માણ કરી રહ્યો હશે."

ત્યારબાદઃ "શાહજીએ દાદાજીને પત્ર લખીને કિલ્લાના નિર્માણનું કારણ પૂછ્યું અને નિર્માણ રોકી દેવા માટે કહ્યું. દાદાજીએ શિવાજીને બધી માહિતી આપી અને સલાહ આપી કે શાહજીના સંરક્ષણ માટે આ કિલ્લાનું કામ હાલ પૂરતું બંધ કરી દેવું. શિવાજીએ દાદાજીની વાતોને વિનમ્રતાથી સાંભળી, પણ તેમણે નિર્માણ કાર્ય રોકયું નહીં.

તોરણા પર અધિકાર મેળવ્યાના થોડાક દિવસો પછી જ ૭ માર્ચ ૧૬૪૭ના રોજ દાદાજી કોંડદેવનો સ્વર્ગવાસ થયો. મરતાં પહેલા તેમણે શિવાજીને બોલાવીને કહ્યું હતું કેઃ

"રાજે! હવે બધો ભાર તમારી ઉપર છે. આજ સુધી જે મને યોગ્ય લાગ્યુ તે હું કહેતો અને કરતો આવ્યો છું. તમે નિષ્ઠાપૂર્વક પ્રયાસ કરતા જાવ, ભગવાન તમને યશ આપશે. સ્વરાજ્યનું છોડ વવાઈ ગયુ છે, તમે એની રક્ષા કરતા રહો."

દાદાજી કોંડદેવની મૃત્યુ શિવાજી અને માતા જીજાબાઈ માટે એક એવી વ્યકિતગત ખોટ હતી જે પૂરી થવી અશકય હતી. એટલે સ્વાભાવિક જ છે કે આ બંનેને તેનો ખૂબ જ આઘાત લાગ્યો હતો. પણ આ આઘાતથી શિવાજી વિચલિત ન થયા. તેમને દાદાજીના છેલ્લા શબ્દો સદા યાદ રહ્યા. એ

શબ્દોથી એમને પ્રેરણા મળતી રહી. હવે તેઓ બીજાપુર રાજ્યને સીધો પડકાર દેવા વિશે વિચારવા લાગ્યા. તે માટે તેમને વધુમાં વધુ ધનની જરૂરત હતી, એટલે તેમણે જાગીરનો સમગ્ર કાર્યભાર પોતાના હાથોમાં લઈ લીધો અને આવક–જાવક ઉપર વિવેકથી વિચારવા લાગ્યા. દાદાજી કોંડદેવ જાગીરની આવક–જાવકનું વિવરણ શાહજી પાસે મોકલી દેતા હતા. શાહજી નિયમિત રૂપે ભૂમિના લગાનનો એક નિશ્ચિત ભાગ સ્વયં લઈ લેતા હતા. દાદાજીના સ્વર્ગવાસ પછી શાહજીનો એક દૂત એમનો આ ભાગ લેવા માટે આવ્યો. ત્યારે શિવાજીએ એને એમ કહીને પાછો મોકલી દીધો કે દાદાજીના સ્વર્ગવાસથી ખર્ચ વધી ગયો છે એટલે અત્યારે કાંઈ જ નહીં આપી શકાય. ત્યારબાદ પણ તેઓ કોઈને કોઈ કારણસર શાહજીના દૂતને ટાળતા રહ્યા. છેવટે તેમણે સ્પષ્ટ શબ્દોમાં સંદેશ મોકલાવ્યો કે જાગીરની પ્રજા ઉપર અને પ્રશાસન ઉપર ખર્ચો ઘણો વધી ગયો છે, એટલે હવે તેઓ કાંઈ પણ આપવામાં અસમર્થ છે. એટલે તેઓ (શાહજી) પોતાની કર્ણાટકની સમૃદ્ધ જાગીરમાંથી જ પોતાનો ખર્ચો પૂરો પાડે.

ચાકણ ઉપર અધિકાર

શિવાજીની આ જાગીરમાં ચાકણ અને સૂપેના અધિકારી તેમના વિરોધી હતા.આ કિલ્લાઓ ઉપર અધિકાર મેળવવા માટે ત્યાંના અધિકારીઓને પોતાના પક્ષમાં કરવા અથવા એમને ત્યાંથી કાઢવા ખૂબ જ જરૂરી હતા. ચાકણના કિલ્લાનો રક્ષક કિરંગીજી નરસલ હતો. શિવાજીને એને પોતાની તરફ કરવામાં તરત જ સફળતા મળી ગઈ. એ રીતે ૧૬૪૮માં અચાનક જ ચાકણના કિલ્લા ઉપર પણ તેમનો અધિકાર થઈ ગયો. આ અધિકાર બીજાપુર રાજ્ય માટે એક ખુલ્લો પડકાર હતો. કિલ્લા ઉપર અધિકાર મેળવ્યા બાદ તેમણે ફિરંગીજીને ચાકણનો પ્રમુખ સરદાર બનાવી દીધો અને તેને ત્યાંની આજુબાજુના ગામડાઓની લગાન વ્યવસ્થા કરવાનો અધિકાર પણ આપી દીધો.

પુરંદર પર અધિકાર

પુરંદરનો કિલ્લો પૂનાની દક્ષિણ–પૂર્વમાં સ્થિત હતો. ત્યાં બીજાપુરની તરફથી નીલકંઠ સરનાયક સંરક્ષણનું કામ કરતો હતો, જેનો પોતાના

ભાઈઓથી વિવાદ ચાલી રહ્યો હતો. ૧૬૪૮ના ચોમાસામાં શિવાજીએ સરનાયકને વિનંતી કરી કે એને કિલ્લાની નીચે આશ્રય આપવામાં આવે. જેની તેમને મંજુરી મળી ગઈ. શિવાજીએ કિલ્લાની નીચે ડેરો જમાવી લીધો. આપસી વિવાદના કારણે કિલ્લાના સંરક્ષકના ભાઈઓએ શિવાજીથી આ વિવાદનું સમાધાન કરાવવાની વિનંતી કરી. એવું લાગતું હતું કે તેમણે પોતાના મોટાભાઈને બંદી બનાવીને કિલ્લા પર અધિકાર કરી લેવાની વિનંતી પણ કરી હતી. ત્યારે જ દીવાળીના અવસરે કિલ્લાના રક્ષકોએ શિવાજી અને એમની માતાને કિલ્લામાં બોલાવ્યા. શિવાજી પહેલાથી જ તૈયાર બેઠા હતા. તેમણે પોતાના સૈનિકોને આદશે આપ્યો કે રાતે કિલ્લાને ચારે બાજુએથી ઘેરી લેવું. એટલે રાતે જ્યારે શિવાજી કિલ્લામાં ગયા, ત્યારે કિલ્લાના સંરક્ષકો અને એના ભાઈઓને સુતેલી અવસ્થામાં જ કેદ કરી લીધા અને આ રીતે કિલ્લા ઉપર શિવાજીએ અધિકાર મેળવી લીધો. બધા ભાઈઓએ લાંબી ચર્ચા–વિચારણા પછી શિવાજીની આધીનતા સ્વીકારી લીધી અને વચન આપ્યું કે તેઓ સદા એમના પ્રત્યે સ્વામીભકત બનેલા રહેશે, ત્યારે એમને છોડી દેવામાં આવ્યા. આ રીતે કોઈપણ જાતની લડાઈ અને રકતપાત કર્યા વિના પોતાની રાજનૈતિક ચાલાકીથી શિવાજીએ આ કિલ્લા ઉપર અધિકાર મેળવી લીધો. પછી કિલ્લાના સંરક્ષકો અને એમના ભાઈઓ મરાઠા રાજ્યની સેવા કરતા રહ્યા.

શાહજી કેદખાનામાં

૧૬૪૨માં વિજય નગરના નબળા રાજ સિંહાસન ઉપર શ્રીરંગરાયનો અભિષેક થયો. રાજ્યભાર સંભાળતા જ એમણે રાજ્યની સ્થિતિ સુધારવાના પ્રયત્ન શરૂ કરી દીધા અને વેલ્લૌર પર અધિકાર કરી લીધો. આ રીતે બીજાપુરની તરફથી એક ભારી લશ્કર એમની વિરૂદ્ધ મોકલવામાં આવ્યું. ૧૬૪૬માં શ્રીરંગરાય બહુ ખરાબ રીતે હાર્યો. બીજાપુરના સુલ્તાનને એ વાતની માહિતી મળી ગઈ હતી કે શાહજી ગુપ્ત રૂપથી શ્રીરંગરાયની મદદ કરી રહ્યા છે. લગભગ ત્યારે જ શિવાજીએ પણ કૌઢાના પર અધિકાર કરીને વિદ્રોહનો શ્રીગણેશ કરી દીધો હતો અને ચાકણ પર અધિકારે એક રીતે બીજાપુરને ખુલ્લો પડકાર ફેંકયો હતો. એનો એ અર્થ કાઢવામાં આવ્યો

કે શિવાજીના આ કાર્ય–કલાપોની પાછળ શાહજીનો હાથ છે. એટલે ખૂબ જ નાટકીય રીતે ૨૫ જુલાઈ ૧૬૪૮ના રોજ શાહજીને કેદ કરી લેવાયા અને પછી તરત જ બીજાપુરની એક સેના સિંહગઢ પર આક્રમણ કરવા માટે મોકલવામાં આવી. ભયંકર યુદ્ધ થયુ અને બીજાપુરનું લશ્કર પરાજિત થયું. શિવાજીની આ જીતથી બીજાપુરના શાસનને એમની શકિતનો પરિચય મળી ગયો.

શાહજીનો મોટો દીકરો સમ્ભાજીએ પણ બેંગ્લોરના કિલ્લા પર અધિકાર કરી લીધો હતો. બંદી શાહજીને બીજાપુર લાવવામાં આવ્યા. શિવાજી અને સમ્ભાજી જેવા બે વીર પુત્રોએ પિતા શાહજીની સાથે સુલ્તાન આદિલશાહ વધુ કઠોરતા ન કરી શકયો. તે સિવાય ત્યારે તે લકવા (પક્ષઘાત)નો રોગી પણ હતો. એટલે તેણે શાહજી સાથે મિત્રતા કરવાનું જ ઉચિત સમજ્યુ. શાહજીએ પણ સ્પષ્ટીકરણ આપ્યું કે તેઓ પોતે અથવા એમના પુત્ર પણ સુલ્તાનના વિરોધી નથી. તેમને પોતાના જીવનમાં સન્માનપૂર્ણ કામ કરવા માટે પૂરતા વિસ્તારની અને બીજાપુરના દરબારમાં સમર્થનની જરૂરત છે. જો આ બધું એમને મળી જાય તો તેઓ સ્વામીભકિતપૂર્ણ સેવા કરવા માટે સંમત છે. એમની આ શરત માની લેવામાં આવી. એટલે એમણે પોતાના બંને પુત્રોને પત્ર લખ્યા કે તેઓ (શાહજીના) પ્રાણોની રક્ષા માટે સિંહગઢ અને બેંગ્લોરના કિલ્લા બીજાપુરને સોંપી દે.

શાહજીની મુકિત

શિવાજીને એમના પિતાને કેદ કરાયાના સમાચાર તરત જ મળી ગયા હતા. તે સમયે શહજાદા મુરાદબખ્શ મોગલ સમ્રાટ તરફથી દક્ષિણના રાજ્યપાલ હતા. પોતાના પિતાની મુકિત માટે શિવાજીએ મુરાદબખ્શની મદદ લેવાનું વિચાર્યુ. બંને વચ્ચે આપસમાં પત્ર વ્યવહાર પણ થયો. દરમિયાનમાં મુરાદબખ્શ દિલ્હી ચાલ્યા ગયા અને તેમણે શિવાજીને આશ્વાસન આપ્યું કે તેઓ આ વિષયમાં સમ્રાટ શાહજહાં સાથે વાત કરશે. પણ સંજોગવશ આ બાબતે કોઈ મેળ ખાધો નહીં.

શાહજીએ મોકલેલા પત્ર એમના દીકરાઓને મળી ગયા હતા. શિવાજીએ આ મુદ્દે પોતાની માતા સાથે પણ ચર્ચા કરી. માતા જીજાબાઈએ

પોતાના પતિની મુક્તિ માટે બંને દીકરાને સલાહ આપી કે તેઓ માંગણી કરેલ કિલ્લાઓને બીજાપુરને સોંપી દે. પણ બંને ભાઈઓ આ બાબતે એકમત ન થઈ શકયા. એટલે શિવાજીને સલાહ આપવામાં આવી કે તે પોતાને સલાહ આપનાર (પરામર્શદાતા) સોનોપંત દબીરની સલાહ લઈ લે. સોનોપંત એક કુશળ રાજકારણી હતા.તેમણે શિવાજીને સલાહ આપી કે વીર પુરૂષ માટે સંસારમાં બધા માર્ગ હંમેશા ખુલ્લા રહે છે, એટલે અત્યારે પરિસ્થિતિની અનુકૂળતા પ્રમાણે તેમણે પિતાના પ્રાણ બચાવવા માટે માતા જીજાબાઈની સલાહ સ્વીકારી લેવી જોઈએ. અને પછીથી ફરીથી આ કિલ્લાઓને પોતે મેળવી શકાય છે. અંતે આ કિલ્લાઓને બીજાપુરના અધિકારમાં આપી દેવાયા અને આશરે દસ મહિનાઓ સુધી કેદમાં રહ્યા પછી ૧૬ મે ૧૬૪૯ના રોજ શાહજીને મુકત કરવામાં આવ્યા હતા.

ઉપર જણાવેલ વર્ણન સરદેસાઈના મત પ્રમાણે આપવામાં આવ્યું છે.ગ્રાંડ ડફ એ શાહજીના કેદી જીવન અને એમની મુક્તિનું વર્ણન જુદી પ્રકારે કર્યુ છે. તેમના મત પ્રમાણે કલ્યાણ વિજય પછી આવાજી સોનદેવ ત્યાં સ્થિત બીજાપુરના પ્રતિનિધિ મુલ્લા અહમદને કેદ કરી લાવ્યા હતા, પણ શિવાજીએ એને મુકત કરી દીધો હતો. બીજાપુરનો સુલ્તાન આ બધાની પાછળ શાહજીનો હાથ સમજતો હતો. ત્યારસુધી શાહજીની સ્થિતિ ખાસ્સી સુદૃઢ થઈ ગઈ હતી. તેઓ પોતાની જાગીરમાં સુબેદારની જેમ સુખ ભોગવી રહ્યા હતા, એટલે તેમની શકિતને ખલાસ કરવી જરૂરી થઈ પડી અને સુલ્તાનની આજ્ઞાથી બાજી ઘોરપડેએ એમને જમવાનું આમંત્રણ આપીને કપટથી કેદ કરી લીધા. કેદમાં નાંખ્યા પછી એમને પોતાના પુત્રો સાથે પત્ર વ્યવહાર કરવાની છુટ આપવામાં આવી. શાહજીએ સુલ્તાનને કહ્યું કે તેઓ સ્વયં બીજાપુરના સ્વામીભકત સેવક છે અને સુલ્તાનની જેમ જ શિવાજીના વિરોધી છે, પણ સુલ્તાનને વિશ્વાસ ન થયો. શાહજીને કાલકોઠરીમાં બંધ કરી દેવાયા. કોઠરીનો દરવાજો પણ ચણાવી દેવાયો, જેમાં એક નાનકડું કાણું કરવામાં આવ્યું અને તેમને ચેતવણી આપવામાં આવી કે જો એક નિશ્ચિત સમયાવધિ સુધીમાં શિવાજી આત્મસમર્પણ નહીં કરે તો દરવાજો સંપૂર્ણ બંધ કરી દેવામાં આવશે.

આવા સમાચાર મળ્યાથી શિવાજી આત્મસમર્પણ કરવા માટે તૈયાર થઈ ગયા હતા, પણ તેમની ધર્મપત્ની સઈબાઈએ તેમને આ આત્મઘાતી

નિર્ણય લેવાથી રોકી દીધું. ત્યારબાદ મોરાર પંતના માધ્યમથી તેમણે પોતાના પિતાની મુકિત માટે મોગલ સમ્રાટ શાહજહાં સાથે વાત ચલાવી. શાહજી આ પહેલા મોગલ સમ્રાટની સેવામાં રહી ચૂકયા હતા, પણ પછીથી એમણે તેમનો પક્ષ છોડી દીધો હતો. ખૂબ જ વિચાર–વિનિમય પછી શાહજહાંએ શાહજીને એમના જૂના અપરાધોને માફ કરીને ફરીથી પોતાની સેવામાં કાર્યરત રહેવાનું સ્વીકાર કર્યુ અને પાંચ હજાર ઘોડાઓનો અધિકાર પણ આપી દીધો. આ રીતે શાહજી બીજાપુરના કારાગૃહથી મુકત થયા, તેમછતાં તેમને કારાગૃહમાં ચાર વર્ષનો ગાળો પસાર કરવો પડયો હતો.

સૂપા પર અધિકાર

પૂનાની નજીક જ બીજો મહત્વપૂર્ણ કિલ્લો સૂપા હતો. એના સંરક્ષક બીજાપુરના પ્રતિનિધિ સમ્ભાજી મોહિતે હતા. અહિંયા ખાસ નોંધનીય વાત એ છે કે સમ્ભાજી મોહિતે શિવાજીની સાવકી માતા તુકાબાઈના ભાઈ હતા, તેમછતાં તે શિવાજીની ઈર્ષ્યા કરતા હતા અને બીજાપુરનો એક કટ્ટર સેવક હતો.

શિવાજી માટે આ કિલ્લા ઉપર અધિકાર મેળવવો ખૂબ જ જરૂરી હતો, એટલે તેમણે પોતાના મામાને આ કામમાં તેની મદદ કરવા માટે વિનંતી કરી, પણ ગમે તેમ કરીને પણ મામા આ કામ કરવા સંમત ન થયા. શિવાજીની મદદ કરવી તો દૂરની વાત ઉલ્ટુ તેઓ તો શિવાજીની ગતિવિધિઓની જાસુસી કરવા લાગ્યા. શિવાજીની પાસે ત્રણસો વીરોનું એક ઉચ્ચ શ્રેણીનું પ્રશિક્ષિત લશ્કર હતું. એટલે એક અંધારી રાતમાં શિવાજીએ પોતાના આ વીરોના લશ્કરની મદદથી સૂપા ઉપર આક્રમણ કર્યુ. સમ્ભાજી મોહિતેને પરિસ્થિતિ સમજવાનો અવસર પણ ન આપ્યો. એને કેદ કરી લેવાયો અને એની બધી સંપતિ પણ લુંટી લેવાઈ. તેને ફરીથી સમજાવવામાં આવ્યું કે એ શિવાજીનો સાથ આપવાનું સ્વીકારે, પણ એ ન માન્યો. ત્યારે એને ખાસ રક્ષક દળ સાથે કેદી બનાવીને શાહજીની પાસે બેંગ્લોરમાં મોકલી દેવાયો. તેની વિરૂદ્ધ જે પણ કાર્યવાહી કરવામાં આવી હતી, એનું વિવરણ પણ શાહજીની સેવામાં મોકલી દેવાયું. આ રીતે સૂપા ઉપર પણ શિવાજીનો અધિકાર થઈ ગયો. અંદાજે આ બનાવ ૧૬૪૯ થી

૧૬૫૨ ની વચ્ચે બન્યો હતો.

આ બધા જ કિલ્લા ઉપર શિવાજીનો અધિકાર કોઈ પણ પ્રકારનો રકતપાત કર્યા વિના ખૂબ જ સરળતાથી થઈ ગયો હતો. હવે તેઓ પોતાની આધીન જેટલા પણ વિસ્તારો હતા તેમાં સુવ્યવસ્થા સ્થાપિત કરવામાં લાગી ગયા હતા.

સ્વતંત્ર રાજ્યની જાહેરાત

આ રીતે ચાકણથી માંડીને નીરા નદી સુધીના વિસ્તારમાં શિવાજીનો અધિકાર થઈ ગયો હતો. પોતાની સ્થિતિને વધુ સુદૃઢ કરવા માટે તેમણે ચાકણ પુરંદર સૂપા અને બારામતીમાં સુરક્ષાની બધી જ વ્યવસ્થા કરી દીધી હતી. અત્યારસુધી તેઓ ફકત પહાડી વિસ્તારોમાં જ પોતાની શકિત વધારવાની કોશિશો કરી રહ્યા હતા પણ અને અન્ય વિસ્તારો પર અધિકાર ન કરવાની પાછળ પણ એમનો એક ખાસ ઉદ્દેશ્ય હતો કે તેઓ પહેલા શકિતને બધી રીતે વધારી લેવા માગતા હતા. તેઓ પોતાના રાજ્યની વ્યવસ્થાને સુંદર બનાવવામાં લાગી ગયા. તેઓ એ હકીકતને પણ સરખી રીતે જાણતા હતા કે જનતાની સદ્ભાવના પર જ રાજ્ય સુરક્ષિત રહી શકે છે. અને એના માટે તેમણે ૧૬૪૭થી પૂરા સાત વર્ષ સુધી પ્રયાસો કર્યા. આ સમય દરમિયાન તેમણે પોતાના રાજ્યના જુદા–જુદા સ્થાનોનું ભ્રમણ કર્યુ. દરિયા કિનારેના નગરોમાં અંગ્રેજો, ડચો વગેરે યુરોપિયનોના વ્યાપારિક કેન્દ્ર હતા. આ બધાથી તેમણે મૈત્રી સંબંધ સ્થાપિત કર્યા. જંજીરાના સિદ્દિયોથી મિત્રતા કરી. આમ કરવા પાછળ પણ એમનો એજ ઉદ્દેશ્ય હતો કે ભવિષ્યમાં તેમને પોતાના રાજ્યનો વિસ્તાર કરવામાં મદદ મળશે.

શિવાજીના આ બધા પ્રયાસોથી એમની પ્રજા સુખી અને સંપન્ન થઈ ગઈ હતી. હવે તેમને વિશ્વાસ થઈ ગયો હતો કે આ પ્રદેશ પર એમનો પૂર્ણ અધિકાર થઈ ગયો છે. કિલ્લાઓ જીતવાની શરૂઆતમાં શિવાજી પોતાના પિતા શાહજીના પ્રતિનિધિના રૂપમાં આ પ્રદેશમાં શાસન કરતા હતા, પણ શાહજીની બીજાપુરથી મુકિત થયા બાદ તેમણે આવું કરવું નકામું સમજ્યું. પોતાની પ્રથમ જીત – કૌઢાના (સિંહગઢ) જીત્યાના દસ વર્ષની અંદર જ એમણે અનુભવ્યું કે હવે તેમણે સ્વતંત્ર રાજ્યની જાહેરાત કરી

દેવી જોઈએ. એટલે સને ૧૬૫૩માં તેમણે પૂર્ણ સ્વતંત્રતાની જાહેરાત કરી દીધી.

આમ તો સિંહનો કોઈ પણ સંસ્કાર અથવા અભિષેક નથી કરવામાં આવતો, તો પણ એ પોતાના બળે જ મૃગેન્દ્ર કહેવાય છે. આજ કહેવત શિવાજી ઉપર પણ લાગુ પડે છે. જ્યારે તેમનો જન્મ થયો હતો ત્યારે એમની માતા એક રીતે નિરાશ્રિતો જેવું જ જીવન પસાર કરી રહી હતી. બાળક શિવાજીની રક્ષા અને પાલન–પોષણ માટે એમણે ઘણા સંકટોનો સામનો કરવો પડયો હતો, અને એ જ શિવાજી પોતાના જીવનમાં આશરે પચ્ચીસમાં વર્ષમાં જ સ્વતંત્ર શાસક બની ગયા.

ત્રીજો અધ્યાય
સફળતાઓનો ક્રમ

હવે શિવાજી એક સ્વતંત્ર રાજા હતા. તેમણે પોતાની શકિત એટલી બધી વધારી લીધી હતી કે તેઓ સ્વયં પોતાના રાજ્યનું સંરક્ષણ કરી શકતા હતા. એમની આ શકિતનું વર્ણન કરતાં ઈતિહાસકાર ડફ લખે છે કે – "તેમણે ચીત્તા જેટલી સચેતતાથી આ વિસ્તારને પોતાના પંજામાં જકડી રાખ્યો હતો. તેઓ ત્યારસુધી પહાડી વિસ્તારમાં જ પોતાની શકિત ભેગી કરતા રહ્યા જ્યારસુધી એમને એવું ન લાગ્યું કે તેઓ હવે પૂર્ણ સુરક્ષિત છે. જ્યારે તેઓ ઉપર ઉઠયા ત્યારે એમની શકિતનો અંદાજો લગાડવામાં આવ્યો, અને ત્યારે લોકોની સમજમાં આવ્યું કે શિવાજીએ એટલી શકિત ભેગી કરી લીધી હતી જે કોઈ પણ પ્રકારના સંકટનો સામનો કરવા માટે તૈયાર હતી. એટલે પછી તેમણે શકિતથી રાજ્યનો વિસ્તાર કરવાનું વિચાર્યુ."

જાવલી પર આક્રમણ

શિવાજીની વધતી જતી શકિતને જોઈને માવલના મોટાભાગના જાગીરદારોએ શિવાજીનું નેતૃત્વ સ્વીકારી લીધું, પણ કેટલાક એવા પણ લોકો હતા જેમને પોતાનો વંશ ઉચ્ચ હોવાનું અભિમાન હતું અને તેઓ શિવાજીને નીચી જાતિના સમજતા હતા. મહાબળેશ્વરની પહાડીના પશ્ચિમી તટ પર જાવલીની જાગીર હતી. જે એક મોરે પરિવારના

અધિકારમાં હતી. મોરે પરિવાર પોતાને ચંદ્રગુપ્ત મૌર્યનો વંશજ માનતા હતા, જ્યારે કે ભોંસલે લોકોને ત્યારનો સમાજ શુદ્ર ગણતો હતો. આ એક પ્રાચીન દેશમુખ પરિવાર હતો અને સમાજમાં એની સારી પ્રતિષ્ઠા હતી. શિવાજીએ આ પરિવારને પોતાના પક્ષમાં કરવા માટે દરેક શકય પ્રયત્ન કર્યા, પણ સફળતા ન મળી. આ રીતે પાડોશમાં જ પોતાના હરીફને સહન કરવું શકય ન હતું. આ કાંટાને કાઢી ફેંકવા માટે શિવાજીએ પૂર્ણ મનોયોગથી વિચાર કર્યો. તેઓ એ વાત પણ ગંભીરતાથી વિચાર કરવા લાગ્યા કે કયા ઉપાયથી ઓછામાં ઓછું નુકસાન વેઠીને આ મુશ્કેલીનું નિવારણ લાવી શકાશે.

આ પહેલા શિવાજીએ આ પરિવાર સાથે મિત્રતાનો સંબંધ સ્થાપિત કરવા માટે પણ ઘણી વખત પ્રયાસો કર્યા હતા. શિવાજીએ જ્યારે પોતાની સ્વતંત્રતાની જાહેરાત કરી અને છત્રપતિની ઉપાધિ ધારણ કરી, ત્યારે મોરે પરિવાર અકળાઈ ગયું. જાવલી એક એવી જગ્યા હતી જે યુદ્ધની દૃષ્ટિએ સુરક્ષિત હતી. એમના વંશાભિમાને તેમને શિવાજીનો જાહેરમાં વિરોધ કરવા માટે પ્રેરણા આપી. તેઓ બીજાપુરના સમર્થનમાં શિવાજીની અવહેલના કરવા લાગ્યા. આ કટુતાને સમાપ્ત કરવા માટે શિવાજીએ મોરે પરિવાર સાથે લગ્ન સંબંધ સ્થાપિત કરવાનો પણ પ્રસ્તાવ મુકયો હતો, પણ વંશાભિમાનમાં ચૂર મોરે પરિવાર ભલા આ પ્રસ્તાવને કેવી રીતે સ્વીકારી શકતા હતા? શિવાજીને કોઈ પણ પ્રકારની મદદ કરવાથી સ્પષ્ટ ઈન્કાર કરી દેવાયો. આ બધી વાતોનો અસ્વીકાર થવાથી શિવાજીએ તેમને બદલો લેવાની ચેતવણી આપી. આ ચેતવણીના પ્રત્યુત્તરમાં મોરે પરિવારે એમનું અપમાન કરતા કહ્યું : "તમારી આ ધમકીનો જવાબ એજ છે કે અમે તમારા આ પ્રસ્તાવનું હાર્દિક સ્વાગત કરીએ છીએ. કાલે આવવાના હો તો આજે જ આવી જાવ અને જેટલી તાકત હોય તેટલું લશ્કર લેતા આવો. તમે સ્વતંત્ર રાજા હોવાની વાત શું કામ કરો છો? તમને રાજા કોણ ગણે છે? તમે કાલે જ પોતાના માટે થોડી જગ્યા મેળવી છે અને આજે તમે રાજા બની ગયા? પોતાના ઘરમાં તમે ગમે તેટલી વધારીને વાતો કરી લ્યો, એને સાંભળનાર કોઈ નથી. જાવલી આવશો ત્યારે ખબર પડશે કે આ સુંદર પ્રદેશમાં તમારૂં સ્વાગત કેવી રીતે થાય છે. બીજાપુરના સુલ્તાને અમને જે સન્માન આપ્યું છે, તેનું અમે આદર કરીએ છીએ. તેમની જે પણ આજ્ઞા

હોય તેનું પાલન કરવું અમારૂં પહેલું કર્તવ્ય છે.

આ રીતે શિવાજીને અપમાનિત કરવામાં મોરે પરિવારે કોઈ જ કસર છોડી ન હતી. તે સિવાય પોતાને શ્રેષ્ઠ ક્ષત્રિય ગણાવવા માટે તેમણે ક્ષત્રિય કુલાવતંસની ઉપાધિ પણ ધારણ કરી, જેનાથી તેઓ પોતાને શ્રેષ્ઠ ક્ષત્રિય ગણાવીને શિવાજીને નીચું દેખાડવા માગતા હતા.

આમ કરવાથી કદાચ મોરે પરિવારનો વિનાશનો સમય આવી ગયો હતો, એટલા માટે જ તેમણે નકામા કુલાભિમાનના કારણે "દોરડી બળે પણ વળ ન છોડે" કહેવતને સાચી કરી બતાવી, નહિંતર તેઓ પણ બીજા દેશમુખ પરિવારોની જેમ સમયના મહત્વને જોઈને પોતાની રક્ષા કરી શકતા હતા.

સને ૧૬૪૯માં બીજાપુર તરફથી બાઈ નો રાજ્યપાળ અફજલ ખાંને બનાવવામાં આવ્યો. એનાથી શિવાજી માટે સ્થિતિ વધુ ગંભીર થઈ ગઈ. કારણ કે અફજલ ખાં ને શિવાજીનું દમન કરવા માટે જ મોકલવામાં આવ્યા હતા અને એટલા માટે જ તેણે શિવાજીની પ્રગતિનો પ્રબળ વિરોધ કરવા માટે મોરે લોકોને પ્રોત્સાહિત કરવાની શરૂઆત કરી નાંખી. ત્યારસુધી હનુમંતરાવ મોરે નામનો એક વ્યકિત જાવલીનો કાર્યકારી શાસક હતો, કારણ કે ૧૬૪૮માં દૌલતરનવ મોરેનું સ્વર્ગવાસ તેમના કોઈ ઉત્તરાધિકારી છોડયા વિના જ થયું હતું. ત્યારબાદ તેમની વિધવાએ એક પુત્રને દત્તક લીધો હતો અને પોતે પોતાના એક દૂરના સંબંધી હનુમંતરાવ મોરેની મદદથી શાસન ચલાવી રહી હતી. અફજલ ખાંના આવી જવાથી મોરે લોકોની સ્થિતિ સુદૃઢ થઈ ચુકી હતી પણ ત્યારે જ એમની બદલી બાઈ થી કનકગિરી થઈ ગઈ. તેને શિવાજીએ પોતાના માટે એક સુઅવસર ગણ્યો. એટલે ડિસેમ્બર ૧૬૫૫માં શિવાજીએ કાન્હોજી જેધે, હૈવતરાવ સિલિભકર વગેરે દેશમુખો અને મોરે પરિવારના અમુક નજીકના સંબંધિઓને પોતાના પક્ષમાં કરી લીધા. આ લોકોના માધ્યમથી શિવાજીએ મોરે પરિવારની પાસે ફરીથી સાથ આપવાની દરખાસ્ત મોકલી. સાથે જ પોતાના સેનાપતિ સમ્ભાજી કાવજીના નેતૃત્વમાં એક નાનકડું લશ્કર પણ મોકલી દીધું. લશ્કરે તેમનું નિવાસ સ્થાન ઘેરી લીધું અને દેશમુખ લોકો દરખાસ્ત લઈને મોરે લોકો પાસે ગયા. તેમણે દરખાસ્તનો અસ્વીકાર કર્યો. લશ્કરે પોતાની કાર્યવાહી કરી પણ નિષ્ફળ રહ્યા. પછી રઘુનાથ બલ્લાલ કોર્ડેના નેતૃત્વમાં

બીજું લશ્કર મોકલવામાં આવ્યું. જાવલીની પાસે બંને તરફના લશ્કરોમાં યુદ્ધ થયું. જેમાં હઅુમંતરાવ મોરે માર્યો ગયો. યશવંતરાવ ભાગીને રાદૂરી દુર્ગમાં પહોંચી ગયો. પરિવારનો એક અન્ય સભ્ય ભાગીને બીજાપુર પહોંચ્યો અને ત્યાં જઈને આદિલશાહની મદદ લઈને જાવલીથી શિવાજીને કાઢવાનું આયોજન કરવા લાગ્યા. જાન્યુઆરી ૧૬૫૬માં શિવાજી લશ્કર લઈને પોતે જ જાવલી પહોંચી ગયા. ૨૬મી જાન્યુઆરીએ શિવાજીએ જાવલી ઉપર અધિકાર કરી લીધો. ત્યારબાદ તેઓ બં મહીના સુધી ત્યાં જ રહ્યા. યશવંતરાવ ફરીથી રાદૂરીથી શિવાજીની વિરૂદ્ધ તૈયારિઓ કરવા લાગ્યા. એટલે શિવાજીએ ત્યાં પણ લશ્કર મોકલવું પડયું. સાથે જ તેમણે પોતાના એક સંદેશવાહક હૈવતરાવ સિલિભકરને યશવંતરાવની પાસે આધીનતા સ્વીકાર કરવાનો પ્રસ્તાવ પણ મોકલ્યો. ઘણા વખત સુધી વાતચીત ચાલ્યા પછી મોરે લોકો શિવાજીની સાથે ચર્ચા કરવા માટે તૈયાર થયા. મે ના મહીનામાં રાદૂરીની નીચે વાર્તા કરવાનું નક્કી થયું, પણ જેમજ તેઓ નક્કી કરેલી જગ્યાએ પહોંચ્યા તેમ જ શિવાજીએ યશવંતરાવ મોરેને મરાવી નાંખ્યા અને એમના બે પુત્ર કૃષ્ણાજી મોરે અને બાજી મોરેને બંદી બનાવી લીધા. બંદી બનાવીને એમને પૂના લઈ જવામાં આવ્યા. પછીથી એ બંને શિવાજીની વિરૂદ્ધ ષડયંત્ર કરતાં પકડાયા એટલે એમને પણ મારી નાંખવામાં આવ્યા.

શિવાજીની આખી જીવની ઉપર જો નજર નાંખીએ તો ખબર પડે છે કે આ એક જ બનાવને છોડીને બાકી આવું નૃશંસ કાર્ય એમણે કયારેય નથી કર્યુ. ઉલ્ટાનું તેઓ પકડાયેલા શત્રુની સાથે પણ સદાય દયા અને સન્માનનો વ્યવહાર કરતા હતા. આ રીતે કપટ કરીને ધોખાથી હત્યા કરવું શિવાજી જેવા મહાન પુરૂષ માટે નિઃસંદેહ કલંકની વાત છે. તેમના આ કામ માટે ઈતિહાસકારોએ તેમના ઉજ્જવળ ચરિત્ર પર કાળી ટીલી ગણાવી છે. ગમે તે હોય પણ પોતાની વ્યકિતગત દુશ્મનીના કારણે આવું કામ કરવું તે કદાપિ યોગ્ય ન જ ગણાય.

જાવલી ઉપર અધિકાર કર્યા પછી જુન્નારથી બાઈ સુધીના બધા જ માવલો ઉપર શિવાજીની સત્તા સ્થાપિત થઈ ગઈ હતી. ત્યારબાદ તેમણે

પારઘાટની ઘાટી પર પોતાનો નિયંત્રણ કરવાનો વિચાર કર્યો. ત્યાર પછી તેમણે પોતાના પરમ વિશ્વાસપાત્ર મોરોપંત પિંગલેની દેખ–રેખમાં નવો કિલ્લો પ્રતાપગઢનું નિર્માણ કરવાની શરૂઆત કરાવી. મોરોપંત પિંગલે આ પહેલા શિવાજીના પિતાની સેવામાં કર્ણાટકમાં હતો. આ કિલ્લાના નિર્માણ પછી એમાં ભગવતી માં ભવાની ની મૂર્તિ પણ સ્થાપિત કરવામાં આવી. માતા જીજાબાઈ ઘણી વખત આ કિલ્લામાં રહેવા માટે આવતા હતા. ગઢના નિર્માણ કાર્યથી શિવાજી મોરોપંત પિંગલે પર ખૂબ જ પ્રસન્ન થયા હતા. એટલે પછીથી પેશવા શ્યામરાજ પંતનો સ્વર્ગવાસ થયા પછી ૧૬૬૨ ઈ.માં એમને નવો પેશવા બનાવવામાં આવ્યા હતા.

જુન્નાર અને અહમદનગરની લૂંટ

અત્યારસુધી શિવાજીએ કોઈ પણ મોગલ પ્રદેશને પોતાના અધિકારમાં અથવા એની ઉપર ચઢાઈ નહોતી કરી પણ સને ૧૬૫૭માં તેમણે એવું અનુભવ્યું કે હવે તેઓ એવું કરવાનું સામર્થ્ય ધરાવે છે. આ બધાનું વર્ણન કર્યા પહેલા તે સમયની મોગલ સત્તા વિશેનું સંક્ષિપ્ત વર્ણન અને માહિતી આપવી જરૂરી છે.

ઔરંગઝેબનો જન્મ ૧૬૧૮માં થયો હતો. આ રીતે એ શિવાજીથી આશરે નવ વર્ષ મોટો હતો. પોતાની યુવાવસ્થામાં જ એ પોતાના પિતા શાહજહાંની સાથે યુદ્ધોના કષ્ટનો અનુભવ કરી ચૂકયો હતો. જ્યારે શાહજહાંએ નિજામશાહને હરાવ્યો અને નિજામશાહની તરફથી શાહજી પણ લડી રહ્યા હતા, ત્યારે યુદ્ધમાં ઔરંગઝેબ પણ શાહજહાંની સાથે હતો. આ યુદ્ધ પછી શાહજહાં ઉત્તર દિશામાં પરત ચાલ્યા ગયા હતા. ઔરંગઝેબ ૧૬૩૬માં દક્ષિણનો રાજ્યપાલ બન્યો હતો. એને મોગલો દ્વારા જીતેલા રાજ્યોમાં વ્યવસ્થા કરવાનું કામ સોંપવામાં આવ્યું હતું. એ ૧૬૪૪ સુધી આ પદ પર રહ્યો હતો. ત્યારબાદ એ ઉત્તર–પશ્ચિમી સામ્રાજ્યના યુદ્ધોમાં વ્યસ્ત રહ્યો. ફરીથી ૧૬૫૩થી ૧૬૫૮ સુધી એ દક્ષિણનો રાજ્યપાલ બન્યો. એના પ્રથમ કાર્યકાળમાં શિવાજી દ્વારા કોઈ ખાસ કામ નહોતુ કરવામાં આવ્યું. એટલે ત્યારે મોગલ સામ્રાજ્યને કોઈ જ ભય ન હતો. ઔરંગઝેબ શિકાર કરવાનો શોખીન હતો. એટલે તેણે

મલિક અંબર દ્વારા વસાવેલા નગર ખડકીનો વિસ્તાર કરીને એનું નામ ઔરંગાબાદ રાખી દીધું. અહિંયાથી પૂનામાં મરાઠાઓની ગતિવિધિઓ પર સરળતાથી નજર રાખી શકાતી હતી.

ઔરંગઝેબ જ્યારે બીજી વખત દક્ષિણનો રાજ્યપાલ બનીને આવ્યો ત્યારસુધીમાં દક્ષિણમાં ઘણા ફેરફારો થઈ ચૂકયા હતા અને મોગલ સામ્રાજ્યના છ રાજ્યપાલ ત્યાં કામ કરી ચૂકયા હતા, જેમાં મિર્ઝા રાજા જયસિંહ, શહજાદા મુરાદબખ્શ અને શાઈસ્તા ખાંના નામ ખાસ ઉલ્લેખનીય છે. તે સમય દરમિયાન શિવાજી મોગલોનો કોઈપણ પ્રકારનો વિરોધ કર્યા વગર પોતાની જાગીર વધુ શકિતશાળી કરવામાં વ્યસ્ત હતા. સને ૧૬૫૭માં જ્યારે શિવાજીએ પોતાની કાર્યવાહિઓ વધુ ઝડપી કરી ત્યારે ઔરંગઝેબનું ધ્યાન એની તરફ આકર્ષાયુ, જે સ્વાભાવિક જ હતું. ત્યારે શિવાજીએ મોગલ સામ્રાજ્યને ચેતવણી આપવાનું યોગ્ય સમજ્યું. એટલે ૧૬૫૭માં જાવલી ઉપર અધિકાર કરી લીધા પછી તેમણે ઉનાળામાં મોગલો દ્વારા શાસન કરવામાં આવતા જુન્નાર અને અહમદનગર ઉપર ચઢાઈ કરીને એમને લુંટી લીધા.

કોંકણ ઉપર અધિકાર

તે સમયમાં આંતરરાષ્ટ્રીય વેપાર કરવા માટે વસ્તુઓ જુન્નારથી કલ્યાણની મોટી સડક, કલ્યાણ અને વસઈના બંદરો સુધી લાવવામાં અને એજ માર્ગથી લઈ જવામાં આવતી હતી. તે સમયે વેપારના આ મુખ્ય કેન્દ્રો હતા. અને અહિંયાથી જ ઘાટોની નીચે ઉર્વરા ભૂમિ પર નિયંત્રણ રાખવામાં આવતો હતો. એટલે આ પ્રદેશ ઉપર અધિકાર કરવો શિવાજી માટે ખૂબ જ લાભપ્રદ હતો. સાથે જ પૂના પણ નજીક હોવાથી અહિંયાનું સંરક્ષણ પણ સરખી રીતે કરી શકાય તેમ હતું. શિવાજીના ગુપ્તચર આ વિસ્તારમાં ફરતા રહેતા હતા અને શિવાજીએ પોતે પણ જઈને આ જગ્યાનું નિરીક્ષણ કર્યુ હતું. એ પ્રદેશ બીજાપુરના અધિકારમાં હતો અને મુલ્લા અહમદ અહિંયાના રાજ્યપાલ હતો સને ૧૬૫૫માં જાવલી પ્રયાણથી પહેલા જ શિવાજીના ગુપ્તચરોએ એમને માહિતી આપી કે બીજાપુરના શાસક દ્વારા મુલ્લા અહમદને આજ્ઞા આપવામાં આવી છે કે તેઓ

કલ્યાણથી ભેગું કરેલ બધું જ ધન બીજાપુર પહોંચાડી દે. એના માટે સશસ્ત્ર રક્ષક દળનું પ્રબંધ પણ કરવામાં આવ્યું હતું. રસ્તામાં પણ ઠેક–ઠેકાણે મદદનીશ દળ નિમણૂંક કરવામાં આવ્યા હતા અને સ્થાનિક અધિકારીઓને પણ આમાં પૂર્ણ સહયોગ કરવાનો આદેશ આપવામાં આવ્યો હતો. શિવાજીએ આ ખજાનો લુંટવાનું આયોજન કર્યુ. એના માટે એક દળને આજ્ઞા આપવામાં આવી કે જ્યારે ખજાનો પુરંદર માર્ગથી નીકળે ત્યારે એની ઉપર આક્રમણ કરીને એને લુંટી લેવામાં આવે. બીજું લશ્કર કલ્યાણ પર આક્રમણ કરવા માટે મોકલી દેવાયું. જે સમયે અચાનક જ આક્રમણ કરીને પૂનાની નજીક આ ખજાનો લુંટવામાં આવી રહ્યો હતો, તે સમયે પેશવા શ્યામરાજ નીલકંઠ અને એમના કાકાના દીકરો દાદાજી બાપૂજીએ લશ્કરની સાથે કલ્યાણ પર આક્રમણ કરી નાંખ્યુ. રાજ્યપાલ ખજાનાની સાથે ચાલી રહ્યો હતો. શિવાજીની યોજના સફળ રહી ખજાનો લુંટીને રાજગઢના કિલ્લામાં લાવવામાં આવ્યો અને કલ્યાણ ઉપર પણ અધિકાર થઈ ગયો. કલ્યાણ પર આક્રમણના સમયે જ એક બીજું લશ્કર ભિવંડી મોકલી દેવાયું હતું, એણે ભિવંડી ઉપર પર અધિકાર કરી લીધો.

આ જીત પછી કલ્યાણ બંદર પર સુરક્ષાના પ્રબંધ કરવામાં આવ્યા. માહુલી અને કલ્યાણના ઉત્તર–દક્ષિણમાં સ્થિત કિલ્લાઓ ઉપર પણ અધિકાર કરી લેવામાં આવ્યો હતો. ચૌલ, તલે, ઘોંસલે, રામચી, લોહગઢ, કંગોરી, તુરંગતિકોન આ બધા જ કિલ્લાઓ ઉપર પણ ટુંક સમયમાં જ અધિકાર કરી લેવાયો હતો. સને ૧૬૫૭ના ઑક્ટોબર સુધી કોંકણમાં શિવાજીનો અધિકાર થઈ ગયો. આવાજી સોનદેવને કલ્યાણના રાજ્યપાલ બનાવવામાં આવ્યા.

શિવાજીના ઉજ્જવળ ચરિત્રના વિષયમાં કલ્યાણ વિજયનો એક પ્રસંગ ખૂબ જ પ્રસિદ્ધ છે. જ્યારે આબાજી સોનદેવને કલ્યાણના રાજ્યપાળ બનાવવામાં આવ્યા, ત્યારે ત્યાંના ભૂતપૂર્વ રાજ્યપાળની ખૂબ જ સુંદર પુત્રવધુ તેમના હાથે લાગી ગઈ. આબાજીને વિચાર આવ્યો કે તેઓ જો આ સુંદર સ્ત્રીને શિવાજીને ભેંટ સ્વરૂપે આપશે તો તેઓ એની ઉપર ખૂબ જ પ્રસન્ન થશે. આમ વિચારીને એણે પૂર્ણ સંરક્ષણ સાથે તે સ્ત્રીને પૂના શિવાજી પાસે મોકલી આપી. તે સ્ત્રીનું પૂર્ણ સન્માન કરતાં શિવાજીએ કહ્યું – "આહ! કેટલું સુંદર થાત જો મારી માતા પણ તમારા જેટલી જ સુંદર હોત!"

આમ કહીને શિવાજીએ માફી માગતા પૂરા સન્માન સાથે તે સ્ત્રીને એના ઘરે મોકલી આપી. સાથે જ આબાજી સોનદેવ અને પોતાની આધીન બધા જ કર્મચારીઓને ચેતવણી આપવામાં આવી કે ભવિષ્યમાં આવી કોઈ પગલું ભરવાની તેઓ કોશિશ ન કરે, અને દરેક પરસ્ત્રીને તેઓ માં ની સમાન આદર આપે.

કોંકણ પર અધિકાર મેળવી લીધા પછી દરિયા કિનારે વસેલા વસઈથી રાજાપુર સુધીના એક ત્રિકોણાકાર વિસ્તારમાં શિવાજીનું રાજ્ય સ્થાપિત થઈ ગયું. પનવલની નજીક પ્રબળગઢ ઉપર તેઓ હજુ સુધી અધિકાર મેળવી શકયા ન હતા. આ ગઢ બીજાપુરના આધીન સૈનિક કેસરીસિંહના અધિકારમાં હતો. શિવાજી લશ્કર લઈને આ કિલ્લા ઉપર અધિકાર કરવાના ઉદ્દેશ્યથી ત્યાં ગયા. કેસરીસિંહ યુદ્ધમાં માર્યો ગયો. આ કિલ્લામાંથી શિવાજીને સોના મોહરો, સોનાની છડો વગેરેનો દટાયેલો ખજાનો હાથ લાગ્યો હતો. કેસરીસિંહની માતા અને એના બે બાળકો ડરના માર્યા છુપાઈ ગયા હતા, જેને સૈનિકોએ પકડી પાડયા. શિવાજીએ કેસરીસિંહની માતાને સાષ્ટાંગ પ્રણામ કર્યા અને તેમને પોતાના રક્ષક દળ સાથે પાલખીમાં બેસાડીને સન્માનની સાથે એમના જન્મ સ્થળ દેવળ ગામમાં મોકલી દીધા. કિલ્લાની રક્ષા કરતાં માર્યા ગયેલા સૈનિકોનું પણ ઉચિત સન્માનની સાથે અંત્યેષ્ટિ કરવામાં આવી.

ત્યારપછી શિવાજીએ જુન્નારને લુંટયુ અને પછી એમનું લશ્કર લુંટ કરતાં–કરતાં અહમદનગર સુધી પહોંચી ગયું. અહમદનગર સશકત રક્ષક દળના હિસાબે બચી ગયું, પણ આ રાજ્યના બીજા ભાગોમાંથી લશ્કરે ઘણી બધી લુંટ કરી હતી. તે સમયે જુન્નાર મોગલોના અધિકારમાં હતું. ત્યાં લુંટ થવાથી દક્ષિણનો મોગલ રાજ્યપાલ ઔરંગઝેબ આશ્ચર્યચકિત થઈ ઉઠયો. તે સમયે શિવાજી ઔરંગઝેબ સાથે વેર કરવા માગતા ન હતા એટલે તેમણે કૃષ્ણાજી ભાસ્કરને પોતાનો દૂત બનાવીને એમની પાસે મોકલ્યો, જેથી તેઓ પોતાની આ લુંટનો ઉદ્દેશ્ય એમને સમજાવી શકે અને ઉત્તરી કોંકણના બીજાપુરના કિલ્લા ઉપર એમનો અધિકાર માની લે.

ત્યારે જ સપ્ટેમ્બર ૧૬૫૭માં શાહજહાંની તબિયત લથડવાના કારણે ઔરંગઝેબ ઉત્તરની તરફ પરત આવવાની તૈયારી કરવા લાગ્યા, જેથી દિલ્હીના સિંહાસન પર એમનો કોઈ બીજો ભાઈ અધિકાર ન કરી શકે.

પોતે રવાના થતી વખતે એમણે પોતાના લોકોને કઠોર ચેતવણી આપી હતી કે તેઓ શિવાજીની ગતિવિધિઓ ઉપર નજર રાખે.

પછી શિવાજી પોતાની આધીન પ્રદેશોમાં લોક કલ્યાણકારી વ્યવસ્થા કરવામાં લાગી ગયા. પરિણામે પ્રજા સુખનો અનુભવ કરવા લાગી. ઉત્તર કોંકણ પછી શિવાજી દક્ષિણની તરફ ગયા અને બધે જ રક્ષા ઉપાયોનું નિરીક્ષણ કરવા લાગ્યા. પ્રવાસ પૂરો કર્યા બાદ તેઓ રાજગઢ પરત આવ્યા. પછી રાજ્યમાં પ્રશાસકીય કામો ઉપર સુધારો કરવાનું વિચાર્યુ. તેમણે મન ફાવે તેમ લુંટ અને શોષણનું કઠોરતાથી દમન કર્યુ. દેશમુખો અને દેશપાંડે લોકોમાંથી આ કામ માટે અનુભવી લોકોની પસંદગી કરવામાં આવી અને એમની સન્માનિત પદો પર નિમણૂંક કરવામાં આવી. અનેક અન્ય કિલ્લાઓ ઉપર ચાલાકીથી અથવા બળથી અધિકાર કરીને એમાં વિશ્વાસપાત્ર રક્ષકોની નિમણૂંક કરવામાં આવી. મહેનત અને ઈમાનદારીથી કામ કરનાર લોકોનું પ્રોત્સાહન વધારવા માટે ઈનામ આપવામાં આવ્યું અને એની વિપરીત કામ કરનારને પદમુકત કરવામાં આવ્યા.

પ્રશાસનિક કામો વધવાથી નવી નિમણૂંકો કરવામાં આવી. આબાજી સોનદેવનો ભાઈ નીલો સોનવેદ મઝૂમદાર બનાવાયો. ગંગૂમંગાજી વાકેનવીસ અને આનાજી દત્તોને સચિવ બનાવવામાં આવ્યા. સરનૌબવત માનકોજી રિસાલે (સેનાપતિ)નો સ્વર્ગવાસ થવાથી એ પદ ઉપર નેતાજી પાલ્કરની નિમણૂંક કરવામાં આવી. ચિટનિસના પદ પર ખૂબ જ યોગ્ય અને સ્વામિભકત વ્યકિત આબાજીની નિમણૂંક કરવામાં આવી.

ભવાની કૃપાણ

શિવાજીએ પોતાની કૃપાણ (તલવાર)નું નામ ભવાની રાખ્યું હતું. તે કૃપાણ એમને ખૂબ જ પ્રિય હતી. આ કૃપાણ તેમણે કુદાલથી ખરીદી હતી. સને ૧૬૫૭માં પૂરા એક વર્ષ સુધી શિવાજી પોતાના રાજ્યમાં ઠેર–ઠેર ફરીને પ્રશાસકીય વ્યવસ્થા ઠીક કરવામાં લાગેલા રહ્યા. ૧૬૫૮ના ઉનાળામાં કૃદાલ ઉપર રૂસ્તમે જમાએ આક્રમણ કરી નાંખ્યુ. ત્યાંનો શાસક પણ ભોંસલે વંશનો જ હતો. તેણે આ આક્રમણમાં શિવાજીની મદદ માંગી. એટલે શિવાજી હરેશ્વર મંદિરના દર્શન કરતા એની મદદ માટે રાજાપુરની

તરફ ચાલી નીકળ્યા. આ યુદ્ધમાં તેમણે કુદાળની રક્ષા કરી. એટલે તેના બીજા વર્ષે માર્ચ ૧૬૫૯માં બંનેએ એક–બીજાની મદદ કરી હોવાથી મિત્રતા થઈ ગઈ. સંધિના અવસરે કુદાલ આવવાથી ત્યાંના બજારમાંથી શિવાજીએ ત્રણસો હોન માં યુરોપની બનેલી એક કૃપાણ ખરીદી જેને તેમણે ભવાની નામ આપ્યું.

નૌસૈનિક (નૌકા દળ) દળનું ગઠન

શિવાજી બહુમુખી પ્રતિભા સંપન્ન વ્યકિત હતા. રાજ્યની સ્થાપના થઈ ગયા પછી તેમને એક સશકત નૌકા દળની જરૂરિયાત અનુભવાઈ. તેના માટે સૌથી પહેલા તેમણે વિજય દુર્ગ નામનો એક નાવિક કિલ્લો બનાવડાવ્યો, જે બનાવવાની શરૂઆત તેમણે ૧૬૫૩માં જ કરી નાંખી હતી. ૧૬૬૦માં એક બીજો નૌસૈનિક કિલ્લો સ્વર્ણ દુર્ગના નામથી બનાવાયો. ત્યારબાદ સને ૧૬૬૪માં ત્રીજો નૌસૈનિક કિલ્લો સિંધુ દુર્ગના નામથી બનાવ્યો. ૧૬૮૦માં તેમણે એક ખૂબ જ મોટો નૌસૈનિક અડ્ડો કોલાબામાં બનાવ્યો હતો.

અફજલ ખાં પ્રકરણ

૪ નવેમ્બર ૧૬૫૬ના રોજ બીજાપુરના સુલ્તાન મોહમ્મદ આદિલશાહનો સ્વર્ગવાસ થઈ જવાથી બીજાપુર ઉપર દુર્ભાગ્યથી કાળાં વાદળા ઘેરાયા હતા. એકબાજુ મોગલોના આક્રમણ થઈ રહ્યા હતા અને બીજી બાજુ શિવાજી પોતાના રાજ્યનો વિસ્તાર કરી રહ્યા હતા. સ્વર્ગીય સુલ્તાનની મોટી બેગમ પોતાના અલ્પવયસ્ક પુત્રના નામથી સત્તા ચલાવી રહી હતી, પણ સત્તા ઉપર એમની કોઈ સારી છાપ ન હતી. ત્યાં સુધી કે સ્વામીભકત સમજાતા મુસલમાન સરદાર પણ વિદ્રોહી થઈ ગયા હતા. આ રીતે બીજાપુર રાજ્ય લગભગ છિન્ન–ભિન્ન થઈ ગયું હતું. મરાઠા પ્રદેશ ઉપર શિવાજીએ અધિકાર કરી લીધો હતો અને કર્ણાટકમાં એમના પિતા શાહજીની જ સત્તા સ્થાપિત થઈ ચુકી હતી.

રાજ્યની સ્થિતિ ભલે ગમે તેવી હોય પણ એને શિવાજીથી બચાવવું

જરૂરી હતું. તે વિષયમાં શાહજીને કહેવાયું કે તેઓ પોતાના દીકરાને બીજાપુર ઉપર આક્રમણ કરવાથી રોકે. ત્યારે શાહજીએ પણ જવાબ આપ્યો કે તેઓ પોતાના દીકરાના કામ માટે જવાબદાર નથી. બીજાપુરની સત્તા પોતાની ઈચ્છાનુસાર જે પણ ઈચ્છે તે શિવાજીની વિરૂદ્ધ પગલાં ભરી શકે છે.

ઔરંગઝેબના દક્ષિણ ભારતથી ચાલ્યા જવાથી શિવાજીએ બીજાપુર રાજ્ય ઉપર પોતાના આક્રમણો વધુ ઝડપથી કરવાની શરૂઆત કરી નાંખી હતી. શિવાજીનું દમન બીજાપુર માટે જીવન–મરણનો પ્રશ્ન બની ગયો, પણ કોઈપણ સામંત આ કામ કરવાની હિમ્મત કરી શકતુ ન હતું. છેવટે આ કામ કરવાનું બીડું અફજલ ખાં એ ઝડપ્યું. અફજલ ખાં દિવંગત સુલ્તાનનો ગેર–કાયદેસર પુત્ર હતો. તેની માં શાહી રસોડામાં ખાવાનું બનાવવાનું કામ કરતી હતી. તે કર્ણાટકના કેટલાય યુદ્ધોમાં ભાગ લઈ ચૂકયો હતો, જેથી તેને સારી એવી પ્રસિદ્ધિ પણ મળેલી હતી. શાહજી અને એમના દીકરાઓથી એ પહેલાથી જ ખાર ખાતો હતો. એટલે બદલો વાળવાનો તેના માટે આ સુઅવસર હતો. બેગમ સાહિબાએ એને સલાહ આપી કે શિવાજીને ગમે તેમ કરીને જીવિત અથવા મૃત કેદી બનાવી લેવો. જો કે અફજલ ખાંને આવી કોઈ સલાહની જરૂર ન હતી, તેમછતાં તે ૧૬૫૬ના સપ્ટેમ્બરમાં પોતાના લક્ષ્ય પર ચાલી નીકળ્યો. ત્યારે કદાચ શિવાજી પ્રતાપગઢના કિલ્લામાં હતા. અફજલ ખાં પહેલા બાઈનો રાજ્યપાલ રહી ચૂકયો હતો એટલે તે આ વિસ્તારથી પરિચિત હતો. ત્યારે એની પાસે બાર હજાર સૈનિકો હતા. પંઢરપુર, મહાદેવી પર્વતમાળા, મલવદીથી આગળ વધતો તે રહિમતપુર પહોંચી ગયો. રસ્તામાં આવતા બધા જ મંદિરોને તેણે અપવિત્ર કરી નાંખ્યા હતા અને મૂર્તિઓ તોડી નાંખી હતી. મલવદીમાં બજાજી નિમ્બાલકર એના ક્રોધનો વિશેષ પાત્ર બન્યો, કારણ કે બજાજી નિમ્બાલકરને બીજાપુરના શાસકે બળજબરીથી મુસલમાન બનાવી દીધો હતો, પણ માતા જીજાબાઈની પ્રેરણાથી શિવાજીએ એને ફરીથી હિન્દુ બનાવી દીધો હતો.

બીજી બાજુ શિવાજી રાજગઢથી અફજલખાંની દરેક હિલચાલ ઉપર નજર રાખતા હતા. તેમણે નક્કી કરી લીધું હતું કે તેઓ બાઈ અને જાવલીની નજીક જ એની સાથે યુદ્ધ કરશે. તેમણે મહાબળેશ્વરની પશ્ચિમમાં પારઘાટની પર્વતીય સપાટી ઉપર પોતાના પ્રતાપગઢના કિલ્લામાં ઘર

બનાવી લીધું. માતા જીજાબાઈ પણ અહિંયા જ રહેતી હતી. ખાનને શિવાજી પ્રતાપગઢમાં છે એવા સમાચાર મળી ગયા હતા. એટલે બાઈની તરફથી લડાઈ લડવા માટે એણે પ્રતાપગઢથી ૧૬ માઈલ પૂર્વમાં પોતાના લશ્કરનું શિબિર નાંખી દીધું. શિબિર અને પ્રતાપગઢની વચમાં મહાબળેશ્વરનો ઉંચો પઠાર હતો. બંને હરીફો સામસામા હતા. એટલે બંને જણ ભાવી યુદ્ધના વિષયમાં વિચાર કરવા લાગ્યા. પ્રતાપગઢનો કિલ્લો એક દુર્ગમ, પાતળી અને ઉંચી પહાડીની ટોચ ઉપર હતો જ્યાં ફેલાઈને લડાઈ કરવી શકય ન હતી અને અફજલ ખાં પોતાની વિશાળ સેનાને ત્યાં કોઈ પણ હિસાબે લઈ જઈ નહતો શકતો. એટલે શિવાજી કિલ્લામાં સંપૂર્ણ રીતે સુરક્ષિત હતા. તેઓ એ અવસર મળવાની રાહ જોઈ રહ્યા હતા કે કયારે તેઓ એની ઉપર તુટી પડે અને એનું કામ તમામ કરી નાંખે. બીજી બાજુ ખાન પણ કોઈ એવી ચાલ વિચારી રહ્યો હતો કે કેવી રીતે શત્રુને કિલ્લાની બહાર કાઢવો, જેથી સાંપ પણ મરી જાય અને લાઠી પણ ન તુટે. આ રીતે બંને એક તાણભરી સ્થિતિમાં હતા.

છેવટે ખાનની ધીરજ ખુટી. એણે શિવાજીને મિત્રતા કરવાના બહાને કયાંક મળવા આવવાનો સંદેશ મોકલાવ્યો. આ કામ માટે એને કોઈ વિશ્વાસપાત્ર વ્યકિતની જરૂર હતી. તે માટે એણે બાઈ નિવાસી કૃષ્ણજી ભાસ્કરની પસંદગી કરી, જે બીજાપુર રાજ્યના પરમ સ્વામિભકત હતા. પોતાના ઉદ્દેશ્યને પૂર્ણ કરવા માટે ખાને કૃષ્ણજીને પોતાનો દૂત બનાવીને ત્યાં મોકલ્યો, સંદેશમાં લખ્યું હતું કે, શિવાજી અને તેના પરિવાર પ્રત્યે અફજલ મિત્રતાપૂર્ણ ભાવના ધરાવે છે, એટલા માટે તે એમની સાથે વ્યકિતગત રીતે ચર્ચા કરવા માટે બાઈ આવી જાય. જો તેઓ સ્વેચ્છાથી બીજાપુરના અધિકારને માની લેશે, તો એમનું હાર્દિક સ્વાગત કરવામાં આવશે અને તેમને તેમના પિતાની જેમ જ સન્માન પૂર્ણ પદ અને પ્રતિષ્ઠા આપવામાં આવશે. એવી પણ શકયતા છે કે તેમની ઈચ્છાનુસાર તેમનો બીજાપુરની સાથે કોઈ કરાર જ થઈ જાય. આ રીતે ખાન શિવાજીને વિશ્વાસમાં લઈને કોઈ પણ પ્રકારની લડાઈ લડયા વિના અને લોહી ખરડાવ્યા વિના શિવાજીને કેદ કરવા માગતો હતો.

કૃષ્ણાજી ખાનનો સંદેશ લઈને શિવાજી પાસે ગયા. તેણે પોતાનું કામ ખૂબ જ ચાલાકીથી અને સચ્ચાઈ સાથે પૂર્ણ કર્યુ, પણ શિવાજી તીવ્ર

બુદ્ધિશાળી હતા. તેઓ ખાનનું અતીત સરખી રીતે જાણતા હતા એટલે તેમને ખાનના આશ્વાસનનો અર્થ સમજતા વાર ન લાગી, પણ ચાલાકીથી તેમણે પોતાના હાવભાવ પ્રગટ ન થવા દીધા. અને અફજલ ખાં પ્રત્યે પિતાની સમાન ભાવના જાહેર કરતાં કહ્યું કે, તેમણે ખૂબ જ અવિવેકપૂર્ણ કામ કર્યુ છે, એટલે તેઓ એને આ મુસીબતમાંથી બહાર કાઢે. શિવાજી આ વાતને લાંબી ખેંચવા માગતા હતા.

કૃષ્ણાજી ભાસ્કરને પૂરા સન્માન સાથે એક ભવ્ય આવાસમાં ઉતારો આપવામાં આવ્યો. એકાંત આવાસમાં શિવાજી એકલા જ કૃષ્ણાજી ભાસ્કરની પાસે પહોંચ્યા અને તેમણે એને હિન્દુત્વ અને બ્રાહ્મણત્વનું મહત્વ સમજાવતા પોતાના હિન્દુ રાજ્ય સ્થાપનાના વ્રતમાં એમને પોતાની મદદ આપવાની વિનંતી કરી. કદાચ તેમને લાંચરૂપે ઘણોબધો પૈસો પણ આપવામાં આવ્યો હતો. આ વાતે ઈતિહાસકારોમાં મતભેદ છે. અમુક ઈતિહાસકારો અનુસાર તેમણે શિવાજીને ખાનનો વાસ્તવિક ઉદ્દેશ્ય જણાવી દીધો હતો, પણ અમુક અન્ય ઈતિહાસકારોના મત પ્રમાણે તેઓ છેવટ સુધી પોતાના સ્વામી પ્રત્યે ઈમાનદાર રહ્યા હતા.પણ એટલું જરૂર હતું કે તેઓ શિવાજીથી પ્રભાવિત જરૂર થઈ ગયા હતા.

ત્યાર બાદ કૃષ્ણાજી ભાસ્કરની સાથે શિવાજીએ પોતાનો દૂત પન્તાજી ગોપીનાથને પણ અજફલ ખાં પાસે મોકલ્યો હતો. તેમણે ખાનને શિવાજીનો સંદેશ આપ્યો કે શિવાજી આટલા મોટા લશ્કર સાથે લડાઈ નથી કરવા માગતા. તેમને બીજાપુરની વિરૂદ્ધ પોતે કરેલ કામનો ખૂબ જ અફસોસ અને પશ્ચાતાપ છે. જો ખાન એમને માફ કરી દે અને જીવન દાન આપે તો તેઓ બીજાપુરથી જીતેલા બધા જ રાજ્યોને પાછા કરવા માટે તૈયાર છે.

શિવાજીનો દૂત પન્તાજી ગોપીનાથ પણ સ્વામીભકત અને ચતુર રાજકારણી હતો. તેણે ખાનને અનુરોધ કર્યો કે જો તેઓ ખરેખર શિવાજીને માફ કરવા માગે છે તો તેઓ નિડર થઈને પ્રતાપગઢના કિલ્લામાં જ શિવાજીને જઈને મળે. ત્યાં કોઈ પણ પોતાનું લશ્કર નથી લઈ શકતું એટલે ત્યાં મળવાથી કોઈને પણ કોઈ પ્રકારનો ડર નથી. પન્તાજી ગોપીનાથે ખુબ જ ચાલાકીથી ખાનને પ્રતાપગઢના કિલ્લાની નીચે શિવાજીની સાથે મળવા માટે સંમત કરી લીધા અને એણે ખાનને પણ વિશ્વાસ અપાવી દીધો કે એક વખત બંને જણ મુલાકાત કરી લેશે પછી ખાન જે ઈચ્છશે

શિવાજી એ જ કરશે. આ રીતે ખાનને પૂરો વિશ્વાસ થઈ ગયો કે એ લડાઈ લડયા વિના જ પોતાના લક્ષ્યને મેળવી લેશે. એને પોતાની શારીરિક શકિત ઉપર ખૂબ જ અભિમાન હતું. તે વિસ્તારમાં દેશમુખોમાં કાન્હોજી જેધેનું વિશેષ સન્માન હતું, પણ એ અફજલ ખાંનો પ્રબળ વિરોધી અને શિવાજીનો સમર્થક હતો. ખોપડે દેશમુખ કાન્હોજીથી વેરભાવ રાખતો હતો એટલે તે અફજલ ખાં સાથે જઈ મળ્યો. તેણે ખાનની સમક્ષ પ્રતિજ્ઞા કરી કે એ શિવાજીએ પકડાવશે. અને ખાન પણ એજ ઈચ્છતો હતો કે ગમે તેમ કરીને શિવાજી કિલ્લામાંથી બહાર નીકળે. તેણે પોતાના બધા જ સૈનિકોને કિલ્લાની ચારેકોર અને મેદાની ભાગોમાં વેર–વિખેર થઈને છુપાઈ જવા માટે કહ્યું અને આજ્ઞા આપી કે, શિવાજી જેમ જ કિલ્લાની બહાર નીકળે કે એને તરત જ પકડી લેવો.

શિવાજીનો એક ખૂબ જ ચાલાક ગુપ્તચર વિશ્વાસરાવ નાનાજી નાયક મુસલમાન ફકીરના વેશમાં અફજલ ખાંના શિવિરની આજુબાજુ ફરતો રહેતો અને દુઆઓ આપતો રહેતો હતો. તે શિવાજીને ખાનની દરેક હિલચાલના સમાચાર આપતો રહેતો. ખાનની વાસ્તવિક ઈચ્છા જાણી લીધા પછી શિવાજીએ પણ પોતાની સુરક્ષા વ્યવસ્થા પૂરી રીતે ઠીક કરી લીધી. તેમણે પહાડી ગુફાઓમાં ખાસ ટ્રેઈન કરેલા (પ્રશિક્ષિત) સૈનિકોને છુપાવી દીધા. અફજલ ખાં પોતાની યોજનાઓ ઘડવામાં વ્યસ્ત હતો અને શિવાજીને તેના આયોજનની ગંધ પણ નહોતી આવી શકી.

શિવાજીના વ્યકિતત્વનો એક અન્ય ગુણ તેમનો ઉત્સાહ અને દૂરદૃષ્ટિ હતી. તેઓ કોઈ પણ ભયંકર સ્થિતિનો સામના કરવા માટે તત્પર રહેતા અને એનો અર્થ એ ન હતો કે તેઓ પોતાની સુરક્ષાના ઉપાયોથી બેખબર રહેતા. તેમની સફળતાની પાછળ કદાચ આ પણ એક કારણ હતું. તેમની કુશાગ્ર બુદ્ધિએ તેમને ખાનથી મળ્યા પહેલા સુરક્ષાના પ્રબંધો કરવા માટે તેમને સાવધ કરી દીધા હતા. એટલે યોજના પ્રમાણે જ્યારે કિલ્લાની નીચે અફજલ ખાં અને શિવાજીના મળવાની જગ્યા નક્કી કરવામાં આવી હતી તે જગ્યાએ સુંદર પક્ષી બનાવવામાં આવ્યું. ખાનના આગમન માટે સુંદર માર્ગ બનાવાયો. તેના માટે રસ્તામાં આવતા નાના–મોટા ઝાડ પાડી નંખાયા હતા. શિવાજીએ મોરોપંત, નેતાજી પાલ્કર અને તાનાજી માલસુરેને પોતાની આખી યોજના જણાવી દીધી, કારણ કે ત્યાંથી ખાનની સેનાને આગળ

વધવામાં શંકા હતી. મોરોપંત જાવલીની નજીક ખાનની સેનાની પાછળ ગયા. બધાને પાંચ તોપોની અવાજના સંકેત સાથે તુટી પડવાનો આદેશ આપવામાં આવ્યો હતો.

અફજલ ખાં પોતાના પંદરસો અંગરક્ષકો સાથે અસ્ત્ર–શસ્ત્રોથી સુસજ્જિત થઈને આવવા માગતો હતો, પણ એટલા લોકો આવી શકે એટલી જગ્યા ન હોવાના કારણે તેણે અંગરક્ષકોની સંખ્યા ઓછી કરી નાંખી. અને એને કહેવામાં આવ્યું કે આટલા બધા અસ્ત્ર–શસ્ત્ર જોઈને શિવાજી ડરી જશે એમ કહીને એની પાસે ફકત એક તલવાર જ રહેવા દેવામાં આવી. પહેલા નક્કી કરેલ શરતો મુજબ શિવાજી મળવાની જગ્યાએ પોતાના કોઈ સેવક અથવા કોઈ શસ્ત્ર રાખી શકતા ન હતા. સંધિ વાર્તામાં મદદ કરવા માટે ખાનનો દૂત કૃષ્ણાજી અને શિવાજીનો દૂત પન્તાજી ગોપીનાથ ને પણ ત્યાં હાજર રહેવાનું હતું.

મિલન સ્થાન પર ગયા પહેલા શિવાજીએ પોતાના સેવકોને આજ્ઞા આપી કે જો તેઓ સ્વયં મરી જાય અથવા તો તેમને કેદ કરી લેવામાં આવે તો તેઓ જરૂર એમના કામોને પૂરા કરે. ત્યારબાદ તેમણે કુલદેવી ભવાનીની પૂજા કરી અને થોડું ભોજન કર્યુ. તેમણે ઉપર પહેરેલા વસ્ત્રોની અંદર નીચે લોખંડની સાંકડથી બનેલું કવચ, માથા ઉપર પાઘડીની નીચે લોખંડનો ટોપ, હાથોમાં બધનખ પહેર્યા, અને અંદર બાંયમાં એક નાનકડી કટાર છુપાવી લીધી. આ રીતે તૈયાર થઈને શિવાજીએ પોતાની માતાના આશીર્વાદ લીધા અને ત્યાંથી ચાલી નીકળ્યા.

અફજલ ખાં નક્કી કરેલી જગ્યાએ પહેલા જ પહોંચી ગયો હતો. શિવાજીના મોડા પડવાથી એને ગુસ્સો આવી રહ્યો હતો. શરત પ્રમાણે શિવાજી એકમાત્ર રક્ષક તાનાજી માલસરેને લઈને ત્યાં પહોંચ્યા. ખાન શિવાજી કરતાં વધુ લાંબો–પહોળો અને ઉંમરમાં પણ વીસ વર્ષ મોટો હતો. શિવાજી એને જોઈને થોડા ડર્યા. એમના ભયને સમજીને ખાને પોતાના અંગરક્ષક સૈયદ બંદાને ત્યાંથી થોડી દૂર કરી દીધો. દૂતોએ ખાન અને શિવાજીનો પરિચય કરાવ્યો.ખાન પોતાની જગ્યાએથી ઉઠયો અને શિવાજીના ગળે મળ્યો (ભારતીય ઈતિહાસના લેખકો અનુસાર) અને ત્યારે જ ખાને પોતાના ડાબા હાથથી શિવાજીનું ગળુ પકડીને મરોડયુ અને જમણા હાથથી એ તલવાર કાઢવા જતો જ હતો ત્યારે જ શિવાજીએ પોતાની

સુઝબુઝ અપનાવી અને પોતાના બધનખોથી એનું પેટ ફાડી નાંખ્યુ અને આંતડા બહાર કાઢી નાંખ્યા.

ગ્રાંડ ડફનું વિવરણ એનાથી અલગ છે. એમના અનુસાર જેમ જ ખાન શિવાજીના ગળે મળ્યા, શિવાજીએ પોતાના બધનખોંથી ખાનના આંતડા બહાર ખેંચી કાઢયા. અફજલ ખાં એ તરત જ પોતાને શિવાજીથી મુકત કરી લીધો અને પોતાની તલવાર કાઢવા માટે મૂઠ પર હાથ મૂકયો, પણ ત્યારસુધી શિવાજીએ પોતાના બિછુઓથી એની ઉપર પ્રહાર કરી ચૂકયા હતા. પણ અફજલ ખાં પણ પોતાની તલવાર કાઢવામાં સફળ રહ્યો અને તેણે શિવાજી ઉપર એનાથી વાર કર્યો, પણ શિવાજીના વસ્ત્રો ઉપર એની કોઈ અસર ન થઈ. થોડી જ વારમાં બધું પતી ગયું.

ત્યારબાદ ખાનના અંગરક્ષક સામનો કરવા આગળ આવ્યા, પણ તેમને પણ મારી નાંખવામાં આવ્યા. દરમિયાનમાં પાલખી ઉંચકનારો અફજલ ખાંના શબને પાલખીમાં નાંખીને લઈ જવા માગતા હતા, તો એમની ઉપર પણ હુમલો કરાયો. તેઓ ઘવાયા અને ખાનનું ધડ કાપી નંખાયુ. બંને દૂતો આ ઘટના જોઈને અવાક્ થઈ ગયા હતા. ખાનનું ધડ કિલ્લાની ટોચ પર એક થાંભલા ઉપર લટકાવી દેવાયુ. સમાચાર મળતા જ મરાઠા સૈનિકો પોત–પોતાની જગ્યાએથી બહાર નીકળી આવ્યા. તેમને બસ્તામાં બીજાપુરનો જે પણ સૈનિક મળતો એને મારી નાંખવામાં આવ્યો. પછી બીજાપુરની અને મરાઠાઓની સેનામાં યુદ્ધ થયું. આત્મસમર્પણ કરી દેનાર સૈનિકોની સાથે શિવાજીએ કોઈ દુર્વ્યવહાર ન કર્યો, અન્યોને મારી નાંખ્યા. બીજાપુરના કેટલાય સૈનિકોએ શિવાજીની સેવા સ્વીકારી લીધી.. ઘણા સૈનિકો જંગલોમાં ભાગી ગયા અને ત્યાં જ ભટકી ગયા. કેટલાય દિવસો સુધી ભૂખ્યા–તરસ્યા ભટકયા પછી તેમણે પણ આત્મસમર્પણ કરી દીધું. આવી રીતે ઘણા દિવસો સુધી ચાલતું રહ્યું.

નવેમ્બર મહીનાની નાનકડી સંધ્યાનો સમય હતો. જંગલોથી પરિચિત ન હોવાના કારણે બીજાપુરના લશ્કર માટે સામનો કરવો આકરો હતો. બીજા દિવસે મરાઠાઓએ બાઈ સ્થિત બીજાપુરી સેનાના મુખ્ય શિબિર પર ચઢાઈ કરી. ત્યાં બીજાપુરની અડધી કરતાં વધારે સેના હતી, જે અફજલ ખાંના પુત્ર ફજલ ખાં ના નિયંત્રણમાં હતી. અહિંયા પણ મરાઠાઓની જીત થઈ. ફજલ ખાં ભાગી ગયો, પણ એના બે ભાઈ અને કેટલાય સામંત

અને સૈનિકોને કેદ કરી લેવાયા.

આત્મસમર્પણ પછી જે સૈનિકો બીજાપુર પરત જવા માગતા હતા, એમને કિંમતી ભેંટ આપીને સન્માન સાથે વિદાય કરી દેવાયા. અફજલ ખાંનો કેદી પુત્ર અને અન્ય ખાસ સામંત ખંડુજી કાકરેની દેખરેખમાં હતા. એ ઘણી બધી લાંચના બદલામાં એમને પહાડોના ગુપ્ત અને સુરક્ષિત માર્ગથી કુયાનાના કિનારે કુરાર સુધી છોડી દેવા માટે તૈયાર થઈ ગયો હતો, પણ શિવાજીને એની ગંધ આવી ગઈ, એટલે તેમણે દંડ સ્વરૂપ એનું માથું કાપી નાંખ્યુ.

આ જીતના ઉપલક્ષ્યમાં સૈનિકોને શિવાજીએ અનેક પ્રકારની ભેંટો આપી. (અફજલ ખાંનો દૂત કૃષ્ણાજી ભાસ્કર હતો અને શિવાજીનો કૃષ્ણાજી ગોપીનાથ, પણ લાગે છે કે ગ્રાંડ ડફથી અહિંયા જ ભૂલ થઈ ગઈ, એણે ખાનના દૂતનું નામ પન્તાજી ગોપીનાથ અને શિવાજીના દૂતનું નામ કૃષ્ણાજી ભાસ્કર લખ્યું છે). ડફ અનુસાર ખાનના દૂતને શિવાજીએ પોતાના પક્ષમાં કરી લીધો હતો, એટલે જીત મળ્યા પછી એને આપેલા વચન પ્રમાણે ભેંટ સ્વરૂપે એક ગામ એને આપી દીધું. થોડાક સમય પછી એને પદોન્નતિ આપીને રાજ્યમાં એક સારૂં પદ આપવામાં આવ્યું હતું.

શું અફજલ ખાંની હત્યા કરવી ઉચિત હતી? અમુક ટીકાકારો ડફના વર્ણનને સાચું માનીને શિવાજીના ચરિત્ર ઉપર વિશ્વાસઘાતનો આરોપ લગાડીને આમ પ્રશ્ન કરી શકે છે. આ પ્રશ્નનો સીધો જવાબ છે કે – શિવાજીએ જે કાંઈ પણ કર્યુ, ઠીક જ કર્યુ, એનાથી એમની રાજનીતિની સમજ ઉજાગર થાય છે. યવન શાસકોએ કેટલાય હિન્દુઓને બળજબરીથી મુસલમાન બનાવ્યા હતા અને શિવાજી હિન્દુત્વના સંરક્ષક હતા.એટલું જ નહીં, મુસલમાન શાસકોએ કેટલાય હિન્દુઓને બોલાવીને દગો કરીને એમને મારી નાંખ્યા હતા. શિવાજીના નાનાજી લુકજી જાધવરાવ અને એમના પુત્ર–પૌત્રોની પણ આજ પ્રમાણે હત્યા કરી નાંખવામાં આવી હતી, જેનું વર્ણન આ અધ્યાયમાં પહેલા જ કરી નાંખવામાં આવ્યું છે. સ્વયં અફજલ ખાં કોઈપણ રીતે વિશ્વાસપાત્ર ન હતો, એના ભૂતકાળથી તે સ્પષ્ટ દેખાતું હતું. તેણે સેરાના રાજા કસ્તૂર રંગ–નાયકની પણ તેમના આત્મસમર્પણ વખતે હત્યા કરી નાંખી હતી.

પન્હાલાનો ઘેરો

અફજલ ખાંની મૃત્યુ પછી શિવાજીએ પન્હાલા, ખેલના, રંગના, વસંતગઢ વગેરે નાના-નાના કિલ્લાઓ ઉપર અધિકાર કરી લીધો. એક રીતે આ જીતનો અર્થ સ્થાઈ જીત ન થઈને બીજાપુરની સાથે એક લાંબા સંઘર્ષની શરૂઆત હતી. ખેલનાનું નવું નામ વિશાલગઢ રાખવામાં આવ્યું. વિશાલગઢનો કિલ્લો કેટલાય સમયથી રૂસ્તમે જમાના અધિકારમાં રહ્યો હતો. ગઢ ઉપર શિવાજીએ અધિકાર મેળવી લીધા પછી એ ભાગી ગયો હતો અને ફજલ ખાં પણ ભાગવામાં સફળ રહ્યો હતો. ૨૮ ડિસેમ્બર ૧૬૫૯ના રોજ શિવાજીએ એમને હરાવી દીધા અને તેમને બીજાપુર ખદેડી દેવામાં આવ્યા. દરમિયાનમાં નેતાજી પાલ્કર અને અન્ય મરાઠા સેનાપતિઓએ રામબાગ, ગદક અને લક્ષ્મેશ્વર વચ્ચેના નગરોમાં ખૂબ લુંટફાટ કરી. લુંટનું ધન લઈને શિવાજી જાન્યુઆરી ૧૬૬૦માં રામગઢ પહોંચ્યા.

બીજાપુરમાં શિવાજીના દબાણ ઉપર ફરીથી વિચાર કરવામાં આવ્યો. એના માટે કર્નૂલ પ્રાંતના અધિકારી સિદ્દી જૌહરને બોલાવવામાં આવ્યા. એમને સલાવત ખાંની ઉપાધિ આપીને બાજી ઘોરપડે, રૂસ્તમે જમા, ફજલ ખાં વગેરેની સાથે પન્હાલા પર આક્રમણ કરવા માટે મોલકવામાં આવ્યા. જંજીરાના સિદ્દી અને બાડીના સાવંતને પણ શિવાજીની વિરૂદ્ધ લડવા માટે મોકલવામાં આવ્યા. આ બધાની વિશાળ સેનાએ પન્હાલા ઘેરી લીધું. એમનો સામનો કરવા માટે પન્હાલાના કિલ્લામાં રહીને શિવાજીએ પોતે સેનાનું સંચાલન કર્યુ. ૧૬૬૦ના મે મહીનામાં બંનેમાં ભયંકર યુદ્ધની શરૂઆત થઈ. શિવાજીએ કિલ્લાની રક્ષાનો ભાર કડતોજી ગૂજરને સોંપ્યો અને નેતાજી પાલ્કર કિલ્લાની બહાર રહ્યા, જેથી શત્રુ સેનાને ખાણી-પીણીનો સામાન અને મદદ ન પહોંચી શકે. સલાવત ખાં એક કુશળ સેનાપતિ હતો. એણે પૂરી શકિત સાથે આક્રમણ કર્યુ, જેના લીધે શિવાજીની સ્થિતિ ડાવાંડોળ થઈ ગઈ. આ સમાચાર રાજગઢમાં માતા જીજાબાઈને મળ્યા. તેમણે નેતાજી પાલ્કરને શિવાજીની રક્ષા કરવા અને યુદ્ધના પ્રયાસોને તેજ કરવાના આદેશ આપ્યો.

સલાવત ખાંએ રાજાપુરના અંગ્રેજ વેપારિઓને આ યુદ્ધમાં મદદ

કરવાની વિનંતી કરી. એટલે ત્યાંથી આયુદ્ધ કારખાનાનો મુખ્ય અધિકારી રિવિંગ્ટન પોતાના બે મદદનીશો – મિંઘર અને ગિફફર્ડ સાથે ભયાનક તોપ અને ગોળા–બારૂદ લઈને ત્યાં આવી પહોંચ્યો. જેનાથી શિવાજીની પરિસ્થિતિ વધુ લથડી ગઈ અને તેઓ અસુરક્ષિત થઈ ગયા.

ત્યારે જ શિવાજી ઉપર એક બીજી આફત આવી પડી. શાઈસ્તા ખાં ફેબ્રુઆરી ૧૬૬૦માં દક્ષિણનો મોગલ રાજ્યપાલ બનીને આવ્યો હતો. અહમદનગર પહોંચતા જ એણે શિવાજીના પ્રદેશો – પૂના, બારામતી, શિખલ અને ચાકણ ઉપર અધિકાર કરી લીધો. પૂના પર અધિકાર કરી લીધા પછી એ શિવાજીના લાલમહલમાં જ રહેવા લાગ્યો. શિવાજી માટે તે ખૂબ જ કઠિન પરિસ્થિતિ હતી, પણ તેમણે પોતાનું સાહસ ન ખોયું. તેમણે પોતાના મંત્રી સોનોપંત દબીરને શાઈસ્તા ખાંની પાસે મોકલ્યો કે એ શાઈસ્તા ખાંને મનાવી લે અને કરારની શરતો નક્કી કરીને શિવાજીની મદદ કરે. ખાન એ માટે માની ગયો કારણ કે એને ખબર હતી કે એના સૈનિકો માટે મહારાષ્ટ્રની દુર્ગમ પશ્ચિમી પહાડિઓ પર યુદ્ધ કરવું ખૂબ જ મુશ્કેલ પડશે. એટલે એણે સમ્રાટ ઔરંગઝેબની સલાહ લેવા માટે દિલ્હી માણસ મોકલ્યો, પણ ઔરંગઝેબે શાઈસ્તા ખાંને આદેશ આપ્યો કે તે એવું ન કરે, યુદ્ધ ચાલુ રાખે અને શિવાજીને મિટાવી નાંખે. શાઈસ્તા ખાંની મદદ માટે રાજા જયસિંહને આજ્ઞા આપવામાં આવી કે એ ગુજરાતથી શિવાજીની વિરૂદ્ધ યુદ્ધ કરે.

ત્યારબાદ શિવાજીએ એક નવી યુકિત સાથે કામ કર્યુ. એમણે સલાવત ખાંને સંદેશ મોકલ્યો કે એ આત્મસમર્પણ કરવા માટે તૈયાર છે, તો આત્મસમર્પણની શું શરતો રહેશે? સલાવત ખાં એ માટે સંમત થઈ ગયો. એણે અસ્થાઈ રૂપે યુદ્ધ વિરામ કરી દીધો. ૧૩મી જુલાઈ ૧૬૬૦ની કાળી અંધારી રાતમાં વરસાદ પડી રહ્યો હતો ત્યારે એ સુઅવસરનો લાભ ઉઠાવીને શિવાજી પોતાના પરમ સ્નેહી બાજીપ્રભુ દેશપાંડે અને અમુક અન્ય અંગરક્ષકો સાથે કિલ્લાના પાછલા બારણાથી નીકળીને વિશાલગઢ તરફ ભાગી ગયા. શત્રુઓને એની તરત જ ખબર પડી ગઈ. એટલે એક લશ્કરી ટુકડી એમનો પીછો કરવા દોડી. આ ટુકડી એટલી ઝડપથી પીછો કરી રહી હતી કે બીજે દિવસે સવારે શિવાજીનો વિશાલગઢના કિલ્લામાં પ્રવેશ કરવો અશકય થઈ પડયો. સ્વામી ઉપર આવેલા સંકટને જોઈને

બાજીપ્રભુ કિલ્લાના પૂર્વી દ્વાર ઘોરખિન્ડ નામના સાંકળા માર્ગ પર અડી ગયાઅને શિવાજીને કિલ્લા તરફ મોકલી દીધા. બાજીપ્રભુ થોડાક જ સૈનિકોને લઈને બીજાપુરના લશ્કરનો સામનો કરતા રહ્યા, પણ વિશાળ સેનાની સામે એ ભલા કેટલીવાર સુધી ટકી રહી શકત! એક–એક કરીને બધા માર્યા ગયા. બીજી બાજુ શિવાજી સકુશળ વિશાળગઢના કિલ્લામાં પ્રવેશી ચૂકયા હતા. તેમણે અંદર પ્રવેશીને તોપ ફોડીને બાજીપ્રભુને ઈશારો કરી દીધો કે તેઓ પહોંચી ગયા છે. ઘવાયેલા બાજીપ્રભુ એ જ્યારે તોપનો અવાજ સાંભળ્યો તો એમને ખૂબ જ સંતોષ થયો કે તેમની મહેનત રંગ લાવી અને ત્યારબાદ તેઓ સદા માટે આંખો મીંચી ગયા. બાજીરાવ દેશપાંડેનું આ બલિદાન માટે મરાઠાઓને આજે પણ અભિમાન છે. કારણ કે દેશપાંડેનું બલિદાન એક અદ્વિતીય દાખલો છે સ્વામીભકિતનો. એમના જ બલિદાનના કારણે શિવાજીનું જીવન બચ્યું હતું. પન્હાલાનો ઘેરાવો ચાર મહિનાઓ સુધી ચાલ્યો હતો. પન્હાલાથી શિવાજીના પલાયન થઈ જવાથી બીજાપુરનું લશ્કર ધોયેલા મોઢે પાછુ ફર્યુ હતું. હવે શિવાજી માટે શાઈસ્તા ખાં નો સામનો કરવો વધુ મહત્વપૂર્ણ હતો, કારણ કે બીજાપુરની સરખામણીમાં મોગલ સામ્રાજ્ય વધુ ભયંકર શત્રુ હતો. એટલે બીજાપુરની સાથે એમણે સંધિ કરીને સંબંધોને શાંતિપૂર્ણ કરી લીધા અને ૨૨ સપ્ટેમ્બર, ૧૬૬૦ના રોજ પન્હાલા બીજાપુરને સોંપી દેવાયુ.

ચોથો અધ્યાય

આરોહ–અવરોહ

શાહજહાંની માંદગીના સમાચાર સાંભળીને ઔરંગઝેબ ૨૫ જાન્યુઆરી ૧૬૫૮ના રોજ ઔરંગાબાદથી ઉત્તર તરફ ચાલી નીકળ્યો અને જુલાઈમાં એણે પોતાના પિતાને જ કારાગૃહમાં નાંખીને પોતાને સમ્રાટ જાહેર કરી દીધો. ત્યારબાદ દાશાશિકોહની અપમાનપૂર્ણ હત્યા અને અન્ય બે ભાઈઓની સાથે એનો દુર્વ્યહારનો એક જુદો જ ઈતિહાસ છે. શિવાજીના પ્રસંગમાં તે બધાનો ઉલ્લેખ કરવાની જરૂરત જણાતી નથી. સિંહાસન ઉપર બેસતાની સાથે જ તેણે પોતાના મામા શાઈસ્તા ખાં ને દક્ષિણનો રાજ્યપાલ બનાવીને મોકલી દીધો અને એને શિવાજીનો ખાત્મો કરવાનો આદેશ આપ્યો. જાન્યુઆરી ૧૬૬૦માં શાઈસ્તા ખાં ઔરંગાબાદ પહોંચી ગયો. ત્યાં પહોંચતાની સાથે જ તેણે શિવાજીની વિરૂદ્ધ કાર્યવાહીઓ શરૂ કરી દીધી.

મોગલ સેના સાથે યુદ્ધ અને જીત

પન્હાલાના ઘેરાના સમયે જ શાઈસ્તા ખાં એ શિવાજીના અનેક વિસ્તારો ઉપર અધિકાર કરીને પૂનામાં એમના નિવાસ પર અડ્ડો જમાવી લીધો હતો અને શિવાજી પન્હાલાથી પલાયન થઈને વિશાલગઢ પહોંચી ગયા હતા, આ પ્રસંગનું વર્ણન પાછલા અધ્યાયમાં થઈ ચૂકયું છે. વિશાલગઢ પછી શિવાજી તરત જ રાજગઢ પહોંચ્યા. હવે તેમને શાઈસ્તા ખાં ની ગતિવિધિઓને રોકવી હતી. કલ્યાણથી શિવાજીને ધન અને ખાદ્ય સામગ્રી બંને મળતા હતા, એટલે શાઈસ્તા ખાં આ વિસ્તારથી શિવાજીની સત્તા

સમાપ્ત કરી નાંખવા માગતો હતો. કલ્યાણ ઉપર અધિકાર કરવા માટે એણે એક વિશાળ સેનાની સાથે કર્તબળ ખાં નામના સેનાપતિને મોકલ્યો. જાન્યુઆરી ૧૬૬૧માં કર્તબળ ખાં પૂનાથી ચાલ્યો. તે પશ્ચિમી ઘાટના ઉમ્બરખિન્ડની ખીણના માર્ગથી પસાર થતો લૌહગઢથી નીચેની તરફ જવા માગતો હતો. આ ખીણ આશરે આઠ માઈલ લાંબી હતી. એનો રસ્તો પણ એટલો બધો સાંકળો અને ઢાળવાળો હતો કે એમાં એકીસાથે બે કરતાં વધુ લોકો ચાલી શકતા ન હતા અને વચમાં પાણી પણ કયાંય ન મળતું. મોગલ સેના માટે આ રસ્તો ખૂબ જ કષ્ટદાયક હતો, પણ મરાઠાઓનું જીવન અહિંયા જ પસાર થયું હતું, એટલે એમના માટે અહિંયા યુદ્ધ કરવું મુશ્કેલ ન હતું. શિવાજીને પોતાના ગુપ્તચરોથી આ વિશે માહિતી મળી ગઈ. એટલે તેમણે આજ ખીણમાં શત્રુઓને પરાસ્ત કરવાનો નિર્ણય કરી લીધો. એમના પ્રશિક્ષિત સૈનિક રસ્તામાં જ છુપાઈ ગયા. મોગલ સેનાને આ વાતની ગંધ સુદ્ધાં આવી ન હતી. પૂરેપૂરી સેના, યુદ્ધ સામગ્રીની સાથે નિશ્ચિંત થઈને ખીણમાં ઉતરી ગઈ પછી મરાઠા સૈનિકોએ ખીણના બંને છોર બંધ કરી દીધા અને ઈશારો મળતા જ એમની ઉપર દારૂગોળા છોડવાની શરૂઆત કરી નાંખી. મોગલ સેનાને ભાગવા માટે રસ્તો ન મળ્યો. સૈનિકો તરસથી અને દમ ઘુંટાવાના કારણે મરવા લાગ્યા.

મોગલોની આ સેનામાં એક હિન્દુ બ્રાહ્મણી સૈનિક પણ હતી, જે વસીમના સામંત ઉદારામની પત્ની હતી. એનો પતિ જહાંગીર અને શાહજહાંની સેવામાં રહી ચૂકયો હતો. આ મહિલાની વીરતાનું સન્માન કરતા ઔરંગઝેબે એને રાયબગાં (સિંહની રાજકુમારી)ની પદવી આપીને સેનામાં લીધી હતી. પોતાને પોતાની સેના સાથે આ ખીણમાં અકાળે જ મરતા જોઈને કર્તબલ ખાં એ રાયબગાંને શિવાજી પાસે માફી માગવા માટે મોકલી. મરાઠાઓને મોગલ સેનાથી ઘણું બધું ધન લીધું અને ખીણનો માર્ગ ખોલી દીધો પછી મોગલ સેના વીલું મોઢું લઈને પૂના પરત થઈ ગઈ.

અંગ્રેજોથી બદલો

કર્તબલ ખાંનો ધ્વંસ કર્યા પછી શિવાજીએ મોગલોની કાર્યવાહી ઉપર નજર રાખવા માટે નેતાજી પાલ્કરની નિમણૂંક કરી અને સ્વયં રાજાપુરની

તરફ ચાલી નીકળ્યા. પન્હાલા પર ઘેરાવો કરતી વખતે અંગ્રેજ વેપારીઓએ બીજાપુરની સેનાનો સાથ આપ્યો હતો, એટલે એમનાથી બદલો વાળવાનો હતો. ૧૬૬૧ની શરૂઆતમાં એમણે ફરીથી બીજાપુરના વિસ્તારો ઉપર આક્રમણ કર્યુ અને કોંકણ લઈ લીધું, નિઝામપુરને લુંટયું, દલવી એમનાથી છીની લીધી. ત્યારબાદ ચિપદૂણકરમાં ભગવાન પરશુરામના મંદિરમાં પૂજા કરીને એ પ્રસિદ્ધ બંદર સંગમેશ્વર પહોંચ્યા. અહિંયાની વ્યવસ્થા તાનાજી માલસુરે અને પિલાજી નીલકંઠને સોંપીને સ્વયં રાજાપુર પહોંચ્યા. પન્હાલાને ઘેરતી વખતે રેવિંગ્ટન, મિંઘમ, ગિફર્ડ અને એમનો એક દુભાષિયો વેલજી સલાવત ખાંની મદદ કરવા માટે આવ્યા હતા. તેમને શિવાજીએ ચેતવણી આપી હતી કે તેઓ વેપારી તરીકે આવ્યા છે તો વેપારીની જેમ જ રહે. તે લોકોએ આંતરિક યુદ્ધમાં ભાગ લેવાની જરાય જરૂર નથી, પણ તેઓએ આ ચેતવણીને ગણકારી નહીં અને કિલ્લા ઉપર ગોળા બારૂદ વરસાવ્યા, જેનાથી શિવાજીની સ્થિતિ ખૂબ જ સંકટમય થઈ ગઈ હતી. પછીથી માર્ચ ૧૬૬૧માં રાજાપુર પહોંચતા જ શિવાજીએ વેપારીઓને બોલાવ્યા. કારખાનાનો મુખ્ય અધિકારી ભાગી ગયો. બાકીના બધા ખૂબ જ ઉત્સાહ સાથે મળવા ગયા, જેમાં છ વેપારી રૈંડલ્ફ ટેલર, રિચર્ડ ટેલર, ગિફફર્ડ, ફેરંડ, રિચર્ડ નૈપિયર અને સૈમુઅલ બર્નર્ડને કેદ કરી લેવાયા. એમનું કારખાનું લુંટી લેવાયું. કેદ કરેલા વેપારીઓને બાસોતાગઢ અને સોનગઢમાં કેદ કરી દેવામાં આવ્યા. એમની દેખરેખ અને રાજાપુરની વ્યવસ્થા માટે શિવાજીએ રાવજી સોમનાથની નિમણૂંક કરી. કેદીઓની સુખ–સુવિધાનો પૂરો ખ્યાલ રાખવામાં આવ્યો. થોડાક દિવસો પછી સોમનાથે અંગ્રેજ કેદીઓની સામે એક માગણી મુકી કે તેઓ જંજીરાના સિદ્દિઓની વિરૂદ્ધ શિવાજીના અભિયાનમાં મદદ કરશે તો એમને છોડી દેવામાં આવશે અને તેમને જે નુકસાન થયું છે એની પણ ભરપાઈ કરવામાં આવશે. અને જો તેઓ આ માગણી નહીં સ્વીકારે તો તેમણે પોતાની મુકિત માટે પણ ધન આપવું પડશે. વેપારીઓએ આ માગણી ઠુકરાવી દીધી. તેમના આવા વ્યવહારથી એમની મુકિતમાં પણ વિલંબ થયો. તેઓ સુરતમાં પોતાના મુખ્ય અધિકારીને પોતાની વિરૂદ્ધ દુર્વ્યહાર થવાના વિષયમાં પત્ર લખતા અને વિનંતી કરતા કે પૈસા આપીને એમને છોડાવી લેવામાં આવે, પણ ત્યાંથી એમને પ્રત્યુત્તર મળ્યો કે – "તમે સરખી રીતે જાણો છો કે તમને કારાગૃહમાં શા માટે

નાંખવામાં આવ્યા છે? આ બધું કંપનીની સંપત્તિની રક્ષાના કારણે નથી થયું. આનું કારણ પન્હાલા પર ઘેરાવો નાંખવો અને એ ધ્વજ માટે દારૂ ગોળો છોડવાના લીધે છે જે પ્રસિદ્ધ અંગ્રેજી ધ્વજ છે. શિવાજીએ પણ એ જ કર્યુ છે જે કોઈપણ યોગ્ય વ્યકિત કરત, કારણ કે વેપારીઓનું એ કામ નથી કે એ દારૂ ગોળા વેચે અને શત્રુની વિરૂદ્ધ એને છોડવું તે તદ્દન ખોટું જ છે. એક અપરિચિત દેશમાં વેપારીઓએ શાંત જ રહેવું જોઈએ. અને જો તેઓ શાંત ન રહે અને હસ્તક્ષેપ કરે તો એમણે પોતાની કરનીનું ફળ ભોગવવા માટે પણ તૈયાર રહેવું જોઈએ. અમે સ્પષ્ટ શબ્દોમાં કહી શકીએ છીએ કે તમારી કરની જ તમારા બંદી જીવનનું કારણ છે. મિ.રેવિંગ્ટને સ્વયં ઉલ્લેખ કર્યો છે કે શિવાજીને આશા છે કે આવો કોઈ સામાન ન વેચવામાં આવે. પન્હાલામાં હાજર રહેવાના કારણે આ શબ્દ તમારા મોઢેથી બોલાવાઈ રહ્યા છે, કારણ કે એમને આશા છે કે આ પ્રકારે પૈસા મેળવવાથી એ નુકસાનની ભરપાઈ કરી લેશે."

છેવટે આ કેદીઓએ રાવજી સોમનાથથી દયા—પ્રાર્થના કરી. એક કેદી ગંભીર રૂપે માંદો પડયો હતો, એટલે તેને છોડી દેવાયો પછી એકાદ વર્ષમાં જ એ મરી ગયો. જાન્યુઆરી ૧૬૬૩માં શિવાજીની આજ્ઞાથી અન્ય કેદીઓને પણ છોડી દેવાયા અને છોડતી વખતે એમનાથી પ્રતિજ્ઞા લેવડાવી કે: "અમે ભૂતકાળને ભૂલી જઈએ જ્યારે અમે બીજાપુરમાં લડી રહ્યા હતા, જેના માટે પૈસાની જરૂરત હતી અને એના લીધે જ રાજાપુરને નુકસાની વેઠવી પડી હતી. અમે આ બનાવ ફરીથી નહીં કરીએ."

જે સમયે શિવાજીએ રાજાપુરમાં અંગ્રેજોને કેદ કરીને રાવજી સોમનાથને ત્યાંના પ્રશાસક બનાવ્યા હતા, તેજ સમયે એમને માહિતી મળી કે સંગમેશ્વરની પાસે શ્રૃંગારપુરના સામંતે સંગમેશ્વરમાં શિવાજીના પ્રતિનિધિ તાણાજી માલસુરે પર આક્રમણ કરીને એમને હરાવી દીધા છે. સુર્વેનું દમન કરવા માટે શિવાજી તરત શ્રૃંગારપુર માટે નીકળી પડયા. શિવાજીના આગમનના સમાચાર સાંભળીને સૂર્યરાવ સુર્વે શ્રૃંગારપુરથી ભાગી ગયો. છેવટે શ્રૃંગારપુર પણ સરળતાથી શિવાજીના અધિકારમાં આવી ગયું. આ પ્રદેશ સંગમેશ્વરથી દપોલી સુધી ફેલાયેલું હતું. અહિંયા પણ શિવાજીએ નવો કિલ્લો બનાવ્યો અને ત્યાંથી વ્યવસ્થા માટે ત્ર્યબંક ભાસ્કરની નિમણૂંક કરી દીધી.

શાઈસ્તા ખાં પર ચઢાઈ

કર્તબલ ખાંની હાર પછી શાઈસ્તા ખાં એ એક વિશાળ સેના મોકલીને શિવાજીના કલ્યાણ અને પેનની આજુબાજુના વિસ્તાર ઉપર અધિકાર કરી લીધો. બીજા વર્ષે શાઈસ્તા ખાં એ નામદારને પેન પર ચઢાઈ કરવા માટે મોકલ્યો.

ત્યાં જાન્યુઆરી ૧૬૬૨માં શિવાજીની સેનાએ એને હરાવી દીધી.

શાઈસ્તા ખાં પૂનામાં જ જામી ગયો હતો અને એના ગુપ્તચરો શિવાજીની દરેક હિલચાલ ઉપર નજર રાખી રાખતો હતો. શાઈસ્તા ખાં જાણતો હતો કે શિવાજી ખૂબ જ ચાલાક છે, એટલે એણે પૂનામાં સુરક્ષા વ્યવસ્થા ઉપર સાવધાની રાખી. કોઈપણ સશસ્ત્ર મરાઠા મંજુરી પત્ર વિના પૂનામાં પ્રવેશ નહોતો કરી શકતો. શિવાજીને પણ શાઈસ્તા ખાં ની દરેક હિલચાલની ખબર રહેતી હતી. એટલે એમણે શાઈસ્તા ખાં ને જ નહીં, પણ મોગલ સામ્રાજ્યને પણ એક આશ્ચર્યપૂર્ણ પડકાર ફેંકવાનો નિશ્ચય કરી લીધો. આ યોજનાને લાગુ કરવા માટે તેઓ સિંહગઢ પહોંચી ગયા.

શિવાજીએ બે બ્રાહ્મણોને પૂનામાં મોકલી દીધા. તેમણે શાઈસ્તા ખાંની સેનાના એક મરાઠા સૈનિકની મદદથી શહેરમાં વરઘોડો કાઢવાની મંજુરી મેળવી લીધી. શિવાજીના ચારસો સાહસી માવલે સૈનિકોને પચ્ચીસ–પચ્ચીસની ટુકડીઓમાં જુદા–જુદા માર્ગથી પૂનામાં પ્રવેશ કરાવી દીધો. આ બધા જ સૈનિક મોગલ સૈનિકોની વેશભૂષામાં હતા. મોગલ સેના નવા સૈનિકોથી ભરાયેલી પડેલી હતી એટલે કોઈ પણ એકબીજાને બહુ ઓછા જ જાણતા હતા. શહેરમાં પ્રવેશ કરીને વરઘોડામાં બધા ભળી ગયા. ૫ એપ્રિલ ૧૬૬૩ની રાતે રમઝાનનો મહીનો હોવાના લીધે શાઈસ્તા ખાં અને એનો પરિવાર રોજા ખોલ્યા પછી તરત જ સુઈ ગયા હતા. ચાંદો છુપાઈ ગયો હતો અને અમુક દીવા હજુ પણ પ્રગટી રહ્યા હતા. આવી રાતે શિવાજી પોતાની સાથે પચાસ સૈનિકોને લઈને ચુપકીથી રસોડાની બારીએથી શાઈસ્તા ખાંના ઘરમાં પ્રવેશ્યો. મરાઠાઓ અંદર સુતેલા સ્ત્રી–પુરૂષોને પોતાની તલવારોથી યમલોક મોકલવા લાગ્યા. સ્ત્રીઓની ચીખ–પોકાર સાંભળીને સુતેલા બધા જ લોકો અચંભિત થઈ ગયા. શાઈસ્તા ખાં બારીમાંથી કુદી ગયો પણ તલવારની ઘાથી એની આંગળીઓ કપાઈ ગઈ.

એનો એક પુત્ર અબ્દુલ ફતહ ખાં માર્યો ગયો. તે સિવાય એક અધિકારી અને છ સ્ત્રીઓ પણ મરી ગઈ. શાઈસ્તા ખાંના બે પુત્ર અને આઠ નૌકરાણીઓ ઘવાણી.

આ બધું કરીને પળવારમાં જ મરાઠા ત્યાંથી નાસી ગયા. ભાગતી વખતે શિવાજીના અમુક સૈનિકો પણ માર્યા ગયા, પણ શિવાજી સુરક્ષિત સિંહગઢના કિલ્લામાં પહોંચી ગયો. બીજા દિવસે સિંહગઢ પર મોગલ સેનાએ ભયંકર હુમલો કર્યો, પણ મરાઠાઓની તોપોની સામે તેઓ ટકી ન શકયા.

શાઈસ્તા ખાં પર ચઢાઈ કરીને શિવાજીએ ફરી એક વખત અશકયને શકય કરી દેખાડયું હતું. એનાથી એમનું નામ પણ ઉંચુ થયું. ચોમાસુ નજીક હતું એટલે શાઈસ્તા ખાં એ ફરીથી શિવાજી ઉપર આક્રમણ કરવાનું ત્યારે ઉચિત ન સમજ્યુ. એ પૂનામાં સ્વયંને અસુરક્ષિત સમજીને ત્યાંથી ઔરંગાબાદ ચાલ્યો ગયો. એની આ હારથી ગુસ્સે થઈને ઔરંગઝેબે એને રાજ્યપાલ બનાવીને મોકલી દીધો જે ત્યારે રોટીપૂર્ણ નરક કહેવાતું હતું. ત્યારબાદ ૧૬૬૪માં શિવાજીને દબાવવા માટે રાજા જયસિંહને દક્ષિણ ભારત મોકલવામાં આવ્યો.

સુરતની લુંટ

શાઈસ્તા ખાં પર ચઢાઈ કરવી ભલે એક આશ્ચર્યચકિત સાહસપૂર્ણ કામ હતું, પણ એનાથી શિવાજીના રાજ્યને કોઈ ખાસ ફાયદો નહતો થયો. પછી શિવાજીએ મોટી સેના બનાવવાની શરૂઆત કરી નાંખી અને તે વિશે એણે વાત ફેલાવી દીધી કે આ સેના મોગલ આક્રમણોનો સામનો કરવા માટે બનાવવામાં આવી રહી છે. બુદ્ધિરજી નાયક નામના એક મુખ્ય ગુપ્તચરે એમને માહિતી આપી કે સુરતમાં લુંટથી અપાર ધનરાશિ મળી શકે એમ છે. તે દિવસોમાં સુરત દરિયાઈ વેપારનું મુખ્ય કેન્દ્ર હતું. ત્યાંનું જે બંદર હતું ત્યાંથી હજના યાત્રીઓ મક્કા જતા હતા. ત્યાં ઓછામાં ઓછા વીસ કરોડપતિ વેપારી હતા, જેમાંથી બે–ત્રણની ગણતરી તો વિશ્વના સૌથી વધુ ધનિક લોકોમાં થતી હતી. મુલ્લા અબ્દુલ જાફર વેપારી પાસે કિંમતી સામાનોથી ભરેલા ઓગણીસ વહાણો હતા.

સુરત શિવાજી જ્યાં રહેતો હતો ત્યાંથી બસ્સો માઈલની દૂરી પર હતુ.

ત્યાં જવું અને સંદેશાઓનું આદાન–પ્રદાન કરવું કઠિન હતું. એટલે તેમણે પહેલા દાંડા રાજાપુરી અને પેનની નજીક કે સૈનિક શિબિર લગાવ્યા અને એવી વાત ફેલાવી કે આ બધું સિદ્ધિઓ અને પુર્તગાલિઓનું દમન કરવા માટે કરવામાં આવી રહ્યું છે. ચાર હજાર સૈનિકોની આ સેના નાની–નાની ટુકડીઓમાં ૧ જાન્યુઆરી ૧૬૬૪ના રોજ નાસિકથી ચાલીને પાંચમી જાન્યુઆરીના રોજ સુરતથી આશરે ૨૧ માઈલની દૂરી પર ગનદેવી પહોંચી.

સેનાના આગમનના સમાચાર સાંભળીને સુરતવાસી ભયભીત થઈ ગયા. કેટલાય લોકો સપરિવાર ભાગી ગયા. સુરતના રાજ્યપાલ ઈનાયતુલ્લા ખાંની પાસે સંદેશ મોકલવામાં આવ્યો કે એમનું (શિવાજી) મોગલ સમ્રાટની સાથે યુદ્ધ થઈ રહ્યું છે એટલે તેમને પૈસાની જરૂરત છે. આ ધન સમ્રાટની છત્રછાયામાં વેપાર કરનાર વેપારીઓથી લેવામાં આવશે.

શિવાજીને આશરે પચાસ લાખ રૂપિયા જોતા હતા. આટલો પૈસો વેપારી સહેલાઈથી ચંદો ભેગો કરીને આપી શકતા હતા. એટલે વેપારી વર્ગ માટે પણ સંદેશો મોકલવામાં આવ્યો કે "અમે કાલે સુરતમાં હોઈશુ. તમે મળો અને લખેલું ધન આપો. જો તમે આજ્ઞાનું પાલન કરવામાં અસમર્થ રહેશો તો અમારે ધન ભેગું કરવા માટે કઠોર પગલાં ભરવા પડશે, જેનો આરોપ તમારી ઉપર લાગશે."

શિવાજીની ચેતવણી ઉપર કોઈએ ધ્યાન ન આપ્યું. રાજ્યપાલે કડક ભાષામાં સંદેશવાહક દ્વારા સંદેશો મોકલાવ્યો. સંદેશવાહકને કેદ કરી લેવાયો. બીજા દિવસે ૧૧ વાગે શિવાજી નગરમાં પહોંચી ગયા. રાજ્યપાલ સુરત છોડી ભાગી ગયો. સૈનિકોએ વેપારીઓથી એમની શકિત પ્રમાણે ધન ભેગું કર્યુ. બીજા દિવસે ૭ જાન્યુઆરીએ રાજ્યપાલે શિવાજીને દગો દેવાના ઈરાદાથી એમને શાંતિ પ્રસ્તાવ દૂત સાથે મોકલાવ્યો. દૂત એકાંતમાં શિવાજી સાથે વાત કરવા માગતો હતો. એકાંત મળતા જ દૂતે કપટથી શિવાજી ઉપર કટારથી વાર કરવાની કોશિશ કરી પણ શિવાજીના અંગરક્ષકોએ તરત જ દૂતનું માથું વાઢી નાંખ્યું. ત્યારપછી શિવાજીના અંગરક્ષક અને સૈનિક સુરતમાં કત્લેઆમ કરી નાંખવા માગતા હતા પણ શિવાજીએ એવું કરવાની મંજુરી ન આપી. હા, એટલું જરૂર કર્યુ કે જે લોકોએ શિવાજી વિરૂદ્ધ ષડયંત્ર રચ્યું હતું એમના હાથ કાપી નાંખ્યા અને શહેરના બધાજ ધનિકોને લુંટીને એમના મહેલોને આગ લગાડી દીધી. જેથી ૮ અને

૯મી જાન્યુઆરીએ લુંટ અને આગ લાગવાથી આશરે બે તૃતીયાંસ સુરત બળીને ભસ્મ થઈ ગયું હતું, જેનો કોઈએ પ્રતિરોધ પણ નહોતો કર્યો. લુંટના સામાનોનો ઢેર લાગી ગયો. આ લુંટમાં કોઈ પણ ઈસાઈને લુંટવામાં નહોતા આવ્યા કારણ કે એમનો પાદરી પહેલા જ શિવાજી પાસે આવીને દયાની ભીખ માંગી ચૂકયો હતો.

લુંટ પછી આગળ ન ચાલી શકી કારણ કે ૯ મી જાન્યુઆરીની સવારે શિવાજીને માહિતી મળી કે એક મોટું લશ્કર સુરતની રક્ષા કરવા માટે આવી રહ્યું છે. એટલે શિવાજી સોના, ચાંદી, હીરા વગેરે બહુમૂલ્ય વસ્તુઓ લઈને ત્યાંથી નીકળી ગયો. અન્ય વસ્તુઓ નગર વાસિઓને વહેંચી દેવામાં આવી. એક અંદાજ પ્રમાણે આ લુંટમાં આશરે એક કરોડ કરતાં પણ વધારેની કિંમતની વસ્તુઓ લઈને એને રાયગઢના કિલ્લામાં મોકલી દેવાઈ હતી.

રાયગઢ પહોંચ્યા પછી થોડા જ દિવસોમાં શિવાજીને સમાચાર મળ્યા કે એક હરણનો પીછો કરતી વખતે ૨૩મી જાન્યુઆરી ૧૬૬૪ના રોજ વસવપટ્ટનની નજીક ઘોડા ઉપરથી પડીને એમના પિતા શાહજીનો સ્વર્ગવાસ થયો છે.

બીજાપુરની માન–મર્યાદા

પન્હાલાનો ઘેરાવો કર્યા પછી શિવાજીની બીજાપુર સાથે સંધિ થઈ ગઈ હતી અને કિલ્લો બીજાપુરને પાછો સોંપી દીધો હતો. ૧૬૬૩ની શરૂઆતમાં બીજાપુરનો શાહ દક્ષિણ કોંકણ પર અધિકાર કરવા માટે કર્ણાટક અભિયાનના બહાને ચાલી નીકળ્યો હતો અને એણે બંકાપુરમાં પડાવ નાંખ્યો ત્યારે કોંકણ ઉપર શિવાજીનો અધિકાર હતો. બીજાપુરના શાહના આગમનના સમાચાર સાંભળીને આ વિસ્તારના સામંત, બિર્ગુલાના ડચ અને ગોવાના પુર્તગાલી વેપારી ભયભીત થઈ ગયા. બીજાપુરના આ કામનો વિરોધ કરવા માટે શિવાજીનો સાવકો ભાઈ એકોજી પણ શિવાજીની વિરૂદ્ધ થઈ ગયો હતો જેના સમાચાર શિવાજીને મળી ગયા હતા. એટલે તે પૂરી રીતે તૈયાર હતા. તેમણે બધાને એક પછી એક હરાવી નાંખ્યા. સને ૧૬૬૪ના નવેમ્બર મહીનામાં એમણે અચાનક જ મુધોલ ઉપર ચઢાઈ કરી. આ જગ્યા એમના ભત્રીજા બાજી ઘોરપડેની હતી, જે એમનો પ્રબળ વિરોધી હતો.

એણે ૧૬૪૮માં શાહજીને પકડાવવામાં મુખ્ય ભાગ ભજવ્યો હતો. આ વખતે એ શિવાજીની સાથે યુદ્ધ કરતો અનેક સૈનિકો સહિત માર્યો ગયો. અહિંયાથી શિવાજીને લુંટમાં ઘણુંબધું ધન મળ્યું. મુધોલ પર અધિકાર કરીને એમણે બાજી ઘોરપડેના સૌથી નાના દીકરા માલોજી ઘોરપડેને ત્યાંનો સામંત બનાવી દીધો.

મુધોલ પછી એમણે ખવાસ ખાંનો સામનો કર્યો, જે ત્યારે ખાનાપુરમાં હતો. આ યુદ્ધમાં ખવાસ ખાં અને એના ૨૦૦ સૈનિક માર્યા ગયા. ત્યારબાદ શિવાજીએ ખાનાપુર, હુબલી વગેરેનું લુંટયું. દરમિયાનમાં કુદાલનો સામંત બીજાપુરના પક્ષમાં થઈ ગયો હતો. એટલે એને દંડ આપવા માટે એના પ્રદેશને લુંટીને પોતાના અધિકારમાં કરી લીધો. સામંતને પુર્તગાલિઓએ શરણ આપી હતી એટલે એમનો પોડા કિલ્લાને તોપથી ઉડાડી દેવામાં આવ્યું. ત્યારે પુર્તગાલિઓએ માફી માગતા ઘણી બધી તોપો શિવાજીને ભેંટ સ્વરૂપે આપી હતી. સામંતનો એક દૂત શિવાજી સાથે વાતચીત કરવા માટે પીતાંબરથી નવાઈ આવ્યો હતો પછીથી તેનું અડધું રાજ્ય એમને પરત આપી દેવાયું હતું.

શિવાજીના સાવકા ભાઈ એકોજીએ પણ યુદ્ધમાં બીજાપુરના પક્ષમાં કામ કર્યુ હતું. એની સેના ખૂબ જ નાની હતી. એટલે ત્યારે એમણે એની વિરૂદ્ધ કાંઈ જ ન કર્યુ. એકોજીને બીજાપુરનો પક્ષ લેવા માટે સુલ્તાને પુરસ્કાર આપીને સન્માનિત પણ કર્યો હતો. આ બધાનો બદલો વાળવા માટે શિવાજીએ એની ઉપર પોતાના અભિષેક થયા પછી કાર્યવાહી કરી હતી.

શિવાજી જે વિરોધી પ્રદેશ ઉપર ચઢાઈ કરતા હતા, એને યુદ્ધ–દંડ અથવા હર્જાનો મેળવવા માટે લુંટી લેવામાં આવતો હતો. આ એમની રણનીતિનો જરૂરી ભાગ હતો.

જયસિંહનો સામનો

શિવાજીનો વધતો જતો પ્રભાવ જોઈને મોગલ સમ્રાટ ઔરંગઝેબ ચિંતિત થઈ ઉઠયો હતો. એમની નજરમાં શિવાજી એક 'પહાડી ઉંદર' અથવા 'ડાકુ' માત્ર હતો. પણ શાઈસ્તા ખાં પર શિવાજીની ચઢાઈ પછી તેમણે શિવાજીને દબાવવાની કોશિશ કરી અને તે માટે એમણે રાજા જયસિંહને મોકલ્યા.

સુરતમાં થયેલી લુંટથી ઔરંગઝેબ વધુ ક્રોધિત થઈ ઉઠયો. ડફે લખ્યું છે કે તના ગુસ્સાનું સૌથી મોટું કારણ સુરતમાં હજના પ્રવાસિઓને પણ લુંટવાનું હતું. દિલેર ખાં અને રાજા જયસિંહ સમ્રાટના યોગ્ય અને વિશ્વાસપાત્ર વ્યકિત હતા. જયસિંહને મોગલ સમ્રાટના દરબારમાં શહજાદાઓની સમાન સન્માન મળતું હતું. એમની રાજનૈતિક સુઝબુઝ અને યુદ્ધ કળાથી સમ્રાટ ખૂબ જ પ્રભાવિત હતા.

૩૦ સપ્ટેમ્બર ૧૬૬૪ના રોજ પોતાના જન્મદિવસના અવસરે ઔરંગઝેબે જયસિંહને ખાસ પહેરવેશથી સન્માનિત કરીને એમને શિવાજી વિરૂદ્ધ મોકલ્યો. દિલેર ખાં, દાઉદ ખાં, પોતાના પુત્ર કીરતસિંહ વગેરેને લઈને વિશાળ સેના સાથે જયસિંહે દક્ષિણ તરફ પ્રયાણ કર્યુ અને ૧૯ જાન્યુઆરી ૧૬૬૫ના રોજ એ બુરહાનપુર પહોંચ્યા. ત્યાં થોડાક દિવસો સુધી તૈયારીઓ કરીને ૧૦મી ફેબ્રુઆરીના રોજ એ ઔરંગાબાદ પહોંચ્યા. ત્યાર પછી ૩ માર્ચે એ પૂના પહોંચ્યા. ત્યારે શિવાજી કનારાના તટ પર હતા, એટલે તે ત્યાંથી પાછો વળી ગયા. તેણે એ વાતનો પૂરો પ્રબંધ કરી લીધો કે બીજાપુર શિવાજીની કોઈ મદદ ન કરે. આ રીતે, મોગલ સમ્રાટના સંકેતથી જ ત્યારે બીજાપુર શિવાજીની વિરૂદ્ધ યુદ્ધ કરી રહ્યું હતું. કુદાલનો સામંત ફરીથી શિવાજીના વિપક્ષમાં થઈ ગયો હતો. સમ્રાટે જયસિંહને આજ્ઞા આપી કે એ શિવાજીનો કોકંણમાં પીછો કરે, પણ એ પહાડી વિસ્તાર મોગલ સૈનિકો માટે કઠિન હતો. પણ તેણે શિવાજીનો લૌહગઢ અને રાજગઢની વચ્ચેના પઠાર પર ટૂંક સમયમાં અધિકાર કરી લીધો અને પૂનાની આજુબાજુ શિવાજીના બધા વિસ્તારો પણ પોતાના હકમાં કરી લીધા. ત્યારબાદ ગોવા અને મુંબઈના યુરોપિયનોને પણ નૌસેના સહિત પોતાની મદદ માટે બોલાવી લીધી. કર્ણાટકના બધા સામંતોની પાસે પણ એણે દૂત મોકલ્યા. અફજલ ખાંનો પુત્ર ફજલ ખાં અને બેદનૂરનો નાયક જયસિંહ સાથે ભળી ગયા. મોગલ સમ્રાટે ત્યારે જયસિંહને સામ્રાજ્યના હિતમાં જે પણ યોગ્ય લાગે અને જેટલો પણ ખર્ચ કરવા માગે તે કરે એવા અધિકાર આપ્યા. ચોમાસુ નજીક હોવાના લીધે જયસિંહે સેનાનું મુખ્ય શિવિર સાસવગઢમાં રાખ્યું અને પોતાનો અસ્થાઈ નિવાસ પૂનામાં બનાવ્યો. પશ્ચિમી ખીણની રક્ષા કરવા માટે કુતુબુદ્દીન ખાંના નિરીક્ષણમાં લૌહગઢમાં સ્થિત સાત હજાર સૈનિકો મુકાવી દીધા.

સૈનિક તૈયારિઓની સાથે જયસિંહે કૂટનીતિ અપનાવતા શિવાજીને એ સમજાવ્યું કે સમ્રાટ હિન્દુઓ અને શિવાજીના વિરોધી નથી. એટલે તેઓ સમ્રાટની આધીનતા સ્વીકારી લે અને તે માટે દૂતની પણ નિમણૂંક કરી.

માર્ચના અંતમાં જયસિંહ પૂનાથી સાસવગઢ ચાલ્યો ગયો અને એણે દિલેર ખાંને પુરંદરનો કિલ્લો ઘેરવાની આજ્ઞા આપી. શિવાજીના મુખ્યાલય રાજગઢમાં એનો ખજાનો પણ હતો, ખજાના ઉપર કબજો કરવા માટે દાઉદ ખાં કુરૈશીને મોકલવામાં આવ્યા. પુરંદરની નજીક વજ્રગઢના રક્ષકોએ પોતે જ મોગલ સત્તા સ્વીકારવા માટે માગણી કરી. નેતાજી પાલકરને શિવાજીએ પરેન્ડા પર અધિકાર કરવા માટે મોકલ્યો, પણ તેઓ અસફળ રહ્યા. જો કે મરાઠાઓના અભિલેખોમાં આ બાબતે કોઈ જ ઉલ્લેખ નથી મળતો, પણ કહેવાય છે કે જયસિંહે નેતાજીને લાંચ આપી હતી, જેથી તે પોતાની ઘોડેસવાર સેના સાથે ઘણી આગળ નીકળી ગયો હતો. જો કે તે માટે નેતાજીને શિવાજીએ દંડ નહોતો આપ્યો, પણ જીવનભર સુધી એમને માફ પણ નહોતા કર્યા. આ બાબતનો ઉલ્લેખ હવે પછીના પ્રસંગોમાં કરવામાં આવશે, કે પછીથી નેતાજી મોગલ સમ્રાટની સેવામાં ચાલ્યા ગયા હતા.

૩૦ માર્ચના રોજ દિલેર ખાં એ પુરંદર પર ચઢાઈ કરી. જો કે કિલ્લાના સંરક્ષકો મુરારબાજીના આક્રમણકારિઓને ભૂખ્યા મારવા માટે પોતાની છાપામાર યુદ્ધ કળાનો પ્રયોગ કર્યો હતો અને ગોળા બારૂદમાં આગ લગાડી દીધી, પણ માત્ર બે હજાર મરાઠા સૈનિકો એ વિશાળ મોગલ સેનાનું કાંઈ જ બગાડી ન શકયા. પુરંદરની નીચે રૂદ્રમલ પર દિલેર ખાંએ અધિકાર કરી લીધો. ત્યારે વીર મુરારબાજી પોતાનો હાથ કપાઈ ગયા પછી પણ લડતો રહ્યો, અંતે માર્યો ગયો. એમનું માથું મોગલોએ વાઢી નાંખ્યુ અને ધડની અંત્યેષ્ટિ કરવા માટે એને શિવાજી પાસે મોકલી દેવાયું. તો પણ શત્રુ કિલ્લામાં પ્રવેશી નહોતા શકયા.

પુરંદરની સંધિ

જયસિંહ લગાતાર શિવાજીને આધીનતા સ્વીકાર કરી લેવા માટે દરખાસ્ત મોકલતો રહેતો. છેવટે પોતાની સંકટમય પરિસ્થિતિને ધ્યાનમાં રાખતા શિવાજી આધીનતા સ્વીકાર કરવા સંમત થઈ ગયા. ૧૧ જૂન

૧૬૬૫ના રોજ શિવાજી છ બ્રાહ્મણોની સાથે જયસિંહના શિબિરમાં ગયો, જે સાસવાડની નજીક નારાયણ મંદિરના મેદાનમાં લાગેલો હતો. બંનેએ વાતચીત કરી, ત્યારે દિલેર ખાં પુરંદરમાં જ હતો. ૧૨ જૂન ના રોજ જયસિંહના કહેવાથી શિવાજી અસ્ત્ર–શસ્ત્ર ધારણ કર્યા વિના દિલેર ખાંને મળવા એના નિવાસ સ્થાને ગયા. આમ કરવા પાછળ જયસિંહનો એક ખાસ ઉદ્દેશ્ય હતો કે મુસલમાન હોવાના લીધે સમ્રાટ દિલેર ખાંનો વધારે વિશ્વાસ કરતો હતો. શિવાજીના વ્યવહારથી દિલેર ખાં ખૂબ જ ખુશ થયો. એણે શિવાજીને બે ઘોડા, એક તલવાર અને રત્નજડિત કટાર અને વસ્ત્ર ભેંટ સ્વરૂપે આપ્યા. ખાને સ્વયં એમની કમરમાં તલવાર બાંધી. ત્યારે શિવાજી બોલ્યા– 'હું પૂર્ણ રીતે નિરસ્ત્ર રહેવા માગું છું. તમારી સજ્જનતા જ મારી સૌથી વધુ રક્ષા છે."

ત્યારબાદ ચાર દિવસ સુધી શિવાજી મોગલ શિબિરમાં જ રહ્યા. સંધિની શરતો ત્રણેય જણ જયસિંહ, દિલેર અને શિવાજીએ મળીને નક્કી કરી. ૧૫ જૂનના રોજ તેઓ સંધિમાં નક્કી કરેલા કિલ્લાઓને સોંપવા માટે ત્યાંથી પરત આવી ગયા. આ સંધિ પ્રસ્તાવમાં નક્કી કરેલ શરતો નીચે પ્રમાણે હતી:

(૧) શિવાજીના ૨૩ કિલ્લા અને ચાર લાખ હોણ આવકનો વિસ્તાર મોગલોને સોંપી દેવામાં આવશે. બાકીના ૧૨ કિલ્લા અને એક લાખ હોણ આવકવાળા વિસ્તારમાં શિવાજી મોગલ સમ્રાટની પ્રજાના રૂપમાં શાસન કરશે.

(૨) શિવાજીનો પુત્ર સમ્ભાજી પાંચ હજારી મનસબદાર (અધિકારી) બનીને મોગલ દરબારમાં જ રહેશે.

(૩) શિવાજીને બે પાડોશી રાજ્યોથી ચૌથ (એક ભાગ) મેળવવાનો અધિકાર હશે.

મોગલ શિબિરથી પરત આવ્યા પછી જયસિંહનો પુત્ર કીરતસિંહ પણ શિવાજી સાથે ગયો. શિવાજીએ ૨૩ કિલ્લાઓની ચાવીઓ એને સોંપી દીધી, જે લઈને એ ૧૯ જૂનના રોજ જયસિંહ પાસે ચાલ્યો ગયો. જયસિંહે આ સંધિનું વિસ્તૃત વર્ણન સમ્રાટને મોકલી દીધું. જેનાથી ઔરંગઝેબ ખૂબ જ ખુશ થયો. તેણે પોતાના પંજાની છાપ લાગેલું ફરમાન અને એક ખિલઅત શિવાજી માટે મોકલી. ૩૦ સપ્ટેમ્બરના રોજ આ વસ્તુઓ જયસિંહના

શિબિરમાં પહોંચી. સંધિની શરતો અનુસાર ત્રણ મહીના સુધી સમ્રાટની વિરૂદ્ધ દ્રોહના અપરાધમાં શિવાજી કોઈ પણ શસ્ત્ર ધારણ નહોતા કરી શકતા. આ ફરમાન મળવાથી જયસિંહે સ્વયં શિવાજીને મણિ જડિત તલવાર આપી હતી.

મોગલોના પક્ષમાં બીજાપુર ઉપર આક્રમણ

સંધિની એક અન્ય શરત પ્રમાણે શિવાજી બીજાપુરની વિરૂદ્ધ મોગલો તરફથી લડયા. આ યુદ્ધ ૨૦ નવેમ્બર ૧૬૬૫થી શરૂ થયું અને કેટલીય ઉતર–ચઢથી પસાર થયું. જીતતા–જીતતા ઘણી વખત સેનાને હારનો સામનો કરવો પડયો. દિલેર ખાં એ એનો બધો વાંક શિવાજીના માથે નાંખી દીધો. એમનો સ્પષ્ટ આરોપ હતો કે શિવાજીએ વિશ્વાસઘાત કર્યો છે. એટલે મોગલ જીતી ન શકયા.એણે સ્પષ્ટ કહ્યું કે શિવાજીને મારી નાંખવો જોઈએ. આ પહેલા પણ પુરંદર પર ચઢાઈ વખતે પણ એ વારંવાર શિવાજીને મારી નાંખવાની વાત કરતો હતો. એ સમજી ગયો હતો કે આ પ્રમાણેના વાતાવરણમાં શિવાજીના પ્રાણોની રક્ષા કરવી મુશ્કેલ છે. એટલે જાન્યુઆરીની ૧૫ તારીખની આસપાસ એણે શિવાજીને બીજાપુરના દક્ષિણ–પશ્ચિમી પ્રાન્તો ઉપર આક્રમણ કરવા માટે મોકલી દીધા. આ કિલ્લો તેમણે પન્હાલાના ઘેરા પછી થયેલી સંધિમાં બીજાપુરને સોંપી દીધું હતું. અહિંયા પણ બીજાપુરનું લશ્કર તૈયાર બેઠું હતું. એણે ખૂબ જ વીરતાથી મરાઠા સેનાનો સામનો કર્યો. ભયંકર યુદ્ધમાં એક હજાર મરાઠા સૈનિક માર્યા ગયા. તેટલી વારમાં સવાર થઈ ગઈ. પહાડ પર થઈને જે પણ મરાઠા સૈનિક કિલ્લા પર ચઢવાનો પ્રયાસ કરી રહ્યા હતા, તે દેખાવા લાગ્યા. તેમની ઉપર ભયંકર ગોલાબારી થવા લાગી. મરાઠા સેના હારી ગઈ. એટલે શિવાજી ચૌદ કોસ દૂર ખેલનાના કિલ્લામાં પરત ચાલ્યા ગયા.

દરમિયાનમાં શિવાજી અને એમના પરમ વિશ્વાસપાત્ર સેનાપતિ નેતાજી પાલ્કરમાં ગંભીર મતભેદ પેદા થઈ ગયા. આ મતભેદોનું શું કારણ હતું એ ખબર નથી પડી શકી. જ્યારે શિવાજી મોગલોની તરફથી બીજાપુરની વિરૂદ્ધ લડી રહ્યા હતા, ત્યારે નેતાજીએ શિવાજીની સેવા છોડી દીધી હતી અને બીજાપુર રાજ્યની સેવા સ્વીકારી લીધી હતી. પરિસ્થિતિને ખૂબ જ

ગંભીર જોઈને ગુપ્ત ઉપાયોથી એને પોતાના પક્ષમાં કરીને જયસિંહે મોગલ સમ્રાટની સેવામાં મોકલી દીધો.

શિવાજીએ મોગલોની આધીનતા ત્યારની પરિસ્થિતિને ધ્યાનમાં રાખતા સ્વીકારી હતી. તેમ છતાં એમણે જયસિંહનું ધ્યાન વારંવાર એ હકીકત તરફ દોર્યુ હતું કે ઔરંગઝેબ એક ધૂર્ત અને કપટી માણસ છે એટલે એની વાતો ઉપર વધુ વિશ્વાસ ન કરવો. શિવાજીએ ઔરંગઝેબ દ્વારા પોતાના પિતા અને ભાઈઓ સાથેનો વ્યવહાર પણ યાદ કરાવ્યો હતો, પણ જયસિંહ હંમેશા એમ જ કહેતો કે – "જે પણ હોય સમ્રાટ આપણો સ્વામી છે. એની આજ્ઞાનું પાલન કરવું અને એના પ્રત્ય રાજભકત બની રહેવું આપણું કર્તવ્ય છે." શિવાજી દ્વારા વારંવાર સાવધ કર્યા પછી પણ જયસિંહે એમની પૂર્ણ સુરક્ષા અને એમની સાથે સન્માનપૂર્ણ વ્યવહારનો ઉત્તરદાયિત્વ પોતાની ઉપર લઈ લીધો ત્યારે શિવાજી સંધિ માટે સંમત થયા.

ત્યારબાદ શિવાજી જયસિંહની સાથે થયેલી સંધિનું પાલન કરવા માટે મોગલ સમ્રાટ ઔરંગઝેબની પાસે જવાની તૈયારી કરવા લાગ્યા.

પાંચમો અધ્યાય

વનરાજ પિંજરામાં

શિવાજીને હજુ પણ ઔરંગઝેબ ઉપર પૂરો વિશ્વાસ ન હતો પણ જયસિંહને પૂરો વિશ્વાસ હતો કે તેઓ એમની સમ્રાટ સાથે મિત્રતા કરાવી દેશે. શિવાજીએ સાવચેતી સ્વરૂપે મોગલ દરબારમાં સ્વયં જવાની જગ્યાએ પોતાના પુત્રને મોકલી દીધો હતો. સંધિની શરતો અનુસાર એમને સ્વયં સમ્રાટને મળવાનું હતું પણ એમને ત્યાં જવામાં સંકોચ થઈ રહ્યો હતો. જયસિંહે તેમને વચન આપ્યું કે મોગલ રાજધાનીમાં તેઓ સ્વયં (જયસિંહ) એમનો મોટો પુત્ર રામસિંહ શિવાજીના સંરક્ષણની જવાબદારી લેશે. આ માટે તેમણે શિવાજીને લખીને વચન આપ્યું.

મોગલોની મદદ કરતી વખતે બીજાપુરના યુદ્ધોમાં શિવાજીએ સુંદર વીરતાનું પ્રદર્શન કર્યુ હતું. જેના પરિણામે જ મોગલ સેનાની જીત થઈ હતી. અને એટલે જ ખુશ થઈને ઔરંગઝેબે એમને ભેંટો પણ આપી હતી અને પાંચમી એપ્રિલ ૧૬૬૬ના રોજ સ્વયં એમના માટે એક પત્ર લખ્યો, જેમાં એમણે શિવાજીને દિલ્હી આવવાનું આમંત્રણ આપ્યું અને વચન આપ્યું હતું કે એમને દરબારમાં યોગ્ય સ્થાન અને પદ આપવામાં આવશે. ત્યારબાદ જ્યારે પણ શિવાજીની ઈચ્છા થાય ત્યારે તે દક્ષિણ પરત થઈ શકે છે એની પણ છુટ હશે. શિવાજી જ્યારે દિલ્હી આવે ત્યારે એમના સ્વાગત માટે ઔરંગઝેબે એક લાખ રૂપિયા પણ ફાળવ્યા હતા અને કહ્યું હતું કે શિવાજીના આગમનના સંપૂર્ણ માર્ગમાં એક રાજકુંવરની જેમ સ્વાગત થવું જોઈએ.

છેવટે શિવાજી આગરા જવા માટે રાજી થઈ ગયા. અહિંયા ધ્યાન દેવા યોગ્ય વાત એ છે કે ઔરંગઝેબ પણ ત્યારે આગરામાં જ હતો અને તે જ

રાજધાની પણ હતી. ડફે ભૂલથી શિવાજીનો દિલ્હી જવાનો ઉલ્લેખ કર્યો છે. ત્યાં ગયા પહેલા એમને પહોંચવાનો સમાચાર આપવા માટે રઘુનાથ પંતને સમ્રાટની પાસે મોકલી દીધો હતો. જો કે આમ કરવા પાછળ એમનો વિચાર હતો કે ત્યાં શું ચાલી રહ્યું છે એ વાતની પણ ખબર પડી જાય. જયસિંહે પણ સમ્રાટને શિવાજીના પહોંચવાના સમાચાર મોકલાવી દીધા હતા.

રાજગઢથી નીકળ્યા પહેલા પોતાની ગરેહાજરીમાં શાસનનું સંચાલન કેમ કરવું એની વ્યવસ્થા પણ કરી દેવામાં આવી. તેમણે પોતાના બધા જ મુખ્ય અધિકારીઓને ભેગા કર્યા અને માતા જીજાબાઈને શાસનની સત્તા સોંપી દેવામાં આવી અને મોરોપંત પેશવા, નીલોપંત મઝૂમદાર અને પ્રતાપરાવ ગૂજરને કાર્યવાહક શાસક સમિતિના સભ્ય બનાવવામાં આવ્યા. ત્યારબાદ પોતાની આધીન બધા જ વિસ્તારોનું ભ્રમણ કર્યુ. બધા જ સ્થાનિક અધિકારીઓ અને કિલ્લાના રક્ષકોને પૂરી સાવચેતી અને સતર્કતાથી કામ કરવાના આદેશ દીધા અને પોતાની ગેરહાજરીમાં માતા જીજાબાઈની આજ્ઞાનું પાલન કરવાનો આદેશ આપ્યો.પૂરી વ્યવસ્થા કરી લીધા પછી પાંચમી માર્ચ ૧૬૬૬ના રોજ તેઓ રાજગઢથી આગરા રવાના થયા ત્યારે એમની સાથે એમનો દીકરો સમ્ભાજી, અમુક ખાસ અધિકારી, સેવક અને ચાર હજાર અંગરક્ષકો હતા. એમની સાથે ચાલનાર લોકોમાં અમુક લોકોના નામોનો ઉલ્લેખ ઈતિહાસની પુસ્તકોમાં છે જે આ પ્રમાણે હતાઃ તાનાજી માલસુરે, યેસાજી કંક, બાજી શર્જેરાવ જેધે, હીરોજી ફર્જન્દ, બાલાજી આવજી, નીરાજી રાવાજી, રઘુનાથ બલ્લાસ કોર્ડે, ત્ર્યંબક સોનદેવ દબીર અને મદારી મેહતર.

પાંચમી એપ્રિલે રસ્તામાં જ શિવાજીને ઔરંગઝેબનો પત્ર મળ્યો, જેમાં એમણે આગરા આવવા માટે ખુશી જાહેર કરતાં લખ્યું હતું કે– "તમારો પત્ર મળ્યો જેમાં તમે માહિતી આપી હતી કે તમે આગરા આવવા માટે નીકળી ગયા છો. મારી કૃપામાં પૂર્ણ વિશ્વાસ રાખીને, શાંત ચિત્ત થઈને જરાય પણ મોડું કર્યા વિના આપ પહોંચો. મારી સાથે મુલાકાત કર્યા પછી આપનું સન્માન રાજકીય રીતે કરવામાં આવશે અને તમે ઈચ્છશો ત્યારે પરત ઘરે પણ જઈ શકશો. હું તમને એક ભવ્ય ખિલઅત મોકલી રહ્યો છું."

શિવાજી આગરા પહોંચ્યા ત્યારે પ્રજા એમના દર્શનો માટે આવી, પણ ત્યાંના રાજ્યપાલ સફશિકન ખાં એમનું સ્વાગત કરવા માટે હાજર ન હતા, એને શિવાજીએ પોતાનું અપમાન સમજ્યું. એટલે તેઓ સીધા જયસિંહના શિબિરમાં ગયા. ત્યારે જયસિંહ સફશિકન ખાંને વઢયા અને એના આવા વ્યવહારની નિંદા કરી. જેથી સફશિકન ખાં નરમ પડી ગયો અને બીજા દિવસે એ શિવાજીને મળવા ગયા. જેનાથી શિવાજીને સંતોષ થયો. બીજા દિવસે પાછા વળતી વખતે જયસિંહ પોતે પણ મળવા ગયો. થોડાક દિવસો ત્યાં રોકાઈને શિવાજી માર્ચની મધ્યમાં ઉત્તર તરફ ચાલી નીકળ્યા.

આગરા શાહજહાંની પ્રિય જગ્યા હતી. ૧૬૫૮માં જ્યારે ઔરંગઝેબે સત્તા પડાવી લીધી હતી ત્યારે તેણે શાહજહાંને આગરામાં કેદ કરી લીધા હતો. આઠ વર્ષો સુધી, જ્યારસુધી શાહજહાં જીવિત રહ્યા ત્યારસુધી ઔરંગઝેબે આગરામાં પગ પણ નહતો મૂકયો. ૨૨ મી જાન્યુઆરી, ૧૬૬૬ ના રોજ શાહજહાંના સ્વર્ગવાસ પછી જ એ આગરામાં આવ્યો. ૧૨ અથવા ૧૩ મેના રોજ એનો પચાસમો જન્મ દિવસ (ચંદ્રમાસ પ્રમાણે) હતો. એટલે તે પોતાના મયૂર સિંહાસન ઉપર તે દિવસે બેસવા માગતો હતો. થોડા દિવસો પહેલા જ એ લાંબી માંદગીમાંથી ઉભો થયો હતો. ત્યારસુધી એના મોટા–મોટા શત્રુઓ પણ શાંત પડી ચુકયા હતા એટલે ઔરંગઝેબના પચાસમાં જન્મ દિવસના અવસરે શિવાજી સાથે એમની મુલાકાત નક્કી કરવામાં આવી.

ઔરંગઝેબ સાથે મુલાકાત

પાંચસો માઈલનો પ્રવાસ કરીને બે મહીનામાં નક્કી કરેલા દિવસે શિવાજી આગરાની નજીક સરાય મૂલકચંદ પહોંચી ગયા. દરબારનો નિયમ હતો કે જ્યારે કોઈ મોટો વ્યકિત સમ્રાટને મળવા માટે આવતો ત્યારે દરબારના એક અથવા બે મોટા અમીરો (ઉમરાવ) એનું સ્વાગત કરવા સામે જતા. આ કામ જયસિંહના દીકરા રામસિંહને સોંપવામાં આવ્યું હતું, પણ સમારંભના એક દિવસ પહેલા કિલ્લાની દેખરેખ રાખવાનો વારો પણ રામસિંહનો જ હતો એટલે તે શિવાજીનું સ્વાગત કરવા સામો ન જઈ શકયો. રામસિંહે મુંશી ગિરધારીલાલને મોકલી દીધા. ગિરધારીલાલ શિવાજીને

લઈ આવતી વખતે રસ્તો ભૂલી ગયો અને લાંબા રસ્તેથી આવતા—આવતા એ લોકોને વાર લાગી એટલે રામસિંહ શિવાજીને લેવા નૂરગંજ પહોંચ્યો. ત્યાં તાજસિંહે શિવાજી અને રામસિંહનો આપસમાં પરિચય કરાવ્યો. ત્યારબાદ મુખલિયાં ખાં એમને મળ્યો. શિવાજીનું જે રીતે સ્વાગત અને સન્માન થવું જોઈતું હતું તે ન થયું. રામસિંહ દરબારનો એક સામાન્ય હોદ્દો ધરાવતો હતો. એ જોઈને જ શિવાજીને પોતાનું અપમાન થયું છે એવો આભાસ થઈ ગયો હતો.

ત્યાંથી રામસિંહ પહેલા એમને એમના રહેઠાણ ઉપર લઈ ગયો, જ્યાં શિવાજીનું સારી રીતે સન્માન કરવામાં આવ્યું. ત્યારબાદ રામસિંહ અને મુખલિસ ખાં શિવાજીને દરબારમાં લઈ ગયા. મોડું થઈ ગયું હતું એટલે ત્યારસુધીમાં દીવાને આમની કાર્યવાહી પૂરી થઈ ગઈ હતી અને સમ્રાટ દીવાને—ખાસમાં ચાલ્યા ગયા હતા. એટલે શિવાજીને પણ ત્યાં જ લઈ જવામાં આવ્યા. સફેદ આરસપહાણથી બનેલા દીવાને ખાસને તે દિવસે વિશેષરૂપે શણગારવામાં આવ્યો હતો. જમીન ઉપર પણ કિમંતી ગાલીચા બિછાવવામાં આવ્યા હતા. સમ્રાટ આસન ઉપર બેઠેલા હતા. બધા જ નાના મોટા સામંતો પોતાના હોદ્દા પ્રમાણે ઉભા હતા. એમના રંગ—બિરંગી કિંમતી પહેરવેશના કારણે દીવાનેખાસની શોભામાં અભિવૃદ્ધિ થઈ રહી હતી.

ઔરંગઝેબની આજ્ઞાથી બકશી અસદ ખાં એ શિવાજીને એમની સામે હાજર કર્યા. શિવાજીની તરફથી સમ્રાટને નજરાનાના રૂપમાં એક હજાર સોનામોહરો, બે હજાર રૂપિયા અને ન્યોછાવરના રૂપમાં પાંચ હજાર રૂપિયા એમના પગની પાસે મુકવામાં આવ્યા. સંભાજીનો પરિચય પણ સમ્રાટથી કરાવવામાં આવ્યો. એમની તરફથી પણ નજરાનાના રૂપમાં મોહરો, એક હજાર રૂપિયા અને ન્યોછાવરના રૂપમાં બે હજાર રૂપિયા ભેંટ કરવામાં આવ્યા. આ ભેંટો અને આવકારના જવાબમાં ઔરંગઝેબે શિવાજી સાથે એક પણ વાતચીત ન કરી. એમને સમ્રાટના સિંહાસનની નજીક લઈ જઈને પાંચ હજાર અન્ય હોદ્દેદારો સાથે ત્યાં જ ઉભા કરી દેવામાં આવ્યા. દરબારની કાર્યવાહી આગળ ચાલવા લાગી. ત્યારબાદ રાજકુમારો અને સામંતોને પાન વહેંચવામાં આવ્યા, પણ શિવાજીને પાન આપવામાં ન આવ્યું. શિવાજી જે સન્માન મેળવવાની આશા લઈને ત્યાં આવ્યા હતા એની ઉપર પાણી ફેરવાતું દેખાવા લાગ્યું. સમ્રાટના જન્મદિવસના ઉપલક્ષમાં રાજકુમારો, વઝીર જફર

ખાં અને જોધપુરના રાજા યશવંતસિંહને સિરોપાવ (ભેંટમાં અપાતો પોશાક) આપવામાં આવ્યા, પણ શિવાજીને એનાથી પણ બાકાત રાખવામાં આવ્યા. તે સિવાય એમને એક કલાક સુધી ઉભા રહેવું પડયું. એક પછી એક પોતાનું અપમાન થતું જોઈને શિવાજીની આંખો ગુસ્સાથી લાલચોળ થઈ ગઈ અને એમાં આંસું ભરાઈ આવ્યા. તેઓ ધ્રુજવા લાગ્યા. તેમની આ પ્રતિક્રિયા ઔરંગઝેબથી છુપી ન રહી શકી. તેમણે રામસિંહને કહ્યું – "શિવાજીને પુછો કે એમને શું કષ્ટ છે?" રામસિંહ શિવાજીની નજીક ગયો અને એણે ઔરંગઝેબનો પ્રશ્ન ફરીથી ઉચ્ચાર્યો. શિવાજી બોલ્યા – "તમે જોયું છે. તમારા બાદશાહે જોયું છે. શું હું એવો માણસ છું કે મને જાણી–જોઈને ઉભો રાખવામાં આવે? હું તમારો હોદ્દો (મનસબ) છોડું છું. જો મને ઉભો જ રાખવો હતો, તો યોગ્ય જગ્યાએ ઉભો રાખત." એટલું કહીને શિવાજી રાજસિંહાસનની તરફ પીઠ ફેરવીને ચાલવા માંડયા. રામસિંહે એમનો હાથ પકડી લીધો, પણ તેઓ હાથ ઝટકીને એક તરફ જઈને બેસી ગયા. પછી શિવાજીએ એમને લાખ સમજાવવાનો પ્રયાસ કર્યો, પણ શિવાજીએ એક વાત ન સાંભળી અને કહેવા લાગ્યા કે – "મારૂં મોત આવ્યું છે. કાં તો મને મારી નાંખો અને કાં તો હું આત્મહત્યા કરી લઈશ. મારૂં માથું કાપીને લઈ જવા માગતા હો તો લઈ જાવ. પણ હું સમ્રાટની સેવામાં નહીં આવું."

રામસિંહે આ આખો પ્રસંગ સમ્રાટને કહી સંભળાવ્યો. ત્યારે સમ્રાટે મુલ્તફિત ખાં, અકિલ ખાં અને મુખલિસ ખાં ને આજ્ઞા આપી કે તેઓ શિવાજીને સિરોપાવ આપીને ફરીથી એમની સામે લાવે. તેઓ શિવાજી પાસે ગયા અને એમને સિરોપાવ પહેરીને સમ્રાટની સામે જવા માટે કહ્યું. ત્યારે શિવાજીએ જવાબ આપ્યોકે – "હું સિરોપાવનો અસ્વીકાર કરૂં છું. બાદશાહે મને જાણી જોઈને યશવંતની નીચે ઉભો રાખ્યો છે. હું એમનો હોદ્દો નહીં સ્વીકારૂં અને એમનો સેવક પણ નહીં બનુ. તમે મને મારવા ઈચ્છો તો મારો, કેદ કરવા ઈચ્છો તો કેદ કરો, પણ હું સિરોપાવ નહીં પહેરૂં તો નહીં જ પહેરૂં."

ત્રણેય સામંતોએ આ આખું વિવરણ સમ્રાટને કહી સંભળાવ્યું. ત્યારે સમ્રાટે રામસિંહને આજ્ઞા આપી કે એ શિવાજીને પોતાની સાથે લઈ જાય અને સમજાવવાનો પ્રયત્ન કરે. રામસિંહ શિવાજીને લઈને પોતાના ઘરે આવ્યો . ત્યાં એમને શિવાજીને સમજાવવાનો પ્રયાસ કર્યો, પણ એક કલાક

સુધી સમજાવ્યા હોવા છતાં પણ શિવાજી એકના બે ન થયા.

સમ્રાટના દરબારમાં અમુક સામંત શિવાજીના વિરોધી પણ હતા. તેમણે શિવાજીના આ વ્યવહારની વિરૂદ્ધ સમ્રાટને ઉકસાવવાનો પૂરો પ્રયાસ કર્યો. સૈયદ મુર્તજા ખાં એ કહ્યું – "હું તો આશ્ચર્યચકિત છું, તે સિરોપાવ આજે નહીં તો કાલે પહેરશે. ફકત મિર્ઝા રાજા (જયસિંહ)નો ખ્યાલ આવે છે, પણ એની કોઈ ચિંતા નથી." હવે સમ્રાટ સામે એક ગંભીર સમસ્યા ઉત્પન્ન થઈ કે શિવાજી સાથે કેવો વ્યવહાર કરવામાં આવે? એક બેગમ, જયસિંહનો હરીફ એક સરદાર અને એકાદ–બે દરબારીએ એમના ખૂબ કાન ભર્યા કે શિવાજી એક નાનકડો ગંવાર જાગીરદાર છે. એણે દરબારમાં બધાની સામે સમ્રાટનું અપમાન કર્યુ છે. જો એને અત્યારે દંડ નહીં આપવામાં આવે તો શકયતા છે કે ભવિષ્યમાં અન્ય લોકો પણ એવો વ્યવહાર કરે. રામસિંહ પોતાની તરફથી શિવાજીને મનાવવાનો પૂરો પ્રયાસ કરી રહ્યા હતા. સમ્રાટે રાજધાનીના મુખ્ય અધિકારી સિદ્દી ફુલાદને રામસિંહ પાસે મોકલ્યા કે એ શિવાજીને મનાવે. આ બનાવના બીજા દિવસે રામસિંહ સંભાજીને સાથે લઈને દરબારમાં હાજર થયા. સમ્રાટે સંભાજીને પૂરા વસ્ત્ર એક રત્નજડિત કટાર અને એક મોતીઓનો હાર આપ્યો, તો પણ શિવાજી જરાય વિચલિત ન થયા.

કેદ કરાયા

દરબારના આ બનાવના એકાદ–બે દિવસ સુધીમાં બધાને એવી આશા હતી કે શિવાજી માની જશે અને દરબારમાં આવીને પોતાના વ્યવહાર બદલ માફી માગશે, પણ એવું કશું જ ન થયું. એટલે ઔરંગઝેબે નક્કી કર્યુ કે કાં તો શિવાજીને કેદ કરી લેવામાં આવે અથવા તો એનું મોત કરવામાં આવે. મૃત્યુ દંડ આપવા પહેલા ઔરંગઝેબે જયસિંહથી એ જાણી લેવું જરૂરી સમજ્યું કે એમણે શિવાજીને શું–શું સમ ખવડાવીને આગરા મોકલ્યા હતા. જયસિંહ ત્યારે દક્ષિણમાં હતા એટલે એમનો જવાબ આવવામાં વાર લાગે તેમ હતી એટલે જ્યારસુધી એમનો જવાબ આવે ત્યારસુધી શિવાજીને આગરાના કિલ્લામાં રક્ષક રંદાજ ખાંના નિવાસ સ્થાને (નજરબંધ) કરવાનો નિર્ણય લેવાયો. રંદાજ ખાં એક નાની જાતિનો ધર્માન્ધ મુસલમાન હતો. આ

માહિતી જ્યારે રામસિંહને મળી ત્યારે એમણે મંત્રી આમિન ખાં દ્વારા સમ્રાટને કહેડાવ્યું કે – "મારા અને મારા પિતાજીના વચનના આધારે શિવાજી અહિંયા આવ્યા છે. એમના જીવનના સંરક્ષણની જવાબદારી અમારી ઉપર છે. એટલે શિવાજીને કાંઈ પણ કર્યા પહેલા સમ્રાટ અમને મારી નાંખે, પછી એમણે જે પણ વ્યવહાર કરવો હોય તે કરે." રામસિંહના આવા દૃઢ નિશ્ચયના જવાબમાં ઔરંગઝેબે એમને જવાબ લખી મોકલ્યો કે "તમે લખી આપો કે શિવાજી જો ભાગી જશે કે આત્મહત્યા કરશે તો એની સંપૂર્ણ જવાબદારી તમારી (રામસિંહ) રહેશે." રામસિંહે એવું લખી આપ્યું તો પણ ઔરંગઝેબને પૂરો વિશ્વાસ ન થયો એણે આગરાના કોતવાલ સિદ્દી ફૌલાદ ખાં ને આજ્ઞા આપી કે એ શિવાજીના નિવાસ સ્થાનને લશ્કરથી ઘેરી લે. ચારેય કોર તોપ ગોઠવી દેવામાં આવી. રહેણાંકની અંદર પણ આમ્બેરનું લશ્કર અને અમુક અધિકારીઓ તથા સૈનિકોને રખેવાળી કરવા મુકી દેવાયા. કેવી વિડંબના હતી, સ્વતંત્ર સામ્રાજ્યનું વ્રત લેનાર સહ્યાદ્રિનો સૂર્ય (શિવાજી) રાજા જયસિંહના વચનો ઉપર વિશ્વાસ કરીને આગરા આવ્યો હતો, પણ અહિંયા અપમાનિત કરીને એને કેદ કરી લેવાયો હતો. સ્વછંદ વિચરણ કરનાર વનરાજ પિંજરામાં કેદ થઈ ગયો હતો.

કેદમાંથી મુક્ત થવાનો પ્રયાસ

જેમ–જેમ સમય પસાર થતો ગયો તેમ–તેમ શિવાજી ઉપર નિયંત્રણ પણ વધુ આકરૂં થતું ગયું. શિવાજી કેદમાં હતા, એટલે એમને આગરા આવવાનું દુઃખ હતુ અને પોતાની વિવશતા ઉપર રોવું પણ આવતું હતું. બીજી બાજુ ઔરંગઝેબ માટે પણ આ વિચિત્ર પરિસ્થિતિ હતી. બંને જણ ચિંતામાં હતા કે આ સમસ્યાનો ઉકેલ કેવી રીતે કાઢવો. ઔરંગઝેબ શિવાજીને મરાવી નાંખવા માગતો હતો, પણ આ કામ એ કોઈ સુવિધાજનક વિધિથી કરાવવા માગતો હતો જેથી કોઈ હો–હા ન થાય. આ વાત શિવાજી પણ સરખી રીતે જાણતા હતા કે એમની સાથે હવે એ શું કરવાનું વિચારી રહ્યો છે? તો પણ જ્યારસુધી શ્વાસ છે ત્યારસુધી આશા છે એમ વિચારીને શિવાજીએ પોતાની હિમ્મત ન હારી. તેઓ જાણતા હતા કે હિમ્મત હારવી કાયરતા છે. સાહસથી જ સંકટ સમયે મહાન લોકો મુકિત મેળવી શકે છે.

સમ્રાટના દરબારમાં એક દિવસે એવી પણ યોજના ઘડવામાં આવી કે શિવાજીને રામસિંહની સાથે કાબુલ મોકલી દેવામાં આવે, પણ પછીથી એ યોજના ટાળી નંખાઈ. શિવાજીને એ વિશ્વાસ થઈ ગયો હતો કે એમની હત્યા હવે કોઈ પણ ઘડીએ થઈ શકે છે. એટલે એમણે દરબારના અમુક લોકોને પોતાના પક્ષમાં કરવાનો વિચાર કર્યો. એમણે અમુક રૂપિયા જફર ખાં ને આપ્યા, જે દરબારમાં વઝીર હતો – અન્ય દરબારીને પણ થોડા–ઘણાં રૂપિયા આપ્યા અને અમુક સામંતોને પણ ભેંટ મોકલવામાં આવી. ૨૦ મી મેના રોજ જફર ખાં એ શિવાજીની પ્રાર્થના સમ્રાટની સામે મુકી. જેથી ત્યારે શિવાજીનો મૃત્યદંડ રદ્દ કરી દેવાયો.

ત્યારબાદ શિવાજીએ એક બીજો પત્ર ઔરંગઝેબ પાસે મોકલાવ્યો. જેમાં લખ્યું હતું કે – "સમ્રાટ મને આજ્ઞા આપે કે હું પરત ચાલ્યો જાઉં. પોતાના દેશમાં જઈને હું પોતાના અન્ય કિલ્લાઓ પણ તમને સોંપી દઈશ. હું પાક્કો રાજભકત છું. હાલમાં તમારો બીજાપુર સાથે યુદ્ધ ચાલી રહ્યું છે. હું આ યુદ્ધમાં તમારી મદદ કરીશ. મારો દીકરો તમારી સેવામાં રહેશે. મારૂં દક્ષિણ જવું જરૂરી છે કારણ કે મારા કિલ્લાના રક્ષકો મારા પત્રથી મારી આજ્ઞાનું પાલન નહીં કરે." આ બધી બાબતની ઔરંગઝેબ ઉપર કોઈ જ અસર ન થઈ. ઉલ્ટાનું તેણે પોતાની પ્રતિક્રિયા જાહેર કરતાં કહ્યું કે – "મારા પ્રત્યે શિવાજીની આવી નમ્રતા ભર્યો વ્યવહાર અને સાથે જ એવી આશા રાખવી કે હું એમને પરત મોકલી દઈશ, લાગે છે કે શિવાજીનું માથું ફરી ગયું છે. એને પાછું જવાની આજ્ઞા નથી મળી શકતી. એને કહેવામાં આવે કે એ કોઈની સાથે ન મળે."

ત્યારબાદ શિવાજી ઉપર પહેરો વધુ કડક કરી દેવાયો. ૮ મી જૂને શિવાજીએ ઔરંગઝેબને ફરીથી લખ્યું કે – "મને બીજે કયાંક રહેવાની વ્યવસ્થા કરી આપો, જ્યાં હું આરામથી રહી શકું, પણ રામસિંહની સુરક્ષામાં ન રાખો."એના જવાબમાં સમ્રાટે લખ્યું કે – "રામસિંહ અમારો સાચો સેવક છે. એટલે તમારે એના નિયંત્રણમાં જ રહેવું પડશે. એટલે એમના માણસો પણ કોતવાલના લશ્કર સાથે તમારી ઉપર નજર રાખશે. જો તમે ભાગી જશો અથવા આત્મહત્યાર કરશો તે એની જવાબદારી રામસિંહ ઉપર આવશે. ત્યારે એના જવાબમાં શિવાજીએ રામસિંહને કહેડાવ્યું કે, એમણે સમ્રાટને જે વચન આપ્યું છે એ પાછું ખેંચી લે. જેથી સમ્રાટે એમની

(શિવાજી) સાથે જે પણ વ્યવહાર કરવો હોય તે કરે. ઔરંગઝેબે જયસિંહને પત્ર લખ્યો કે શિવાજી સાથે શું વ્યવહાર કરવામાં આવે અને રામસિંહનું વચન રદ્દ કરી નાંખ્યું. કોઈપણ ઉપાય ન જોઈને શિવાજીએ પોતાના અધિકારીઓને પોતાની સાથે રાખવાનું નકામું લાગવા માંડયું. એટલે ૯ જૂને એમણે સમ્રાટથી એ લોકોને પાછા મોકલવાની આજ્ઞા માંગી અને પોતાના સૈનિકોને પણ સ્પષ્ટ કરી દીધું કે એ લોકો પાછા ચાલ્યા જાય. સમ્રાટ મને મારવા જ માગે છે તો મારી નાંખે." ફૌલાદ ખાં દ્વારા શિવાજીના સેવકોને પરત મોકલવાની આજ્ઞા સમ્રાટે તરત જ આપી દીધી, કારણ કે એ પણ ઈચ્છતો હતો કે આગરામાં શિવાજીની સાથે ઓછામાં ઓછા લોકો રહે એ જ સારૂં છે. એટલે આશરે ૨૫ જુલાઈના રોજ શિવાજીના લગભગ બધા જ સૈનિકો મહારાષ્ટ્ર પરત જવા માટે નીકળી પડયા.

ત્યારબાદ શિવાજીએ સમ્રાટને ફરીથી નિવેદન કર્યુ છે એમને કોઈ તીર્થસ્થાને મોકલી દેવામાં આવે જેથી ત્યાં તેઓ પોતાનું બાકીનું જીવન એક સાધુ તરીકે પસાર કરી શકે. ત્યારે ધૂર્તતાથી હસતા ઔરંગઝેબે કહ્યું કે – "બહુ સારૂં, એને ફકીર થઈ જવા દો અને કહ્યું કે એ ફકીર બનીને અલાહાબાદના કિલ્લામાં રહે. ત્યાં મારો સુબેદાર બહાદુર ખાં એની ઉપર સરખી રીતે નજર રાખશે."

શિવાજી પોતાની મુકિત માટે પૂરી રીતે સાવધ હતો. પોતાના સૈનિકોને પાછા મોકલી દેવા પાછળ પણ એનો એ જ ઈરાદો હતો કે અહિંયા ધીરે–ધીરે વસતિ ઓછી કરવી. આટલા બધા દિવસો સુધી આગરામાં રહેવાથી અને અનેક સામંતો, દરબારિયો વગેરે ઉપર ધન લુંટાવતાં એની પાસે પૈસા ખુટી ગયા હતા, એટલે ૧૩ જુલાઈ એ એમણે રામસિંહ પાસેથી છાંસઠ હજાર રૂપિયા ઉધાર લીધા, પછીથી આ રકમ એમણે પોતાના પ્રતિનિધિ જયસિંહ સાથે મોકલાવી દીધી હતી.

સમય પસાર થતો જઈ રહ્યો હતો અને ઔરંગઝેબ ઉપર દાબ વધતો જઈ રહ્યો હતો કે એ શિવાજીને મારી નાંખે. ઔરંગઝેબની એક બેગમ (પત્ની) અને એમની માસી શિવાજીની વિરોધી હતી. ઔરંગઝેબની આ માસી, જે જફર ખાંની પત્ની હતી, પોતાના ભાઈ શાઈસ્તા ખાં પર શિવાજીએ કરેલા હુમલાના કારણે એને શૈતાન સમજતી હતી. એક દિવસ શિવાજી જફર ખાં ને મળવા મહેલમાં ગયા હતા પણ આ મહિલાએ એમને

થોડી વાર પછી પરત મોકલી દીધા હતા. શિવાજી વિશે એની એવી ધારણા હતી કે એ દૂર ઉભેલા શત્રુ ઉપર કુદીને પણ વાર કરી શકે છે.

દરમિયાનમાં ઔરંગઝેબને જયસિંહનો પત્ર મળ્યો, જેમાં એમણે દૃઢતા સાથે લખ્યું હતું કે શિવાજીની વિરૂદ્ધ કોઈ પણ કઠોર કાર્યવાહી ન કરવામાં આવે. એમની સેવાઓનો ઉપયોગ દક્ષિણમાં કરવામાં આવે. તદ્ઉપરાંત સમ્રાટને વિનંતી કરવામાં આવી કે એમનું વચન સંસારમાં સૌથી પવિત્ર વસ્તુ છે. એટલે એમણે સમ્રાટના પ્રતિનિધિના રૂપમાં (જયસિંહે) શિવાજીના સંરક્ષણનું જે વચન આપ્યું હતું એનું સન્માન રાખવામાં આવે અને એ વચન તોડવામાં ન આવે. અને જો આ વચન તોડવામાં આવશે તો ફકત જયસિંહ જ નહીં પણ અન્ય રાજપૂત રાજા પણ સમ્રાટના વિરોધી થઈ જશે. આ પત્ર વાંચીને ઔરંગઝેબે શિવાજીની હત્યા કરવાનો વિચાર ટાળી નાંખ્યો, તેમછતાં એ ઈચ્છતો હતો કે શિવાજીને એટલી હદ સુધી હેરાન કરવામાં આવે કે અંતે તે હારીને, થાકીને પોતે જ આત્મહત્યા કરી લે. આમ કરવા માટે સૌથી પહેલા શિવાજીને રામસિંહના રહેઠાણથી ખસેડવો જરૂરી હતો. એના માટે એક ચાલ રમવામાં આવી. સૈનિકોએ એ વાતની ફરિયાદ કરી કે રામસિંહ પાડોશમાં હોવાને લીધે તેઓ શિવાજી ઉપર યોગ્ય નજર નથી રાખી શકતા, એટલે શિવાજીને ફિદાઈ હુસૈનના રહેઠાણમાં સ્થાનાંતરિત કરી દેવામાં આવ્યા. શિવાજી પોતાના આ સ્થાનાંતરણનો અર્થ સરખી રીતે સમજતા હતા.

કારાગૃહમાંથી અદ્‌ભૂત રીતે પલાયન

આમ તો શિવાજીએ જ્યારે પોતાના સૈનિકોને પાછા મોકલી દીધા હતા ત્યારે જ ત્યાંથી પલાયન થવાનું આયોજન પણ કરી ચુકયા હતા. એટલે એમણે એવો દેખાવ કરવાની શરૂઆત કરી દીધી હતી કે માનો તેઓ પોતાના જીવનથી નિરાશ થઈ ગયા છે. એક દિવસ તેઓ સંભાજીને વળગીને રોવા લાગ્યા. તેઓ વારંવાર એ અશુભ ઘડીને કોસતા જ્યારે તેઓ આગરા આવવા માટે નીકળ્યા હતા. તેઓ એવી રીતે ગળગળા થઈને બોલતા, જેને સાંભળીને એવું લાગતું કે તેમણે પોતાના જીવનની બધી જ આશા છોડી દીધી છે અને જો હવે સમ્રાટ તેમને જીવનદાન આપીને મુકત કરી દેશે તો

તેઓ એમની દરેક વસ્તુ માની લેશે.

હવે શિવાજી પાસે એમના ફકત બે જ સેવક રોજી ફર્જન્દ અને મદારી મેહતર રહી ગયા હતા. શિવાજી માંદગીનું બહાનું કરીને પલંગ ઉપર સુતા રહેતા. એમણે બહાર નીકળવાનું પણ સાવ બંધ કરી દીધું હતું. માંદગીથી છુટકારો મેળવવા માટે એમણે બ્રાહ્મણો, સાધુઓને ત્યાં મોટા–મોટા સુંડલા ભરીને ફળ અને મિઠાઈઓ ભેંટમાં મોકલવાની શરૂઆત કરી. આ સુંડલા(ટોકરીઓ) ભેંટ સ્વરૂપે ઔરંગઝેબના દરબારીઓને મોકલવામાં આવતા. દરેક ટોકરીને વાંસના ડાંડાથી ખભા ઉપર લટકાવીને સાંજે શિવાજીના કક્ષમાંથી બે કહાર બહાર લઈ જતા હતા.પહેલા–પહેલા તો કોતવાલના પહેરદારો એ ટોકરીની સરખી રીતે જોતાં કે અંદર બીજું તો કાંઈ નથી ને. પછી એમણે જોયું કે ખરેખર એમાં મિઠાઈઓ અને ફૂલ જ મોકલવામાં આવે છે તો ધીરે–ધીરે તેમણે ચકાસણી કરવાની બંધ કરી દીધી. શિવાજી એની જ રાહ જોઈ રહ્યા હતા. ૧૮ કે ૧૯ ઑગસ્ટના રોજ એમણે પહેરેદારોને આજ્ઞા આપી કે એમની માંદગી વધી ગઈ છે અને તબિયત જરાય સારી નથી તો કોઈ એમને હેરાન ન કરે. પછી એમના પલંગ ઉપર રોજી ફર્જન્દ સુઈ ગયો જે શાહજીનો કોઈ સેવિકાથી પેદા થયેલ પુત્ર હતો અને તે દેખાવમાં શિવાજી જેવો જ લાગતો હતો. તેણે પોતાનું મોઢું ઢાંકી લીધું અને હાથમાં શિવાજીનો સોનાનો કડો પહેરી લીધો. હાથ ચાદરથી બહાર કાઢેલો હતો. સાંજે શિવાજી અને સંભાજી બે ટોકરીમાં સુઈ ગયા. એમની ઉપર પાંદડા, ફળ વગેરે સરખી રીતે ગોઠવી દેવામાં આવ્યા અને પછી કહાર એમને લઈને નીકળી ગયા. પહેરેદારોને પણ એમ જ હતું કે રોજની જેમ જ ફળ, ફૂલ જઈ રહ્યા છે એટલે એમણે પણ તપાસ્યા વિના બહાર જવા દીધા.

તે દિવસ ભાદરવા મહિનાની વદ બારસની અંધારી રાત હતી. આગરા શહેરની બહાર એક નિર્જન જગ્યાએ કહારોએ ટોકરીઓ રાખી દીધી અને મજાથી પોતાનું ઈનામ લઈને ચાલ્યા ગયા. શિવાજી અને સંભાજી ટોકરીમાંથી બહાર નીકળ્યા. બે મરાઠા સેવક એમની સાથે હતા. ચારે જણ રાતના જ ત્રણ માઈલ ચાલીને નજીકના એક નાનકડા ગામમાં પહોંચી ગયા. ત્યાં નીરાજી રાવજી ઘોડાઓ લઈને એમની રાહ જોઈ રહ્યા હતા. અહિંયાથી બધા લોકો બે જૂથમાં વહેંચાઈ ગયા. બાળક સંભાજી, નીરાજી,

દત્તાજી, ત્ર્યબંક અને રાઘવ મિત્ર બધાને લઈને અને શિવાજી સંન્યાસીના વેષમાં મથુરા તરફ આગળ વધ્યા. બાકીના બધા સીધા મહારાષ્ટ્ર ગયા.

બીજી બાજુ શિવાજીના નિવાસસ્થાને (કારાગૃહમાં) પહેરેદારો એમને દૂરથી જ જોઈને પાછા ચાલ્યા ગયા હતા કારણ કે એમને ખબર હતી કે શિવાજી માંદા છે. તેઓ જોતા કે શિવાજી મોઢું ઢાંકીને સુતા છે. સેવક એમના પગ દાબી રહ્યો છે અને એમના હાથનું કડું જોઈને તેઓ વિશ્વાસ કરી લેતા કે હા, શિવાજી સુતા છે. થોડી વાર પછી રીહોજી ફર્દન્ત પણ પલંગમાંથી ઉઠયો, એણે કપડા બદલાવ્યા અને બીજા મરાઠા સેવકને લઈને એ પણ ત્યાંથી બહાર ચાલ્યો ગયો. બહાર જતી વખતે એણે પહરેદારો કીધું કે એ દવા લેવા જઈ રહ્યો છે. શિવાજીના માથામાં અસહ્ય દુઃખાવો છે એટલે અંદર કોઈ ન જાય. શિવાજીના ટોકરીમાં ભાગી ગયા પછી બીજા દિવસે હીરોજી પણ ચાલ્યો ગયો પછી આશરે એકાદ કલાક પછી બપોરે પહેરેદારોને શંકા થઈ કે કોઈ જ અંદર નથી કારણ કે અંદરથી કોઈના પણ ચાલવાનો કે વાતોનો અવાજ નહોતો આવી રહ્યો. ધીરે–ધીરે શંકા વધી એટલે ધડકતા હૃદયે ફોલાદ ખાં સ્વયં અંદર ગયો, પણ આ શું, ત્યાં શિવાજી ન હતા, આટલો કડક પહેરો હોવા છતાં પણ શિવાજી હવામાં છુ થઈ ગયા હતા. બધાના હોશ ઉડી ગયા. આખું મકાન છાની માર્યુ, પણ ત્યારસુધી તો 'ચિડિયા ઉડ ચુકી થી', ફકત નિરાશા જ હાથ લાગી.

ખૂબ જ ગંભીર થઈને ફૌલાદ ખાં ઔરંગઝેબ પાસે ગયો. તેમણે એમને માહિતી આપી – 'જહાંપનાહ! શિવાજી ભાગી ગયો, પણ એમાં એમનો જરાય વાંક નથી. એ કોઠરીની અંદર જ હતો. અમે તો લાગલાગટ અંદર જોઈને તપાસતા રહેતા હતા, તો પણ જરાય ખબર ન પડી કે એ કયારે અને કેવી રીતે પલાયન થઈ ગયા. ખુદા જાને જમીન નિગલ ગઈ યા આસમાન મેં ઉડ ગયા યા પૈદલ ભાગા, કુછ માલુમ નહીં. હમ લોગ પાસ મેં હી થે. ઈતની ચૌકસી રખને પર ભી ગાયબ હો ગયા. કિસ જાદુગરી સે ગાયબ હો ગયા વહ, નહીં બતા સકતે."

ઔરંગઝેબ આ નકામી વાતોમાં વિશ્વાસ રાખતો ન હતો. એણે તરત જ ખૂબ જ ચિંતા સાથે પોતાના બધા જ રાજ્યપાલો અને અધિકારીઓને કડક આદેશ આપ્યા કે તેઓ ભગોડા (શિવાજી)ને તરત જ પકડી પાડે. પકડો–પકડોના અવાજ સાથે શોધકર્તા દળ તરત જ ચારેય દિશાઓમાં

ફેલાઈ ગયા. બધા જ ઘાટો, ચૌકીઓ વગેરે ઉપર આદેશ મોકલવામાં આવ્યા કે દક્ષિણની તરફ જનાર દરેક યાત્રીને સરખી રીતે તપાસવામાં આવે કયાંક એમાં શિવાજી ન હોય. આવો સંદેશો લઈને સંદેશ વાહક દરેક દિશામાં દોડી પડયા. ખીણો અને પુલો ઉપર આગમન રોકી દેવાયા. રામસિંહ ઉપર પણ આરોપ મઢવામાં આવ્યો કે એણે જ ભગાડવામાં શિવાજીની મદદ કરી છે. એટલે એને પણ પકડીને લાવવાનો આદેશ દેવામાં આવ્યો. રામસિંહ શિવાજીને પકડવા માટે ધૌલપુરની તરફ ચાલી નીકળ્યો.

ત્ર્યબંક સોનદેવ, દબીર, રઘુનાથ બલ્લાલ, કોર્ડે વગેરેને આગરાની આજુબાજુમાંથી જ પકડી લેવાયા. એમને મારી–મારીને એમનાથી સ્વીકારાવ્યું કે શિવાજીને ભગાડવામાં રામસિંહનો હાથ હતો. ફૌલાદ ખાં એ પણ એવો જ આરોપ લગાડયો. અંતે ગુસ્સે થઈને ઔરંગઝેબે એમનો હોદ્દો છીનવી લીધો અને દરબારમાં આગમન પણ બંધ કરી દીધું. ત્ર્યબંક સોનદેવ, દબીર, રઘુનાથ બલ્લાલ, કોર્ડે વગેરેને અમાનવીય શારીરિક યાતનાઓ આપવામાં આવી. પછી એમને ૧૬૬૭માં એપ્રિલ મહીનામાં છોડવામાં આવ્યા ત્યાર સુધીમાં શિવાજીને સ્વદેશ પહોંચ્યા પણ છ મહીના થઈ ગયા હતા. કેટલાય દિવસો સુધી શિવાજીના પલાયનની ચર્ચાઓ થતી રહી, પછી જઈને ખબર પડી કે તેઓ ટોકરીમાં છુપાઈને બહાર ગયા હતા. તે સમયે પહેરો દેનારાઓને કઠોર દંડ આપવામાં આવ્યો. શિવાજી હીરા, સોના, હાથી, ઘોડા વગેરે જે કાંઈ પણ છોડી ગયા હતા એ બધું જ કબજે કરી લેવાયું.

શિવાજીએ પોતાના રાજકવિ પરમાનંદને એક હાથી, એક હથણી, એક ઘોડો અને એક હજાર રૂપિયા અને જોડ કપડાં આપીને પહેલા જ વિદાય કરી દીધા હતા. એમને પણ પકડી લેવાયા. રાજા જયસિંહે પરમાનંદને પકડનાર અધિકારીને એમને મુકત કરવાનો આદેશ આપ્યો, પણ તે અધિકારીએ આ સમાચાર સમ્રાટને આપી દીધા. ત્યારબાદ એની સાથે શું વ્યવહાર કરવામાં આવ્યો તે વિશે ઈતિહાસ મૌન છે.

થોડાક સમય પછી રામસિંહે માફી મળી ગઈ, પણ એને સમ્રાટનો સ્નેહ અને વિશ્વાસ પહેલા જેવો ફરી કદી ન મળ્યો. એમના પિતા જયસિંહે પણ સમ્રાટના ગુસ્સાનો સામનો કરવો પડયો. જયસિંહે પોતાના પુત્ર રામસિંહને પત્ર લખ્યો હતો કે એ શિવાજીની રખેવાળીનું કામ ન કરે.

શિવાજીના ભાગી જવાથી ઔરંગઝેબે એમાં જયસિંહનો હાથ સમજ્યો હતો. સને ૧૬૬૭ના મે મહીનામાં મુઅજ્જમને દક્ષિણનો રાજ્યપાલ બનાવતાની સાથે જ જયસિંહને દરબારમાં હાજર રહેવાની મંજુરી આપવામાં આવી. વૃદ્ધ જયસિંહ ઔરંગાબાદથી ઉત્તર દિશા તરફ ચાલી નીકળ્યો. દુષ્ટ સ્વામીની સેવા કરવાનું આવું ફળ જોઈને એને ખૂબ જ દુઃખ થયું હતું. છેવટે રસ્તામાં જ ૨૮ મે ૧૬૬૭ના રોજ બુરહાનપુરમાં એમનો સ્વર્ગવાસ થયો.

શિવાજીના આ પલાયનને ઔરંગઝેબ આજીવન સુધી ભૂલી શકયો ન હતો. તેને એ વાતનો સદા અફસોસ રહ્યો કે એણે શિવાજીને ત્યારે જ શું કામ મરાવી નહોતો નાંખ્યો? તેણે પોતાની વસીયતમાં પણ લખ્યું હતું કે – "રાજ્યના સાચા સમાચાર મેળવવામાં એક પળની વાર પણ ભયંકર પરિણામને જન્મ આપી શકે છે, જેનો જીવનભર સુધી પ્રાયશ્ચિત કરવું પડી શકે છે. એ દુષ્ટ શિવાજી ઉપર ચાંપતી નજર રાખવામાં હું ચુકી ગયો હતો, જેના લીધે મને મૃત્યુ સુધી યુદ્ધની ભયંકર કઠિનાઈઓનો સામનો કરવો પડયો."

બીજી બાજુ શિવાજી સીધા જ મહારાષ્ટ્ર ન જઈને મથુરા પહોંચી ગયા હતા, એમને વિશ્વાસ હતો કે ધૌલપુર નરવર થઈને પસાર થતા માર્ગમાં દક્ષિણ–પશ્ચિમ તરફ કડક પહેરો હશે. એટલે તેઓ પહેલા ઉત્તર અને પછી પૂર્વની તરફ ગયા. આમ કરવાથી એમની ઉપર શંકા થવાની શકયતા ઓછી હતી. પહેલી રાતે જ ખૂબ જ ઝડપથી ઘોડાને ભગાવતા તેઓ મથુરા પહોંચી ગયા હતા. સંભાજી ત્યારે ફકત નવ વર્ષના જ હતા, એટલે તે ખૂબ જ થાકી ગયા હતા. તરત જ આગળ વધવું એમના માટે શકય ન હતું, પણ શિવાજીનું વધારે વખત મથુરામાં રહેવું પણ જોખમી હતું. શિવાજી પેશવાના ત્રણ સાળા કૃષ્ણાજી, કાશીજી અને વિશાજી મથુરામાં રહેતા હતા. એટલે નીરાજીએ આ ત્રણેય મરાઠા બ્રાહ્મણોને બોલાવીને પોતાની મુશ્કેલી એમની સામે મુકી હતી. દેશ અને ધર્મ પ્રત્યે પ્રેમનો પરિચય આપતા આ ત્રણેય ભાઈઓએ સંભાજીને પોતાની પાસે રાખી લીધો. જો કે તેઓ જો પકડાઈ જાત તો એમને ઔરંગઝેબના કોપનો સામનો કરવો પડત, પણ એમણે એની કોઈ ચિંતા ન કરી. એક ભાઈ શિવાજીના દળને થોડી દૂર સુધી રસ્તો બતાડવા માટે પણ ગયો.

મથુરામાં શિવાજીએ પોતાની દાઢી–મુંછ મુંડાવી નાંખી હતી, શરીર

ઉપર રાખ ચોપડી લીધી અને સંન્યાસી બનીને આગળ વધી ગયા. નીરાજી હિન્દી બહુ સારી બોલી શકતો હતો. એટલે તે મહંત બની ગયો અને સૌથી આગળ ચાલવા લાગ્યો. શિવાજી અને અન્ય મદદનીશો શિષ્ય બની ગયા. આ લાંબા પ્રવાસ માટે શિવાજીએ પૈસાની વ્યવસ્થા પણ કરી લીધી હતી. સંન્યાસીની છડીને ખોખલી કરીને એની અંદર સોના મહોરો અને હીરા ભરી લીધા હતા અને પછી ઉપરથી મુખ સરખી રીતે બંધ કરી દીધું હતું. બુટની અંદર પણ અમુક રૂપિયા છુપાવી રાખ્યા હતા. અમુક રત્નો મીણમાં રાખીને સેવકોના કપડામાં સીવી નાંખ્યા હતા અને થોડાક રત્નો મોઢામાં છુપાવી રાખ્યા હતા. આ દળ મોટાભાગે રાતે જ પ્રવાસ કરતો હતો અને દિવસમાં કોઈ એકાંત જગ્યાએ આરામ કરતો હતો. દરરોજ સંન્યાસી પોતાનો વેશ બદલી નાંખતા. કોઈ મળી જાય તો મહંત બનેલો નીરાજી જ એમની વાતોનો જવાબ આપતો અથવા એનાથી કાંઈ પુછતો. રસ્તામાં શિવાજી પ્રયાગમાં ગંગા–યમુનાના સંગમ પર રોકાણા અને સ્નાન કરવા આગળ વધ્યા. પ્રયાગથી આગળ વધ્યા પછી આ દળ છેલ્લે ગોદાવરીના તટ પર મહારાષ્ટ્રની સરહદ સાથે અડેલા એક ગામડે પહોંચ્યું. સાંજ થઈ ગઈ હતી, એટલે એમણે ગામડાના એક મુખિયાથી રાતવાસો કરવાનો આશ્રય માંગ્યો. થોડાક જ દિવસો પહેલા શિવાજીના એક સૈનિક દ્વારા આનંદરાવના નેતૃત્વમાં આ ગામને લુંટી લેવામાં આવ્યું હતું. સંન્યાસીઓએ જ્યારે આશ્રય માંગ્યો ત્યારે તેઓ બોલી પડયા કે –"બધું જ ખાલી પડયું છે. શિવાજીના માણસો બધું જ લુંટીને લઈ ગયા છે. શિવાજી કેદમાં છે. સારૂં થશે જો એ ત્યાં જ સડીને મરી જાય." આમ કહીને તે બધા શિવાજીનું નામ લઈ–લઈને રોવા લાગ્યા. શિવાજીને હસવું આવી રહ્યું હતું. તેમણે નીરાજીને એ મુખિયાનું નામ અને સરનામું લખી લેવાની આજ્ઞા આપી. પછીથી શિવાજીએ પોતાની રાજધાની પહોંચ્યા પછી એને પોતાની પાસે બોલાવીને લુંટેલી રકમ કરતાં ઘણી વધારે રકમ આપીને એને વિદાય કર્યો.

મહારાષ્ટ્ર પહોંચ્યા

આગરાથી નીકળ્યા પછી પચ્ચીસમાં દિવસે ૧૨ કે ૧૩ સપ્ટેમ્બરે ૧૬૬૬ના રોજ શિવાજીનું આ દળ પોતાની રાજધાની રાજગઢ પહોંચ્યું

હતું. કિલ્લાના મુખ્ય દ્વાર પર પહોંચીને માતા જીજાબાઈને કહેણ મોકલવામાં આવ્યું કે ઉત્તર ભારતથી આવેલું એક સંન્યાસીઓનું દળ એમનાથી મળવા માગે છે. ધાર્મિક સ્વભાવની જીજાબાઈ સાધુ–મહાત્માઓનું ખૂબ જ માન–સન્માન કરતી હતી. તે સંન્યાસીઓના દર્શન કરવા માટે બહાર આવ્યા. એમણે સાધુઓને પ્રણામ કર્યા. મહંત બનેલા નીરાજીએ એમને આશીર્વાદ આપ્યા, પણ તેટલી વારમાં જ મહંતના શિષ્ય બનેલા શિવાજીએ પોતાની માતાના ચરણોમાં નતમસ્તક થઈ ગયા. એક સંન્યાસીના આવા વ્યવહારથી માતા જીજાબાઈને ખૂબ જ આશ્ચર્ય થયું. ત્યારે જ શિવાજીએ પોતાને વેશ કાઢીને માતાના ખોળામાં પોતાનું માથું મુકી દીધું. પુત્રને જોઈને માતાની આંખોમાંથી હર્ષાશ્રુ વહેવા લાગ્યા. ખૂબ જ મર્મસ્પર્શી અને ભાવનાપૂર્ણ દૃશ્ય હતું. બધે જ ખુશીની લહેર દોડી ગઈ, જેની કોઈ સીમા ન હતી. શિવાજીના સકુશળ પરત આવવાના ઉપલક્ષ્યમાં એમના બધા જ કિલ્લાઓમાં તોપધ્વનિઓથી માહિતી આપવામાં આવી. આખા રાજ્યમાં ઉત્સવ મનાવવામાં આવ્યું. રાજ્યની પ્રજા ખુશીથી પાગલ થઈ ગઈ હતી અને વારંવાર ઉત્સવ મનાવવામાં આવતું અને કિલ્લાથી ખુશી જાહેર કરવા માટે તોપધ્વનિ છોડવામાં આવતી હતી. એટલે પછીથી એવી રાજાજ્ઞા કરવામાં આવી કે કોઈ ખાસ અવસરે જ તોપધ્વનિ અને તે પણ એક નિશ્ચિત કરેલી સંખ્યામાં જ છોડવામાં આવશે. રાજ્યભરમાં શિવાજીની સેવા કરનારને ઈનામો આપવામાં આવ્યા.

પહેલા ઉલ્લેખ કરવામાં આવ્યો હતો કે બાળક સંભાજીને મથુરામાં છોડી દેવામાં આવ્યો હતો. મોગલોથી એમનું રક્ષણ કરવા માટે એવી અફવાહ ફેલાવવામાં આવી હતી કે માર્ગમાં જ સંભાજીનું મૃત્યુ થઈ ગયું છે. આ સમાચાર સાંભળીને મોગલ પહેરેદારો ઉદાસ થઈ ગયા હતા. પછીથી શિવાજીએ મથુરામાં એ ત્રણેય બ્રાહ્મણોને સંદેશો મોકલાવ્યો હતો કે તેઓ સંભાજીને લઈને સહકુટુંબ મહારાષ્ટ્રમાં આવી જાય. ત્રણેય ભાઈ સંભાજીને પણ બ્રાહ્મણોનો પહેરવેશ પહેરાવીને પોતાના કુટુંબ સાથે નીકળી પડયા. રસ્તામાં એક જગ્યાએ મોગલોના કર્મચારીઓને શંકા ગઈ. બ્રાહ્મણોએ સંભાજીને પોતાના જ કુટુંબનો સભ્ય ગણાવ્યો, પણ એમની શંકા દૂર ન થઈ. એમણે પોતાની શંકા દૂર કરવા માટે બ્રાહ્મણોને સંભાજી સાથે જમવા માટે કહ્યું. કારણ કે આજથી આશરે ત્રણસો વર્ષ પહેલા એક

કટ્ટર બ્રાહ્મણ કુટુંબનો કોઈપણ વ્યકિત કોઈ અન્ય જાતિ સાથે અને ખાસ કરીને જેને તેઓ શુદ્ર (નીચી જાતિ) સમજતા તેની સાથે તો જમવાની કલ્પના પણ નહોતી કરી શકાતી. બ્રાહ્મણો માટે આ પરીક્ષાની ઘડી ધર્મસંકટ સમાન હતી. એક બાજુ ધાર્મિક આસ્થા હતી અને બીજી બાજુ દેશ અને જાતિ પ્રત્યે કર્તવ્ય! એક બાજુ ભાવનાઓ હતી અને બીજી બાજુ વિશ્વાસની રક્ષાનું પાવન કર્તવ્ય! છેલ્લે ભાવનાઓની સામે કર્તવ્યની જીત થઈ. મુશ્કેલીના સમયે મર્યાદાના બંધન શિથિલ પડી જાય છે. શાસ્ત્રની આ શિક્ષાથી પ્રેરણા લઈને ત્રણેય બ્રાહ્મણો સંભાજીની સાથે બેસીને જમ્યા. સંભાજી બચી ગયા. બધાય શિવાજી પાસે સકુશળ પહોંચી ગયા.

પછીથી આ ત્રણેય ભાઈઓને શિવાજીએ 'વિશ્વાસ રાવ'ની પદવી, એક લાખ મોહરોનું ઈનામ અને આજીવન સુધી પચાસ હજાર રૂપિયાની વાર્ષિક આવક જાગીર સ્વરૂપે આપી.

શિવાજીના આ પલાયનથી લોકો એમને એક અલૌકિક વ્યકિત સમજવા લાગ્યા. આ રીતે મજબૂત, શકિતશાળી મોગલ સામ્રાજ્યના બધા જ સાધનો પણ એમને કેદમાં રાખવામાં સફળ ન થઈ શકયા. હવે તેમને એજ મોગલ સામ્રાજ્યથી બદલો લેવાનો હતો,અને તે પણ ખૂબ જ સાવચેતી સાથે.

છઠ્ઠો અધ્યાય

નુકસાનની ભરપાઈ

શિવાજી પલાયન થઈને પાછા ઘરે પહોંચી ગયા પછી જયસિંહ સાથે એમની થયેલી સંધિનો કોઈ જ અર્થ ન હતો. એટલે હવે એમની સામે પોતે ખોયેલા રાજ્યોને ફરીથી મેળવવા અને એની રક્ષા–સુરક્ષાનો પ્રશ્ન એટલે કે નુકસાનની ભરપાઈ કરવાનો પ્રશ્ન વધુ મહત્વપૂર્ણ હતો, પણ હવે તેમની શકિત પહેલાની સરખામણીમાં ઘણી ઓછી થઈ ગઈ હતી. આ બાબતોને ધ્યાનમાં રાખતા એમણે દરેક પગલું ફૂંકી–ફૂંકીને ભરવાની જરૂર હતી. પોતાના રાજ્યને ફરીથી ઉભું કરવામાં શિવાજીએ પોતાના કુશળ રાજકારણી જ્ઞાનનો પરિચય આપ્યો હતો.

શકિતનો સંચય

આગરાથી મહારાષ્ટ્ર પહોંચવામાં એમને પચ્ચીસ દિવસો સુધી લગાતાર કઠિન પરિશ્રમ કરવો પડયો હતો અને માર્ગમાં જમવા કરવાની પણ કોઈ વ્યવસ્થા ન હતી. જેના લીધે રાજગઢ પહોંચતા સુધીમાં શિવાજી બે વખત ગંભીર રૂપે માંદા પણ પડયા હતા. તેમ છતાં એમના સૈનિકોએ જાન્યુઆરી ૧૬૬૭થી અમુક વિસ્તારોની લુંટ કરવાની શરૂઆત કરી નાંખી હતી, પણ હજુ તેમણે મોગલોની વિરૂદ્ધ ખુલ્લો યુદ્ધ ન કરવાનું યોગ્ય ગણ્યું હતું.

શિવાજી મોગલોની સામે કોઈ પણ પગલું ઉતાવળમાં ભરવા નહોતા માગતા. પહેલા તેઓ કોંકણમાં પોતાની સત્તાને વ્યવસ્થિત કરવામાં લાગી ગયા. સાથોસાથ તેમણે જયસિંહની સાથે થયેલી પુરંદરની સંધિને પણ તોડી

ન હતી. સૈદ્ધાંતિક રૂપે તેઓ મોગલ સમ્રાટની આધીન બનેલા રહ્યા. તેમણે આ વિષયમાં યશવંત સિંહને પણ પત્ર લખ્યો કે તેઓ (શિવાજી) પોતાના પ્રાણોની રક્ષા માટે જ આગરાથી ભાગી આવ્યા, પણ મોગલ સમ્રાટ પ્રત્યે તેઓ હજી પણ સદ્ભાવના જ રાખે છે અને સાથે જ એમ પણ ઉમેર્યુ કે – "સમ્રાટે મને ત્યાગી દીધો, નહિંતર મારી તો ઈચ્છા હતી કે હું એમની આજ્ઞાથી પોતાના બાહુબળે કંધારનો કિલ્લો જીતીને એમને સમર્પિત કરત. હું ફકત પોતાનો જીવ બચાવવા માટે જ આગરાથી ભાગ્યો હતો. મિર્ઝા રાજા જયસિંહ મારા શુભચિંતક હતા, તે હવે નથી રહ્યા. જો તમે વચમાં પડીને સમ્રાટથી મને માફી અપાવી દેશો તો હું મારા દીકરાને (શહજાદા – મુઅજ્જમ) એમની સેવામાં મોકલી દઈશ અને પોતે પણ એમને જ્યારે મારી જરૂર પડશે ત્યારે એમની સેવા માટે તૈયાર રહીશ."

ત્યારસુધીમાં મોગલ સમ્રાટનો પુત્ર મુઅજ્જમ દક્ષિણનો રાજ્યપાલ બની ગયો હતો. જયસિંહને પરત આવવાની આજ્ઞા અપાઈ ચુકી હતી અને તેની જગ્યાએ રાજા યશવંતસિંહને મોકલવામાં આવ્યા હતા. શાહજાદા મુઅજ્જમ અને યશવંતસિંહ બંનેએ આ દરખાસ્તને ટેકો આપ્યો અને સમ્રાટને લખ્યું. સમ્રાટ ઔરંગઝેબે શિવાજીની આ દરખાસ્ત સ્વીકારી લીધી છે અને શિવાજીને રાજાની પદવી આપવાનું નક્કી કર્યુ છે. ૪ નવેમ્બરે શિવાજીએ સંભાજીને મુઅજ્જમની પાસે ઔરંગાબાદ મોકલ્યો, પછી તે થોડાક જ દિવસોમાં પાછો આવી ગયો હતો. શિવાજીની એક સેના નવા સેનાપતિ પ્રતાપરાવ અને નીરાજીના નિયંત્રણમાં મુઅજ્જમની આધીન કામ કરવા લાગી. સંભાજીને મોગલ સામ્રાજ્યથી પાંચ હજારના મનસબ જેટલી જાગીર બરારમાં આપી દેવાઈ.

એક રીતે પુરંદર સંધિનું પાલન તે સમયે શિવાજીના હિતની રક્ષા કરવામાં મદદગાર સાબિત થયું હતું અને એવું કરવાથી એમને વ્યાવહારિક રૂપે કોઈ નુકસાન થયું ન હતું. તેઓ ફકત કાયદેસર રીતે જ મોગલ સમ્રાટની આધીન હતા. બીજાપુર સાથે એમના સંબંધ શાંતિપૂર્ણ બનેલા રહ્યા અને એમના તથા ગોલકુંડાનો વ્યવહાર પણ એમની સાથે એક સ્વતંત્ર શાસક જેવો કાયમ રહ્યો. ડિસેમ્બરમાં પુર્તગાલિઓએ પણ એમની સાથે સંધિ–પ્રસ્તાવો દ્વારા મિત્રતા કરી લીધી. ગોલકુંડા અને બીજાપુરથી ચૌથ ગ્રહણ (એક ભાગ) કરવાનો અધિકાર એમને પુરંદર સંધિથી મળી જ ગયો

હતો અને મુઅજ્જમે પણ એને માન્યતા આપી દીધી હતી. આ રાજ્યો મરાઠાઓના હુમલાથી બચવા માટે નિયમિત રૂપે દર વર્ષે એક નક્કી કરેલી ધનરાશિ (ગોલકુંડા પાંચ લાખ અને બીજાપુરને ત્રણ લાખ) એમને આપતા રહેતા હતા. એટલે વ્યાવહારિક રૂપે આ બંને રાજ્ય શિવાજીની આધીન થઈ ગયા હતા.

આ રીતે ૧૬૬૭થી ૧૬૬૯ સુધી શિવાજીએ મોગલોની આધીન રહીને સમયનો લાભ ઉઠાવ્યો. આ સમય દરમિયાન તેમણે મોગલોની વિરૂદ્ધ કોઈ જ પગલું ન ભર્યુ, કારણ કે એમ કરવું પણ જરૂરી હતું.

મોગલોની વિરૂદ્ધ યુદ્ધોનો સૂત્રપાત

૧૬૭૦ની શરૂઆતમાં શિવાજીએ મોગલોની વિરૂદ્ધ ફરીથી ખુલ્લેઆમ યુદ્ધનો શંખનાદ વગાડી દીધો. રાજકારણમાં કોઈ કોઈનો કાયમી મિત્ર કે શત્રુ નથી હોતો. એટલે આગરાથી આવ્યા બાદ શિવાજી ત્રણ વર્ષ સુધી મોગલોની આધીન રહીને પોતાની શકિત વધારતા રહ્યા અને જ્યારે એમને લાગ્યું કે હવે તેમને મોગલોની જરૂર નથી ત્યારે તેમણે તરત જ એમના વિરોધમાં યુદ્ધ શરૂ કરી દીધા. એમને યુદ્ધની શરૂઆત કરવા માટે યોગ્ય કારણો પણ મળી ગયા હતા. એવા કયા કારણો હતા એનો ઉલ્લેખ કરવામાં ઈતિહાસકારોમાં મતભેદ છે તેમ છતાં એમ કહેવાય છે કે દક્ષિણનો મોગલ રાજ્યપાળ મુખજ્જમ પોતાના સેનાપતિથી નફરત કરતો હતો અને રાજા યશવંતસિંહની એમની ઉપર ખાસ કૃપા હતી અને તેઓ જ એમને સલાહ પણ આપતા હતા. બીજી બાજુ શિવાજી મુઅજ્જમની નજીક આવતા જતા હતા, જે દિલેર ખાં માટે અસહ્ય હતું. એટલે તેમણે ઔરંગઝેબને માહિતી મોકલાવી કે શાહજાદા મુઅજ્જમ મરાઠાઓ સાથે મળીને સ્વયં સમ્રાટ બનવાનું ષડયંત્ર રચી રહ્યો છે. આ માહિતી મળતાની સાથે જ ઔરંગઝેબે મુઅજ્જમને આદેશ આપ્યો કે એ શિવાજીના દીકરા સંભાજી અને એમના સેનાપતિઓને કેદ કરી લે, પણ મુઅજ્જમે એવું ન કર્યુ અને તે લોકોને ચેતવી દીધા કે એ ત્યાંથી ભાગી જાય. આમ સંભાજી અને એમના સેનાપતિ રાતોરાત ઔરંગાબાદથી ભાગી ગયા.

બીજું કારણ એમ પણ જણાવવામાં આવે છે કે પુરંદરની સંધિ પછી

સમ્રાટે શિવાજીને આગરા આવવા માટે એક લાખ રૂપિયા આપ્યા હતા અને પછીથી સંભાજીને પણ બરાર (જગ્યાનું નામ)માં જાગીર આપી હતી. પછી શિવાજીને આપેલા એક લાખ રૂપિયાની પૂર્તિ માટે ઔરંગઝેબે જાગીર જપ્ત (કબજે) કરી લીધી હતી. જેથી શિવાજીએ સ્વયંને અપમાનિત અનુભવ્યું. એક બીજું કારણ ઔરંગઝેબની હિન્દુ વિરોધી નીતિ પણ હતી. એણે ૯ એપ્રિલ ૧૬૬૯ના રોજ એક આદેશ બહાર કાઢયો કે – "હિન્દુઓના બધા જ વિદ્યાલયો અને મંદિરોને પાડી નાંખવામાં આવે અને એમની ધાર્મિક શિક્ષા અને પ્રથાઓને પણ બંધ કરી દેવામાં આવે." એણે પોતાના બધા જ રાજ્યોમાં હિન્દુઓનું દમન કરવા માટે એક નવો વિભાગ બનાવ્યો. આ વિભાગોથી સમયે–સમયે વિવરણ માગવામાં આવતું કે હિન્દુઓના મંદિરો, વિદ્યાલયોને પાડી નાંખવામાં, એમની ઉપર જાજિયા કર લગાડવામાં, એમને રાજકીય સેવાઓથી અલગ કરવામાં અને હિન્દુ તહેવારો વગેરે રોકવામાં કેટલી પ્રગતિ થઈ છે? ઔરંગઝેબના મગજમાં એક વિકૃત ધારણાએ જન્મ લઈ લીધો હતો કે અલ્લાહે તેને એટલા માટે જ સમ્રાટ બનાવ્યો છે કે એ બીજા ધર્મોને નષ્ટ કરે અને પોતાના ધર્મનો પ્રચાર કરે. શાહજહાંના સ્વર્ગવાસ પછી એને વિશ્વાસ થઈ ગયો હતો કે હવે એમનું રાજ્ય નિષ્કંટક થઈ ગયું છે, એટલે એમની ક્રૂરતા અને કટ્ટર સ્વભાવ બેરોકટોક વધી ગયો. તેણે હિન્દુઓનું દૃઢતા સાથે દમન કરવાની શરૂઆત કરી નાંખી. સૌથી પહેલા ૪ ડિસેમ્બર, ૧૬૬૯ના રોજ એમની આજ્ઞાથી કાશીનું ઈતિહાસમાં ખ્યાતિ પ્રાપ્ત વિશ્વનાથનું મંદિર તોડી નાંખવામાં આવ્યું. મથુરાના કેશવરાવ મંદિરની સાથે પણ એજ થયું. મથુરામાં કૃષ્ણ પૂજાથી એને ખૂબ જ ઘૃણા હતી. એણે મથુરાનું નામ બદલાવીને ઈસ્લામાબાદ કરી નાંખ્યુ. ઉજ્જૈન અને અમદાવાદમાં પણ આવું જ કર્યુ. હિન્દુઓના હોળી અને દિવાળીના તહેવારોની ઉજવણી કરવાની પણ મનાઈ કરી દેવાઈ. રાજસ્થાનનું આમેર મંદિર પણ ૧૬૮૦માં પાડી નાંખવામાં આવ્યું. ઔરંગઝેબ પોતાના શરૂઆતી જીવનમાં પણ હિન્દુ ધર્મના વિરોધી હતા. જ્યારે તેઓ પહેલી વખત દક્ષિણ ભારતના રાજ્યપાલ હતા, ત્યારે પણ ૧૬૪૪માં તેમણે અમદાવાદના ખ્યાતિપ્રાપ્ત ચિંતામણિ મંદિરમાં ગાયનું વધ કરીને એને મસ્જિદમાં ફેરવી નાંખ્યુ હતું.

કાશી વિશ્વનાથના મંદિરને તોડી નાંખીને ત્યાં મસ્જિદ બનાવવાના

સમાચારે સમગ્ર દેશના હિન્દુઓના જન–માનસને ઠેસ પહોંચાડી હતી. આનાથી સમગ્ર દેશમાં આતંક જેવું વાતાવરણ સર્જાઈ ગયું એટલે શિવાજી હિન્દુ ધર્મના રક્ષક બનીને આ અન્યાયના વિરોધમાં મોગલો સાથે ટક્કર લેવા માટે તૈયાર થયા.

ખરૂં કારણ એજ હતું કે આ ત્રણ વર્ષોમાં શિવાજી પોતાની શકિત વધારવામાં વ્યસ્ત હતા. હવે તેમને પણ પોતાની શકિત અને સામર્થ્ય ઉપર વિશ્વાસ હતો કે તેઓ મોગલો સામે સીધી ટક્કર લઈ શકે છે. ૧૬૭૦ની શરૂઆતમાં એમણે બરારને લુંટીને એની શરૂઆત કરી નાંખી. ત્યારબાદ ઔસા પ્રાન્તમાં અનેક જગ્યાએ લુંટ કરી. હવે તેમને મોગલોથી પોતાના કિલ્લા પાછા લેવા હતા.

સિંહગઢ ઉપર ફરીથી અધિકાર

પુરંદર સંધિમાં મરાઠાઓએ જે કિલ્લાઓને મોગલોને હસ્તગત કર્યા હતા એમાં સિંહગઢ સૌથી મહત્વપૂર્ણ હતું. પશ્ચિમી પ્રદેશો પર નિયંત્રણ રાખવા માટે આ કિલ્લાઓ ઉપર અધિકાર કરવો જરૂરી હતો. જૂન ૧૬૬૫માં શિવાજીએ આ ગઢ પોતે કીરતસિંહને સોંપ્યો હતો. અત્યારે આ કિલ્લામાં મોગલોનો એક વિશ્વાસપાત્ર માણસ ઉદયભાન રાઠોર રક્ષકના રૂપમાં નિમણૂંક કરવામાં આવી હતી. આ ગઢ પ્રકૃતિની દ્રષ્ટિએ પણ સુરક્ષિત હતો અને એની રક્ષા માટે મોગલોએ સુંદર વ્યવસ્થા પણ કરી રાખી હતી. એક રીતે આ કિલ્લા ઉપર જેનો અધિકાર રહેતો, એ જ પૂનાનો સ્વામી પણ થઈ શકતો હતો. શિવાજી પોતે પણ આ ગઢને અજય સમજી રહ્યા હતા, પણ માતા જીજાબાઈની તીવ્ર ઈચ્છા હતી કે આ કિલ્લા ઉપર તરત અને જરૂર અધિકાર થઈ જવો જોઈએ. કહેવાય છે કે માતા જીજાબાઈ કાશી વિશ્વનાથનું મંદિર તુટવાથી વિચલિત થઈ ગયા હતા. તેમણે અનુભવ્યું કે સિંહગઢની અજેયતાને જોઈને શિવાજી એની ઉપર અધિકાર કરવાથી અચકાઈ રહ્યા છે. એટલે એમણે શિવાજીને પોતાની સાથે ચોપાટ રમવા માટે બોલાવ્યા અને એમની સામે શરત મુકી કે જો તેઓ હારી જશે તો, શિવાજીએ સિંહગઢ જીતવું પડશે. અને જો તેઓ એવું નહીં કરે તો માતા શિવાજીના રાજ્યને અભિશાપ આપી દેશે. શિવાજી માટે માતાની આજ્ઞાની

અવગણના કરવી અશકય હતી. રમતમાં માતા જીજાબાઈ જીત્યા. એટલે શિવાજી માટે સિંહગઢ જીતવું જરૂરી થઈ ગયું.

સિંહગઢ પર અધિકાર કરવાનો અર્થ હતો, પોતાના અમુક શ્રેષ્ઠ સૈનિકોનું બલિદાન કરવું. ૪ ફેબ્રુઆરી, ૧૬૭૦ના રોજ અડધી રાતે ચંદ્રોદય થયા પછી વીર શ્રેષ્ઠ તાનાજી માલસુરે પસંદ કરેલા ત્રણસો માવલે સૈનિકોની સાથે સિંહગઢ પર વિજય મેળવવા માટે ચાલી નીકળ્યા. આ ગઢ એવી જગ્યાએ છે, જ્યાંથી સિંહગઢ ઉપર વાર કરવા માટે કયાંય પણ તોપ લગાડી શકાય તેમ ન હતી. એની ચારેય તરફ પહાડિઓ ઉભેલી છે. ત્યાં સુધી પહોંચવા માટે ફકત એક સાંકળો મુખ્ય દ્વાર હતો. ત્યાં પહોંચીને અમુક સૈનિક સૂર્યાજીના નેતૃત્વમાં મુખ્ય દ્વારની નજીક છુપાઈ ગયા. તાનાજી અમુક મદદનીશોની મદદથી કિલ્લાની દિવાલ ઉપર ચઢી ગયા. સામે ઉભેલા પહેરેદારને મારીને એમણે મુખ્ય ગેટ ખોલી નાંખ્યો. કિલ્લાની નજીક છુપાયેલા મરાઠા કિલ્લામાં પ્રવેશી ગયા. એટલી વારમાં બીજા પહેરેદારો જાગી ગયા, એમણે જોખમ કે ખતરાની ઘંટી વગાડી દીધી. મરાઠા માર–કાટ કરવા લાગ્યા, અફીમના નશામાં ધુત્ત રાજપૂતોને ઉઠવામાં વાર લાગી. ત્યાર સુધીમાં કિલ્લાના એક ભાગમાં મરાઠાઓએ પોતાનો અધિકાર કરી લીધો. પછી જેમ જ રાજપૂત સૈનિક સામે આવ્યા, ત્યારે 'હર–હર મહાદેવ' કરતાં મરાઠા સૈનિક એમની ઉપર તુટી પડયા. ઉદયભાન રાઠોર અને તાનાજી માલસુરેમાં તલવારોથી રોમાંચક દ્વંદ યુદ્ધ થયું. પળવારમાં જ બંને વીર માર્યા ગયા. સેનાપતિના મરી જવાથી મરાઠા હતોત્સાહિત ન થાય એટલે તાનાજીના ભાઈ સૂર્યાજીએ વીરતાનું પ્રદર્શન કરતાં કહ્યું – ''સૈનિકો! ભાઈ માર્યા ગયા તો કાંઈ વાંધો નહીં, તમે લોકો વિચલિત ન થાવ. હવેથી હું તમારો સેનાપતિ છું.''આ શબ્દો સાંભળીને મરાઠાનો ઉત્સાહ બમણો થઈ ગયો. આશરે બારસો રાજપૂત સૈનિકોએ વીરગતિ મેળવી હતી. મરાઠા જીતી ગયા. તેમણે રાજગઢમાં શિવાજીને આ જીતના સંકેત આપવા માટે ઘુડસાજમાં રાખેલી રાખમાં આગ લગાડી દીધી. અગનઝાળ જોઈને શિવાજી સમજી ગયા કે એમની જીત થઈ છે.

બીજી સવારે તાનાજી માલસુરેના પાર્થિવ શરીરને રાજગઢના કિલ્લામાં માતા જીજાબાઈ અને શિવાજીની સન્મુખ લાવવામાં આવ્યું. તાનાજીની વીરતાપૂર્ણ મૃત્યુ પ્રત્યે શોક જાહેર કરતાં શિવાજી બોલ્યા – ''ગઢ તો ફરીથી

મળી ગયું, પણ સિંહ જતો રહ્યો." તાનાજીના આ બલિદાન ઉપર મરાઠાઓને આજે પણ અભિમાન છે. તાનાજી એ વીરગતિ મેળવ્યા બાદ જીજાબાઈએ તુલસીદાસ ચારણને બોલાવીને તાનાજીની આ વીરતા ઉપર કવિતા લખવાનો આદેશ આપ્યો અને કવિતા લખાણી જેમાં તાનાજીની વીરતા અને આત્મબલિદાનનું હૃદયસ્પર્શી વર્ણન કરવામાં આવ્યું છે.

અન્ય કિલ્લાઓ ઉપર અધિકાર

સિંહગઢ સૌથી મુખ્ય કિલ્લો હતો અને એની ઉપર અધિકાર કરવો પણ મુશ્કેલ હતો. તાનાજીના બલિદાનથી એ મળી ગયો. બીજા કિલ્લાઓ ઉપર અધિકાર મેળવવો વધુ મુશ્કિલ ન હતું એટલે ધીરે–ધીરે પોતાના બાકીના બધા જ કિલ્લાઓ પણ શિવાજીએ મોગલોથી છોડાવી લીધા. એમાંથી પુરંદર ઉપર અધિકાર મેળવવા માટે ૮ માર્ચ ૧૬૭૦ના રોજ લશ્કર મોકલવામાં આવ્યું. લશ્કરે કિલ્લાના સેનાપતિ રાજીઉદ્દીન ખાં ને બંદી બનાવીને કિલ્લા ઉપર અધિકાર કરી લીધો. આ કિલ્લાને હસ્તગત કરતી વખતે શિવાજીએ અમુક સૈનિકોને નાસિકની નજીક ચાંદવાડ પર હુમલો કરવા માટે મોકલી દીધા અને ત્યાંનો શાહી ખજાનો લુંટી લીધો. માહુલીના કિલ્લા ઉપર હુમલો કર્યો. કિલ્લાના રક્ષક મનોહરદાસ સમ્રાટનો પરમ ભકત હતો. એણે મરાઠા સેનાનો વીરતા સાથે સામનો કર્યો, એટલે ત્યારે એ કિલ્લો મેળવવામાં મરાઠાઓને સફળતા ન મળી, અને થોડાક સમય સુધી એની ઉપર અધિકાર મેળવવાનો વિચાર પણ છોડી દેવાયો. મનોહરદાસ કલ્યાણના રાજ્યપાળ ઉજબેગ ખાંથી મદદ લેવા માગતો હતો. ૩ માર્ચ, ૧૬૭૦ ના રોજ મરાઠાઓએ કલ્યાણ ઉપર આક્રમણ કર્યુ ત્યારે ત્યાંનો મોગલ રાજ્યપાળ ઉજબેગ ખાં માર્યો ગયો, એટલે કલ્યાણ અને ભિવંડી પર મરાઠાઓનો અધિકાર થઈ ગયો. પોતાને અસહાય જોઈને ૧૬ જૂનના રોજ મનોહરદાસે પોતે જ માહુલીનો કિલ્લો મરાઠાઓને સોંપી દીધો. આ રીતે આખું ઉત્તર કોંકણ ફરીથી શિવાજીના અધિકારમાં આવી ગયું. શિવાજીએ એ બધા જ ચિહ્નોને નષ્ટ કરી નાંખ્યા, જે ૧૬૬૫ની પુરંદર સંધિ પછી એમની મોગલ આધીનતાને દેખાડતા હતા. જુન્નાર, પરેન્ડી, અહમદનગર વગેરે ઉપર એપ્રિલ ૧૬૭૦ના અંત સુધી મરાઠાઓએ હુમલા

કર્યા અને એ બધા ઉપર ઘણો બધો કર લગાડયો. આ બધા જ મોગલોના શકિતશાળી પ્રદેશ હતા અને એના વિરોધમાં મોગલો કાંઈ જ ન કરી શકયા.

બીજી વખત સુરત લુંટયું

ઔરંગઝેબને ફરી એક વખત પડકાર ફેંકવાના ઈરાદાથી શિવાજીએ સુરતને ફરીથી લુંટવાનું આયોજન કર્યુ. એમને માહિતી મળી હતી કે સુરતના મોગલ રાજ્યપાળનો સ્વર્ગવાસ થઈ ગયો છે અને ત્યાં રક્ષા કરવા માટે કોઈ ખાસ લશ્કર પણ નથી. એટલે ૩ ઑકટોબર, ૧૬૭૦ના રોજ પોતાની પસંદગીના પંદર હજાર ઘોડેસવારો અને સૈનિકોને લઈને શિવાજી સુરત પહોંચી ગયા. તેઓ હુમલો કરવાના છે એવા સમાચાર ત્યાં પહેલાથી જ પહોંચી ગયા હતા એટલે ભારતીય વેપારી અને રાજકીય કર્મચારીઓ પહેલા જ સુરત છોડીને નાસી ગયા હતા. સને ૧૬૬૪માં થયેલી પહેલી લુંટ પછી શહેરની ચારેકોર દિવાલ ઉભી કરી દેવાઈ હતી પણ તે એટલી બધી નબળી હતી કે એની આડમાં કોઈ મોગલ પહરેદાર ઉભો પણ થઈ શકતો ન હતો. શહેરની રક્ષા માટે ત્રણસો અયોગ્ય સૈનિક પણ રાખવામાં આવ્યા હતા જે મરાઠા લશ્કરને જોઈને ડરીને કિલ્લાની અંદર ભાગી ગયા.

બે–ત્રણ દિવસ સુધી મરાઠાઓએ આ શહેરમાં ઘણી લુંટ કરી. લગભગ અડધું શહેર બળીને રાખ થઈ ગયું. ડચ વેપારીઓને ચેતવણી આપવામાં આવી કે તેઓ શાંત બેઠા રહે, એમને કોઈ જ કાંઈ નહીં કરે. એટલે તેઓ શાંત બેઠા રહ્યા. યુરોપના બધા જ વેપારીઓએ પોતાનો રૂપિયો, પૈસો, કિંમતી ઝવેરાતો અને સામાન બધું જ પહેલાથી જ સુહાલી બંદર ઉપર મોકલી દીધું હતું. ફ્રેંચ વેપારીઓએ મરાઠાઓને કિંમતી ભેંટ આપીને ખુશ કર્યા. અંગ્રેજોની કોઠીને પણ લુંટવાનો પ્રયાસ કરવામાં આવ્યો હતો, ત્યારે અંગ્રેજોએ મરાઠાઓનો સામનો કર્યો હતો. એટલે મરાઠા એમને લુંટી નહોતા શકયા. ફ્રેંચ કોઠીની સામે તાતાર સરાય હતી, જેમાં કાશગરનો નિર્વાસિત સુલ્તાન અબ્દુલા ખાં રોકાણો હતો, જે મક્કાથી આવ્યો હતો. નજીકમાં જ ઉભેલા ઝાડની આડમાંથી મરાઠાઓ ગોળી ચલાવવા લાગ્યા. એટલે ત્યાં રોકાયેલા લોકો રાતોરાત જગ્યા ખાલી કરીને ચાલ્યા ગયા. અહિંયાથી મરાઠાઓને સુલ્તાનની બધી જ સંપતિ, એને ઔરંગઝેબે ભેંટ સ્વરૂપે

આપેલો સોનાનો પલંગ અને કિમંતી સામાન કબ્જે કરી લીધા.

અંગ્રેજોએ પણ કોઠીમાંથી ગોળીબાર કર્યો હતો જેનાથી અમુક મરાઠા સૈનિકો માર્યા ગયા હતા. એટલે મરાઠાઓએ એમને કોઠી જ બાળી નાંખવાની ચેતવણી આપી. ત્યારબાદ અમુક અંગ્રેજ વેપારી નગરની બહાર શિવાજીના શિબિરમાં અનેક પ્રકારના અસ્ત્ર–શસ્ત્રો ભેંટ સ્વરૂપે લાવ્યા. એનાથી શિવાજી ખુશ થઈ ગયા અને તેમને નુકસાન ન પહોંચાડવાનું વચન આપ્યું.

ત્રીજા દિવસે સમાચાર મળ્યા કે સુરતની મદદ માટે બુરહાનપુરથી એક વિશાળ લશ્કર આવી રહ્યું છે, એટલે આશરે છયાંસઠ લાખ રૂપિયાની લુંટ કરીને મરાઠા લશ્કર સુરતમાંથી નીકળી ગયું. જાતા–જાતા શિવાજીએ સુરતના મોટા–મોટા વેપારીઓને એક પત્ર લખ્યો કે એમને દર વર્ષે વેપારીઓ તરફથી બાર લાખ રૂપિયા મળવા જોઈએ નહિંતર તેઓ ફરીથી આવતા વર્ષે લુંટશે અને સુરતને બાળીને ભસ્મ કરી નાંખશે.

બે–બે વખત સુરત લુંટાયાથી સુરતવાસીઓ ભયભીત થઈ ગયા હતા. અવાર–નવાર ત્યાં મરાઠાઓ આવી ગયા એવી અફવાહ ફેલાતી રહેતી હતી. લોકો સુરત છોડીને નાસવા લાગ્યા. જોત–જોતામાં જ ત્યાંનું સમૃદ્ધ બંદર ઉજ્જડ બની ગયું.

ડિન્ડોરીનું યુદ્ધ

સુરત લુંટયા પછી જ્યારે વળતા શિવાજી ચાંદવાડા પહોંચ્યા ત્યારે ત્યાં મોગલ સેનાપતિ દાઉદ ખાં કુરૈશી વિશાળ સેના સાથે એમનો સામનો કરવા માટે તૈયાર હતો. એની સાથે ઈખલાસ ખાં પણ હતો. ૧૬ ઑકટોબરે રાતે તેમણે શિવાજીના લશ્કર ઉપર આક્રમણ કરી દીધું. સેનાનો એક ભાગ ધન લઈને ચુપચાપ ગુપ્ત માર્ગમાંથી નીકળી ગયો અને બાકીના ચાર ભાગ એક–એક કુશળ સેનાપતિના નેતૃત્વમાં મોગલ સેના સાથે યુદ્ધ કરવા લાગ્યું. મરાઠા છાપામાર શૈલીથી લડી રહ્યા હતા. મરાઠાઓના સૈનિક પોતાના ઘોડાને મોગલોની ચારેકોર ભગાવતા હતા. ડિન્ડોરી નામની જગ્યાએ સૌથી ભયંકર યુદ્ધ થયું. યુદ્ધમાં મરાઠાઓનું પલડું ભારી રહ્યું, પણ મોગલો પાસે તોપ હોવાથી મરાઠા થોડા દબાઈ ગયા તેમછતાં મરાઠાઓને મોગલોના અમુક સૈનિકો અને અધિકારીઓની સાથે ચાર હજાર ઘોડા પકડી લીધા

હતા. કેદ કરેલ સૈનિકોને પછી મુકત કરવામાં આવ્યા હતા. આ યુદ્ધથી ખાસ લાભ એ થયો કે ડિન્ડોરીનો મોગલ રાજ્યપાળ શિવાજીની સેવામાં આવી ગયો. ત્યારબાદ એક મહીના સુધી મરાઠાઓ અને મોગલોની વચ્ચે કોઈ જ યુદ્ધ નહોતુ થયું.

બગલાના અને બરારની લુંટ

ડિસેમ્બર, ૧૬૭૦ની શરૂઆતમાં શિવાજીએ બરાર, બગલાના અને ખાનદેશ ઉપર આક્રમણ કરી દીધું. થોડાક ગઢો ઉપર એમણે અધિકાર પણ મેળવી લીધો. ખાનદેશની રાજધાની બુહાનપુરના બધા જ ગામડા પણ લુંટી લેવાયા. આ બધું કામ શિવાજીના સેનાપતિ પ્રતાપરાવ ગૂજરના નેતૃત્વમાં થયું. ત્યારબાદ મરાઠાઓએ બરારના ઉપજાઉ અને સમૃદ્ધ પ્રદેશ પર ચઢાઈ કરી. આજસુધી મરાઠાઓએ આટલે દૂર સુધી આક્રમણ નહોતુ કર્યુ. ત્યાં કોઈએ પણ એમનો પ્રતિરોધ ન કર્યો. કારંજા નામનું શહેર કોઈપણ રોકટોક વિના લુંટી લેવાયુ. લુંટમાં તેમને આશરે એકાદ કરોડ રૂપિયા જેટલી સંપતિ મળી. જેને ચાર હજાર બળદ અને ગધેડા ઉપર લાદીને લઈ જવાઈ. બધા જ મોટા–મોટા ધનાઢયોને કેદ કરી લેવાયા, પણ કારંજાનો સૌથી વધુ ધની વ્યકિત સ્ત્રીના વેશમાં ત્યાંથી નાસી ગયો, કારણ કે એ જાણતો હતો કે શિવાજીની આજ્ઞાથી મરાઠાઓ સ્ત્રીને હાથ પણ નથી અડાડતા. ત્યારબાદ અન્ય શહેરો પણ લુંટાયા. શિવાજી આ મોગલ પ્રદેશોમાં જ્યાં પણ ગયા ત્યાં ચૌથ (કર) લગાડી દેવાયો. આનાથી તેઓ એવો સંદેશો આપવા માગતા હતા કે મહારાષ્ટ્રના પ્રદેશો ઉપર એકરીતે એમનો અધિકાર છે, મોગલોનો નહીં. છેવટે આ વિસ્તારના લોકોએ લુંટથી બચવા માટે રાજસ્વનો એક ચર્તુથાસ ભાગ દરવર્ષે સ્વયં શિવાજીને આપવાનું વચન આપતો પત્ર લખ્યો.

શિવાજી જ્યારે બરાર ગયા હતા, ત્યારે જ પેશવા મોરો ત્ર્યબંકની આધીન મરાઠાઓની એક સેના પશ્ચિમી ખાનદેશને લુંટી રહી હતી. એટલે બરારની લુંટ પછી શિવાજી પણ ત્યાં જ ચાલ્યા ગયા. પછી બંને એ મળીને પાંચમી જાન્યુઆરી ૧૬૭૧ના રોજ માલ્હેરનો કિલ્લો જીતી લીધો. ત્યારબાદ મુલ્હુર, ઘોડપ વગેરે નાના–નાના પહાડી કિલ્લાઓને જીતીને બીજા ઘણા ગામડા પણ લુંટી લીધા.

છત્રસાલ સાથે મુલાકાત

છત્રસાલ બુન્દેલાના પ્રસિદ્ધ વીર ચંપતરાયના પુત્ર હતા. ચંપતરાયના સ્વર્ગવાસ પછી તેઓ મોગલ સામ્રાજ્યના એક સામાન્ય હોદ્દેદાર હતા. ત્યારે જ્યારે શિવાજીએ ફરીથી મોગલોની વિરૂદ્ધ યુદ્ધ કરવાની શરૂઆત કરી હતી ત્યારે તે દક્ષિણ સ્થિત મોગલ સેનામાં હતો. ૧૬૭૦માં ડિસેમ્બરમાં તે અચાનક જ શિવાજી પાસે આવ્યો. તેણે શિવાજીનો સેનાપતિ બનીને ઔરંગઝેબની વિરૂદ્ધના યુદ્ધમાં સામેલ થવાની ઈચ્છા જાહેર કરી. સર જદુનાથ સરકારનો મત છે કે શિવાજી ફકત દક્ષિણ ભારતીયો ઉપર જ વિશ્વાસ કરતા હતા. કોઈ પણ ઉત્તર ભારતીય ઉપર એમને ન તો વિશ્વાસ હતો અને ન જ તેઓ એને કોઈ પદ આપી શકતા હતા. એટલે તેમણે છત્રસાલને જવાબ આપ્યો કે – "વીરવર! જાઓ પોતાના દેશ પર અધિકાર કરીને ત્યાંજ પોતાનું રાજ્ય સ્થાપિત કરો અને શત્રુઓને જીતો. તમારે ત્યાં જ જઈને યુદ્ધ કરવું જોઈએ કારણ કે તમારા કુળના નામે ત્યાં ઘણા લોકો તમારી મદદ કરશે. જો મોગલ તમારી ઉપર આક્રમણ કરશે તો અહિંયાથી અમે પણ એમની ઉપર તુટી પડશું. આ રીતે બે શત્રુઓની વચમાં પડવાથી તેઓ સ્વાભાવિક જ હારી જશે."

છત્રસાલને શિવાજીથી આવી આશા ન હતી, એટલે તે ઉદાસ થઈને ત્યાંથી ચાલ્યો ગયો.

સાલ્હેરનો બનાવ

પાંચમી જાન્યુઆરી ૧૬૭૧ના રોજ શિવાજીએ સાલ્હેર કિલ્લા ઉપર અધિકાર કરી લીધો હતો. શિવાજી લગાતાર આગળ વધી રહ્યા હતા. ઔરંગઝેબ માટે શિવાજીની પ્રગતિ એક ખૂબ જ મોટો પડકાર સમાન હતી. તેણે શિવાજીનો સામનો કરવા માટે પોતાની દક્ષિણ ભારતની નીતિમાં અનેક પરિવર્તન કર્યા. નવેમ્બર ૧૬૭૦માં એણે પોતાના ખૂબ જ અનુભવી માણસ મહાવત ખાં ને દક્ષિણનો મુખ્ય અધિકારી બનાવીને મોકલ્યો. એની મદદ માટે ગુજરાતના યોગ્ય સેનાપતિ બહાદુર ખાંને પણ મોકલવામાં આવ્યા. દાઉદ ખાં અને દિલેર ખાં પહેલાથી જ ત્યાં હાજર હતા. જાન્યુઆરી

૧૬૭૧માં મહાવત ખાં, યશવંતસિંહ, દાઉદ ખાં વગેરે અધિકારી ઔરંગાબાદમાં ભેગા થયા. તેમણે શહજાદા મુઅજ્જમ સાથે મુલાકાત કરી અને શિવાજીનો સામનો કરવાના ઉપાયો પર ચર્ચા–વિચારણા કરવામાં આવી. ચોમાસામાં મોગલ સેનાએ પરનેરમાં શિબિર નાંખ્યું. ત્યારે મોગલ સેનાનો વ્યવહાર જોઈને એવું લાગતું હતું કે એ અનુશાસનહીન થઈ ગઈ છે. મોટા–મોટા અધિકારી નાચ–સંગીતમાં ડુબેલા રહેતા. જ્યારે કે સામાન્ય સૈનિક મહામારીથી મરી રહ્યા હતા. આ વાતના સમાચાર ઔરંગઝેબને પણ મળી ગયા હતા, એટલે એમને શંકા થઈ હતી કે મહાવત ખાંનો શિવાજી સાથે કોઈ ગુપ્ત કરાર થઈ રહ્યો છે. પરિણામે તેમણે મહાવત ખાંને દક્ષિણથી પરત બોલાવી લીધો. મહાવતના સમયથી વ મોગલોએ સાલ્હેર કિલ્લામાં ઘેરો નાંખેલો હતો. સાલ્હેરના ઘેરાનું નેતૃત્વ ઈખસાલ ખાંને સોંપવામાં આવ્યું હતું અને બહાદુર ખાં તથા દાઉદ ખાં સાલ્હેર કિલ્લામાં નવી મરાઠા સેનાને આવવાથી રોકવામાં લાગી ગયા. બહાદુર ખાં સૂપેની તરફ ચાલ્યો ગયો અને દિલેર ખાં ડિસેમ્બર ૧૬૭૧માં પૂના પહોંચી ગયો. તેણે પૂનામાં નવજાત અને નાના બાળકોને છોડીને બાકી પ્રજામાં ખૂબ જ કત્લેઆમ કરાવી નાંખ્યુ. શિવાજી પોતાના અનેક સેનાપતિઓની સાથે ખાનદેશથી ઈખલાસખાં પહોંચ્યા અને ત્યાંની સેનાની સ્થિતિ અત્યંત દયનીય કરી નાંખી, જેથી દિલેર ખાં એ તરત જ ઈખલાસ ખાંની મદદ માટે જવું પડયું. જેથી પૂનામાં કત્લેઆમ થંભી ગયું. ફેબ્રુઆરી ૧૬૭૨માં સાલ્હેરમાં મરાઠાઓ અને મોગલો વચ્ચે ભયંકર યુદ્ધ થયું. આ યુદ્ધમાં મોગલોને ભારે પરાજયનો સામનો કરવો પડયો હતો. એમના અનેક સેનાપતિ અને સૈનિક માર્યા ગયા અને કેદ કરાયા. એમની સમગ્ર યુદ્ધ સામગ્રી ઉપર પણ મરાઠાઓનો અધિકાર થઈ ગયો. સાલ્હેર અને ખલ્હેર બંને કિલ્લાઓની રક્ષા માટે શિવાજીએ તાત્કાલિક જ પૂરતા પ્રબંધ કરાવી લીધા.

આ હાર પછી બહાદુર ખાં અને દિલેર ખાં અહમદનગર પરત ચાલ્યા ગયા. એટલે પૂના અને નાસિકના જિલ્લા કોઈ પણ પ્રકારના સંઘર્ષ વિના જ મરાઠાઓના અધિકારમાં આવી ગયા. વારંવાર હારનું મુખ જોવાથી ઔરંગઝેબ ગુસ્સેથી ભરાઈ ગયો. બીજી બાજુ ખૈબર ઘાટીમાં યુદ્ધ છેડાઈ જવાથી એનું ધ્યાન ત્યાં પણ વહેંચાઈ ગયું. સાલ્હેરમાં હારના સમાચાર સાંભળીને ત્રણ દિવસ સુધી ઔરંગઝેબ દરબારમાં ન ગયો અને કહેવા

લાગ્યો કે – "લાગે છે કે અલ્લાહ મુસલમાનોથી એમનું રાજ્ય છીનવીને એક કાફિરને આપવા માગે છે. આ બધું જોયા પહેલા હું મરી કેમ ન ગયો?" શોકમાં ડુબેલા ઔરંગઝેબને એમની ધાય માંના દીકરા બહાદુર ખાં કોકાએ સાંત્વના આપી અને વિશ્વાસ દેવડાવ્યો કે એ શિવાજીના માન–મર્દન (ખલાસ) કરીને દક્ષિણમાં મોગલોનું સન્માન ફરીથી પાછું મેળવશે. એટલે જૂન ૧૬૭૨માં મહાવત ખાં અને શહજાદા મુઅજ્જમને પરત બોલાવીને બહાદુર ખાંને દક્ષિણના મોગલ પ્રશાસક બનાવીને મોકલી દેવાયા.

સાલ્હેરની જીત પછી શિવાજીના સેનાપતિ પ્રતાપરાવ ગૂજરે સુરતના રાજ્યપાળ, વેપારીઓ અને નાગરિકો માટે એક કડક પત્ર લખ્યો કે તેઓ નિયમિત રૂપે મરાઠાઓને ધન મોકલતા રહેશે તો એમની વિરૂદ્ધ કોઈ કાર્યવાહી નહીં થાય. આ પત્રના જવાબમાં ત્યાંના રાજ્યપાળે પણ એટલો જ કઠોર ભાષામાં જવાબ આપ્યો. ત્યારે મરાઠા સેના બીજે યુદ્ધમાં વ્યસ્ત હતી, એટલે એમની વિરૂદ્ધ તે સમયે યુદ્ધ કરવામાં ન આવ્યું.

શિવાજી ઈચ્છતા હતા કે મોગલ સમ્રાટ એમને એક સ્વતંત્ર શાસક તરીકે સ્વીકાર કરી લે, એટલે એમણે બહાદુર ખાં અને દિલેર ખાંની પાસે એક સ્વતંત્ર શાસકના રૂપમાં પોતાના દૂત કાજી હૈદરને સંધિ પ્રસ્તાવ સાથે મોકલ્યા. બંનેએ આ સમાચાર ઔરંગઝેબને આપ્યા, પણ એ શિવાજીની સાથે કોઈપણ સંધિ કરવાનો વિરોધી હતો. એટલે કાજી હૈદરને કેદ કરી લેવાની આજ્ઞા આપવામાં આવી. દૂત પરેન્ડામાં એને કેદ કરી લેવાયો, પણ એ ટૂંક સમયમાં જ ત્યાંથી નાસી છુટવામાં સફળ રહ્યો.

ધરમપુર અને જોહાર પર અધિકાર

સુરતથી મુંબઈ તરફ દક્ષિણ દિશામાં ત્યારે ધરમપુર અને જોહાર નામના બે નાના–નાના રાજ્ય હતા. પાંચમી જૂન ૧૬૭૨માં શિવાજીના પેશવા મોરો ત્ર્યંબકે જોહાર ઉપર અધિકાર કરી લીધો એટલે ત્યાંનો રાજા વિક્રમ શાહ ભાગીને મોગલોના પ્રદેશમાં ચાલ્યો ગયો. એના થોડાક દિવસો પછી જ ધરમપુર ઉપર પણ મરાઠાઓએ પુર્તગાલિઓના નગર દમણમાં શરણ લઈ લીધી. ધરમપુરની આજુબાજુના જંગલી વિસ્તારમાં કોળી નામની લુટેરી જાતિ રહેતી હતી. આ જાતિના હુમલાઓ બચાવવા માટે ધરમપુરના

રાજા પુર્તગાલિઓથી ચૌથ (કર) લેતા રહેતા હતા. શિવાજીને પણ ચૌથ લેવાની પ્રેરણા આનાથી જ મળી હતી.

તેજ વર્ષે જુલાઈમાં પેશવા મોરો ત્ર્યંબકે નાસિક શહેરને લુંટવાની શરૂઆત કરી નાંખી. ત્યાંના બે મોગલ અધિકારીઓએ એનો સામનો કર્યો પણ અંતે હારીને એમને ત્યાંથી ભાગવું પડયું. ઑક્ટોબર અને નવેમ્બરમાં મરાઠા ઘોડેસવારો બરાર અને તેલંગાનામાં ઘુસીને રામગિરિને લુંટવા લાગ્યા. મરાઠાની ગુરિલ્લા નીતિ એટલી બધી કુશળ હતી કે લાખ કોશિશો કરવા છતાં પણ બહાદુર ખાં એમને પકડી ન શકયો. અહિંયાથી વળતી વખતે મરાઠાઓનો મોગલ સેનાએ પીછો કર્યો અને એમણે લુંટેલી અમુક સામગ્રી પણ તેઓએ લુંટી લીધી. ઔરંગાબાદ પાસે બંને જૂથમાં એક નાનકડી લડાઈ પણ થઈ, જેમાં મરાઠા હારી ગયા.

બહાદુર ખાં અને દિલેર ખાં શિવાજીને દબાવવા અને મોગલોના ગૌરવને મેળવવા માટે સતત પ્રયાસ કરતા રહ્યા. શિવાજીના પૂનાના કેન્દ્ર ઉપર નિયંત્રણ રાખવા માટે બહાદુર ખાં એ મોગલ સેનાના મુખ્ય શિબિરને ઔરંગાબાદથી પૂનાની પૂર્વમાં પેડગાંવમાં સ્થાનાંતરિત કરી દીધું. ૧૬૭૨માં ત્યાં એક કિલ્લો પણ બનાવવામાં આવ્યો, પણ એમને કોઈ સફળતા ન મળી.

શિવનેરીની હાર

બગલાનાના મોટા ભાગના કિલ્લા શિવાજીના અધિકારમાં આવી ગયા હતા. પણ શિવનેરીનો કિલ્લો જ્યાં શિવાજીનો જન્મ થયો હતો, હજુ સુધી મોગલોના જ અધિકારમાં હતો. ત્યાં ઔરંગઝેબે અબ્દુલ અજીજ ખાં નામના માણસની નિમણૂંક થયેલી હતી, જે બ્રાહ્મણથી મુસલમાન બન્યો હતો. આ કિલ્લા સાથે શિવાજીનો ભાવનાત્મક સંબંધ હતો. તેમણે આ કિલ્લાને મેળવવા માટે દરેક શકય પ્રયાસો કર્યા હતા. અજીજ ખાં ને ઢગલાબંધ રૂપિયા આપવાની લાલચ આપી, તો પણ તે વિચલિત ન થયો. એક વખત પહેલા તે જરાક વિચલિત થઈ ગયો હતો અને ત્યારે રાતોરાત એના સમાચાર બહારદુર ખાં ને મળી ગયા હતા. મરાઠાઓના સાત હજાર સૈનિક ત્યાં પહોંચી ગયા હતા, પણ અચાનક જ બહાદુર ખાં એ ત્યાં હુમલો કર્યો, જેનાથી મરાઠાઓના કેટલાય સૈનિકો માર્યા ગયા અને ઘવાણા. આ કિલ્લો આશરે ૧૭૫૫ સુધી મોગલોના અધિકારમાં રહ્યો.

પન્હાલા પર અધિકાર

મોગલો ઉપર આક્રમણ કરતાં–કરતાં શિવાજી ધીરે–ધીરે બીજાપુર પ્રદેશો ઉપર પણ અધિકાર કરતા રહ્યા. ૨૪ નવેમ્બર ૧૬૭૨ના રોજ બીજાપુરના સુલ્તાન અલી આદિલશાહનો સ્વર્ગવાસ થયો અને એમની જગ્યાએ એક ચાર વર્ષનો બાળક સુલ્તાન બન્યો. એના વડિલ તરીકે કોણ બને? એ વાત બાબત દરબારીઓમાં મતભેદ શરૂ થઈ ગયો. ચારેબાજુ અવ્યવસ્થા અને વિદ્રોહના લક્ષણ દેખાવા લાગ્યા. શિવાજી ત્યારે પોતાના કિલ્લાઓને સંગઠિત કરવામાં વ્યસ્ત હતા. પૂનાના વિસ્તારમાં જે સ્થાન સિંહગઢનું હતું એજ સ્થાન દક્ષિણ માટે પન્હાલાનું હતું. થોડા વર્ષો પહેલા બીજાપુરની સાથે થયેલી સંધિમાં આ ગઢ બીજાપુરને સોંપી દેવાયું હતું, હવે શિવાજીને એને પાછું મેળવવાની તક મળી ગઈ હતી, એટલે તેમણે પૂરી તૈયારિઓ કરી લીધી. શિવાજીએ રાજાપુરમાં સૈનિકોને ભેગા કર્યા અને આનાજી દત્તીના નેતૃત્વમાં મરાઠા સેના પન્હાલા પર અધિકાર કરવા માટે ચાલી પડી. ૬ માર્ચ ૧૬૭૩ (ફાગણ વદ તેરસ)ની અંધારી રાતે આનાજી દત્તાનો મદદનીશ કોંડાજી ફર્જન્દ પોતાના સાંઈઠ માવલે સૈનિકોને લઈને કિલ્લાની દિવાલ ઉપર ચઢી ગયા. પછી તેમણે હાથ ખેંચીને બધા સૈનિકોને ઉપર ખેંચી લીધા. ટોચ ઉપર પહોંચીને સેના ચાર ભાગોમાં વહેંચાઈ ગઈ. પછી ચારેય દળ ઢોલક વગાડતા કિલ્લાની વચમાં દોડવા લાગ્યા. અચાનક જ કિલ્લાની અંદર પહોંચેલા શત્રુઓને જોઈને કિલ્લાના રક્ષકો આશ્ચર્યમાં પડી ગયા. ધોડધામ થઈ ગઈ. કોન્ડાજીએ કિલ્લાના રક્ષકને મારી નાંખ્યો. કિલ્લાના ખજાંચી નાગોજી પણ બધું છોડીને ભાગી ગયા. ધીરે–ધીરે વિશાળ મરાઠા સેના કિલ્લાની અંદર ઘુસી ગઈ. સવાર થતા સુધીમાં કિલ્લા ઉપર મરાઠાઓએ કબજો કરી લીધો. કિલ્લામાં પકડાયેલા બીજાપુરના કર્મચારીઓને મારી–મારીને ખજાનાની ખબર કરી લેવામાં આવી અને ખજાનો પર મરાઠાઓએ કબજે કરી લીધો. જીતના સમાચાર મળતા વેંત જ શિવાજી પન્હાલા પહોંચી ગયા. ત્યારબાદ એક મહીના સુધી કિલ્લામાં રહીને એમણે એને સંપૂર્ણ રીતે સુરક્ષિત અને અજેય બનાવ્યો. પન્હાલામાં સશકત સુરક્ષાની વ્યવસ્થા કરી લીધા પછી શિવાજીએ બીજાપુરના સતાર અને પર્લીના કિલ્લા ઉપર પણ કબજો મેળવી લીધો.

પર્લીનો કિલ્લો યોગ્ય રામદાસને મંદિર બનાવવા માટે આપવામાં આવ્યો અને પછી એનું નામ ફેરવીને સજ્જનગઢ કરવામાં આવ્યું.

ઉન્મ્રાણીમાં લડાઈ

ઉપર જણાવેલ બધા જ કિલ્લાઓ ઉપર શિવાજીનો કબજો થઈ જવાથી બીજાપુરના દરબારમાં ખલબલી મચી ગઈ. બધા જ લોકો આ નવા વઝીર ખવાસ ખાંની અકર્મણ્યતાનું પરિણામ ગણાવવા લાગ્યા. એટલે તેમણે બહલોલ ખાંને એક મોટા લશ્કર સાથે પન્હાલા પર કબજો કરવા માટે મોકલ્યો સાથે જ એની મદદ માટે પોતાની આધીન રાજ્યોના ત્રણ બીજા સેનાપતિઓનું લશ્કર પણ મોકલ્યુ.

શિવાજીને આના સમાચાર મળી ગયા હતા. એટલે એમ નક્કી કરવામાં આવ્યું કે બહલોલ ખાં પન્હાલા પહોંચે એ પહેલા રસ્તામાં જ એની ઉપર આક્રમણ કરી દેવું. આમ કરવા માટે શિવાજીએ પોતાના બે સેનાપતિ પ્રતાપરાવ ગૂજર અને આનંદરાવ મકાજીને મોકલ્યા. એમનું લશ્કર તરત જ નીકળી ગયું. પ્રતાપરાવ મુખ્ય સેનાપતિ હતો. બે રાતમાં એમનું લશ્કર બીજાપુરની પશ્ચિમમાં ૩૬ માઈલ દૂર ઉમ્બ્રાણી પહોંચી ગયું જ્યાં બહલોલ ખાં એ શિબિર નાંખેલો હતો. મરાઠાઓએ બહલોલ ખાંના લશ્કરને ચારેકોરથી ઘેરી લીધું. એમના સૈનિકો ભૂખથી મરવા લાગ્યા. ૧૫મી એપ્રિલ ૧૬૭૩ના રોજ એમનું પાણી લાવવાનો એકમાત્ર રસ્તો પણ બંધ કરી દેવાયો. વિવશ થઈને એમને યુદ્ધ માટે ખુલ્લા મેદાનમાં આવવું પડયું, અંતે બીજાપુરની સેના ખરાબ રીતે હારી ગઈ.

હાર્યા પછી બહલોલ ખાં એ પ્રતાપરાવ પાસે દયાની ભીખ માંગી. પ્રતાપરાવે એ સ્વીકારી અને એને ભાગી જવાની આજ્ઞા આપી. એમ પણ કહેવાય છે કે પોતાની સેનાની દુર્દશા જોઈને બહલોલ ખાં એ એક માણસના માધ્યમથી પ્રતાપરાવ ગૂજરને લાંચ રૂપે મોટી રકમ સાથે સંદેશો મોકલાવ્યો હતો કે એને પોતાની સેના સાથે નાસવાનો માર્ગ આપે અને તેઓ શિબિરના બધા જ સામાન ઉપર અધિકાર કરી લે, અને અંતે એવું જ થયું હતું.

પ્રતાપરાવ ગૂજરનું આત્મબલિદાન

ઉમ્બ્રાણીની લડાઈમાં પ્રતાપરાવની દયાથી બહલોલ ખાં સકુશળ બચી નીકળ્યો હતો તે જાણીને શિવાજી ખૂબ જ ગુસ્સે થયા હતા. તેમના અનુસાર પોતાના પંજામાં ફસાયેલા શત્રુને છોડવું યોગ્ય ન હતું. તેમણે પોતાની પ્રતિક્રિયા જાહેર કરતાં પ્રતાપરાવને કઠોર શબ્દોમાં સંદેશો મોકલાવ્યો હતો કે: "બહલોલ ખાં સદાય આપણા રાજ્યમાં ઉત્પાત મચાવતો રહ્યો છે. તમે સેના લઈને જાઓ અને જ્યારસુધી એને પકડી ન પાડો ત્યારસુધી મને પોતાનું મોઢું પણ ન દેખાડતા."

પોતાના સ્વામીના મોઢેથી આવા કઠોર શબ્દો સાંભળીને પ્રતાપરાવના સ્વાભીમાનને ખૂબ જ ઠેસ પહોંચી હતી. એ તરત જ બહલોલ ખાં પર આક્રમણ કરવા માટે ત્યાંથી નીકળી પડયા. તેમણે મનમાં વિચાર્યુ કે જો તેઓ કોલ્હાપુર ઉપર આક્રમણ કરશે તો બહલોલ ખાં તરત જ વળતો આક્રમણ કરશે. તેઓ નીકળ્યા અને સૌથી પહેલા એમણે હુબલીના સમૃદ્ધ નગરને લુટયું. બહલોલ ખાં સામનો કરવા માટે પોતાના દળ–બળ સાથે આવી ગયો. એની મદદ માટે શર્જા ખાં પણ આવી ગયો. પ્રતાપરાવની ઈચ્છા હતી કે તેમનો બહલોલ ખાં સાથે સીધો સામનો થાય. તેમને પોતાના ગુપ્તચરોથી સમાચાર મળી ગયા હતા કે બહલોલ ખાં કોલ્હાપુરથી ૪૫ માઈલ દૂર દક્ષિણમાં ઘાટપ્રભા નદીથી થોડે દૂર નેસરી ગામમાં છે. આટલા સમાચાર મળતા જ તેઓ છ–સાત અંગરક્ષકોને લઈને બીજું કાંઈ પણ વિચાર્યા વિના સીધા જ ઘોડા ઉપર સવાર થઈને નીકળી પડયા. એમની સેના પાછળ જ રહી ગઈ. પ્રતાપરાવને વારંવાર શિવાજીના શબ્દો ગુંજી રહ્યા હતા. બે પહાડોની વચ્ચે નાનકડો રસ્તો જ એમની સામે હતો. તેના સામેના છોરે બહલોલ ખાંની સેના ઉભી હતી. પ્રતાપરાવ એની ઉપર તુટી પડયો. માત્ર સાત–આઠ વીર એક વિશાળ સેનાની આગળ કેટલી વખત સુધી ટકી શકત? જોત–જોતામાં જ બધા વીર મરાઠા પળવારમાં ઠેર થઈ ગયા. આ બનાવ ૨૪ ફેબ્રુઆરી ૧૬૭૪ના રોજ બન્યો હતો. ત્યારબાદ બહલોલ ખાંની સેના સાથે મરાઠા સેનાનું ઘમાસાન યુદ્ધ થયું હતું, પણ દુર્ભાગ્યથી મરાઠા હારી ગયા હતા. પ્રતાપરાવના આ આત્મબલિદાનથી શિવાજીને ખૂબ જ દુ:ખ થયું. તેમને પોતે વાપરેલા શબ્દો ઉપર પણ

આજીવન અફસોસ જાહેર કરતા રહ્યા હતા.

પ્રતાપરાવનું બલિદાન અને મરાઠાઓની હાર પછી આનંદરાવ પોતાના ઘોડેસવારોની સાથે કનાડામાં ઘુસી પડયો. એણે ૨૩ માર્ચે બહલોલ ખાં ની જાગીરની મુખ્ય જગ્યા સમ્પ ગામડેથી સાત લાખ રૂપિયાની લુંટ કરી. ત્યારબાદ બહલોલ ખાં એ એની ઉપર હુમલો કર્યો. બંને સેનાઓમાં ઘણી જગ્યાએ ટકરાવ થયો. કયારેક મરાઠા સેનાનું પલડું ભારી રહેતું તો કયારેક બહલોલ ખાંની સેનાનું. અંતે બહલોલ ખાંની સેનાએ મરાઠાઓનો ઝડપથી પીછો કર્યો, પણ મરાઠા લુંટની સામગ્રી સાથે સુરક્ષિત પોતાની જગ્યાએ પહોંચી ગયા હતા.

૮ એપ્રિલે શિવાજીએ પોતાની વિજયી સેનાનું ચિપલૂણમાં નિરીક્ષણ કર્યુ અને સૈનિકોને પુરસ્કારોથી સન્માનિત કર્યા. સેનાપતિ પ્રતાપરાવના સ્વર્ગવાસ પછી તેમની જગ્યાએ હંસાજી મોહિતેને 'હમ્બીરરાવ'ની ઉપાધિ સાથે નવા સેનાપતિ બનાવવામાં આવ્યા હતા.

સાતમો અધ્યાય

અભિષેક મહોત્સવ

અભિષેક શા માટે?

વ્યાવહારિક રીતે શિવાજી હવે સ્વતંત્ર રાજા હતા. એમની પાસે વિશાળ જગ્યા, વિશાળ જન–બળ અને ધન–બળ બંને હતું. આમ તો તેઓ પોતાને એક સ્વતંત્ર રાજા તરીકે જાહેર કરી ચુકયા હતા, તેમછતાં હજુ સુધી એમનો અભિષેક નહોતો થયો. એટલે તેમને એક પૂર્ણ સંપ્રભુતા સંપન્ન શાસક નહોતા ગણવામાં આવતા. આ વિશે ડૉ. જદુનાથ સરકારે લખ્યું છે કે–

"શિવાજીએ ઘણા રાજ્યો જીત્યા અને પ્રચુર માત્રામાં ધન પણ ભેગું કર્યું, તેમછતાં તેમણે હજુ સુધી સ્વયંને છત્રપતિ એટલે કે સ્વાધીન રાજા તરીકે જાહેર નહોતા કર્યા, જેનાથી તેમને ઘણીબધી અસુવિધા અને નુકસાન થઈ રહ્યું હતું. એક અન્ય શાસક તો તેમને બીજાપુરની આધીન એક જમીંદાર અથવા જાગીરદાર માત્ર જ સમજતા હતા. અને બીજાપુરના શાસકોની નજરમાં પણ તેઓ વિદ્રોહી પ્રજામાત્ર હતા. બીજા અન્ય મરાઠા જમીંદાર ભોંસલોને કોઈપણ રીતે પોતાનાથી મોટા નહોતા ગણતા, અને એમાં પણ ઘણા જૂના કુટુંબો તો (જેમકેઃ મોરે, યાદવ, નિમ્બાદકર, પવાર વગેરે) શાહજી અને શિવાજીને એરા–ગેરા અકુલીન કહીને એમની અવહેલના કરતા રહેતા હતા. બીજી બાજુ શિવાજીની પ્રજા પણ મુશ્કેલીમાં પડી ગઈ હતી, કારણ કે જ્યારસુધી શિવાજી સ્વાધીન નરેશ ન કહેવાય ત્યારસુધી પ્રજા નિયમાનુસાર એમનો આદેશ માનવા માટે બાધ્ય ન હતી. એવી જ રીતે શિવાજીએ કરેલ ભૂમિદાન અને પ્રમાણપત્રો, ઉપાધિઓ વગેરે પણ નિયમાનુસાર પ્રામાણિક નહોતા માનવામાં આવતા."

એવું વાંચવામાં ખૂબ જ વિચિત્ર લાગે છે કે સમસ્ત સત્તાના સ્વામી હોવા છતાં પણ એમના આદેશ વગેરે પ્રામાણિક નહોતા ગણવામાં આવતા, પણ એ પણ એક કડવી હકીકત છે કે સામાજિક જીવનમાં વાસ્તવિકતાની સાથે ઔપચારિકતા (કાયદેસર)નું પણ પોતાનું એક અલગ મહત્વ હોય છે. એટલા માટે શિવાજીએ સ્વયંને સ્વતંત્ર જાહેર કરવા માટે ઔપચારિકતા (અભિષેક) કરવાની જરૂર હતી. માનવ જીવનની આ ઔપચારિકતાઓના મહત્વનો ઉલ્લેખ કરતાં પ્રસિદ્ધ ઈતિહાસકાર ગોવિંદ સખારામ સરદેસાઈએ આ પ્રસંગ માટે લખ્યું છે કે –

"મનુષ્ય ફકત કામ અને સફળતાઓનો જ ઈચ્છુક નથી, પણ પ્રદર્શન અને દેખાડાનો પણ છે. હિન્દુ રાષ્ટ્ર માટે ઘડવામાં આવેલી શાસ્ત્રોકત વિધિથી પોતાનું ભવ્ય રાજ્યાભિષેક કરીને શિવાજીએ પ્રાચીન પ્રથાને પુનર્જીવિત કરી દીધી અને કમ સે કમ ભારતના એક ભાગમાં તો પૂર્ણ હિન્દુ રાજ્યની પુનઃ સ્થાપના કરી દીધી. રાજ્યાભિષેકના આ સંસ્કારમાં એક સિંહાસનનું નિર્માણ, વિધિપૂર્વક સ્નાન કર્યા પછી એની પર આરોહણ, વૈદિક મંત્રોના ઉચ્ચારણ સાથે પવિત્ર જળથી અભિષેક કરવામાં આવે છે. શિવાજીનો આ અપૂર્વ પ્રયોગ જન–સાધારણનું ધ્યાન આકર્ષિત કરવા અને ભારતીય રીતિથી પોતાના આદર્શોને પૂરા કરવા માટે એક સર્વોત્તમ ઉપાય હતો. 'રાજા' કહેડાવવાની પ્રાચીન પ્રથા મોટાભાગના સામંતોમાં પ્રચિલિત હતી, પણ એનો તાત્પર્ય વાસ્તવિક સત્તાથી ન હતો અને ન પ્રાચીનકાળમાં કોઈ એવો મરાઠા રાજા થયો હતો, જેણે પ્રાચીન ગુપ્ત સમ્રાટોના સમયથી રાજ્યાભિષેક કરાવડાવ્યો હોય."

ઉપર જણાવેલ બધી જ બાબતો ઉપર વિચાર કરતાં શિવાજીએ પોતાનો અભિષેક સંસ્કાર કરવો ખૂબ જ જરૂરી લાગ્યો. આ વિષયમાં તેમણે પોતાના સલાહકારો સાથે લાંબી ચર્ચા પણ કરી હતી અને પછી એ નિર્ણય લીધો હતો કે ફકત હિન્દુઓ પર જ નહીં પણ મુસલમાન અને અન્ય ધર્માવલંબી સત્તાઓ ઉપર પણ પ્રભાવ નાંખવા માટે આ સંસ્કાર કરવો જરૂરી છે. અને એના માધ્યમથી તેઓ એવું પણ જણાવવા માગતા હતા કે હકીકતમાં તેઓ પોતાની ભૂમિના સ્વામી છે. ત્યારના સાહિત્યમાં અભિષેકના ઉદ્દેશ્યોને સ્પષ્ટ કરતાં કહેવાયું છે કે એકમાત્ર મનુષ્ય માટે જ પૂર્ણ રૂપથી ધાર્મિક સ્વતંત્રતા કોઈ પણ નવીન રાજ્યનો જરૂરી અંગ છે.

શિવાજીના સમય સુધી મરાઠાઓમાં પણ અનેક એવા સામંત હતા, જે સ્વતંત્ર રાજ્યની કલ્પના પણ નહોતા કરી શકતા. તેઓ એવું માનવા માટે જ તૈયાર ન હતા કે કોઈ મરાઠા સ્વતંત્ર રાજા બની શકે છે. તેઓ શિવાજીને અત્યારસુધી ફકત બીજાપુર સુધી જ સીમિત ગણતા હતા. શિવાજી માટે આ પ્રમાણેના રૂઢિવાદી વિચારોને સમાપ્ત કરવા અને એને મૂળમાંથી ભૂંસી નાંખવા માટે અભિષેક કરાવીને વિધિપૂર્વક સ્વતંત્ર અસ્તિત્વની જાહેરાત કરવી જરૂરી થઈ ગઈ હતી.

રૂઢિચુસ્ત બ્રાહ્મણોનો વિરોધ

આમ તો હિન્દુ સંસ્કૃતિના આદિ ગ્રંથ, વેદ અને યોગેશ્વર ભગવાન કૃષ્ણ સ્પષ્ટ ઉદ્‌ઘોષ કરે છે કે વર્ણ વ્યવસ્થા મનુષ્યના કામના આધારે બનાવવામાં આવી છે. કાલાંતરે ભારતીય સમાજ પર એક રૂઢિગ્રસ્ત અને કુંઠિત વર્ગનો અધિકાર થઈ ગયો. આ વર્ગનો અધિકાર થતાંની સાથે જ હિન્દુ–સંસ્કૃતિના ઉજ્જવળ મૂલ્યોની પડતી થવાની શરૂઆત થઈ ગઈ હતી. સામાજિક વર્ણ વ્યવસ્થાને સુચારૂ રૂપે ચલાવવા માટે બનાવવામાં આવેલી કર્મ પર આધારિત વર્ણ વ્યવસ્થા, જન્મ પર આધારિત જાહેર કરી દેવાઈ. એક નિરક્ષર, મૂર્ખ, મહાપાપી વ્યકિત પણ ફકત એટલા માટે જ બ્રાહ્મણ કહેડાવવા લાગ્યો, કારણ કે એ પરંપરાગત બ્રાહ્મણ વંશની સંતાન છે. બીજી બાજુ એક યોગ્ય, સદાચારી સર્વગુણ સંપન્ન વ્યકિત ફકત પોતાના નીચ કુળના કારણે જ એ સન્માનથી વંચિત રાખવામાં આવે છે, જેની ઉપર ખરેખર તેનો અધિકાર હતો.

પોતાના અભિષેકના અવસરે શિવાજીને પણ આજ પ્રમાણેના રૂઢિચુસ્ત વિચારોનો સામનો કરવો પડયો. સને ૧૬૭૩ની શરૂઆતથી જ સાર્વજનિક અભિષેક ઉપર વિચાર થવા માંડયો હતો, પણ રૂઢિચુસ્ત બ્રાહ્મણ શિવાજીને ક્ષત્રિય માનવા માટે જરાય સંમત ન હતા.જે અલમ્ય તેજસ્વી વ્યકિતત્વએ પોતાના બાહુબળે એવા સમયે જ્યારે બધા જ હિન્દુઓએ મુસલમાનોની સત્તાની સામે પોતાનું માથું ઝુકાવ્યું હતું ત્યારે એક સ્વતંત્ર હિન્દુ રાજ્યની સ્થાપના કરી દેખાડી હતી તો પછી એ વ્યકિત ક્ષત્રિય કેમ નથી થઈ શકતો? જે પોતાના કર્મોથી પોતે જ ક્ષત્રિય હોવાનું પ્રમાણ આપી ચુકયો છે, એને

ક્ષત્રિય શું કામ નથી માનવામાં આવતો? મરાઠાઓ હિન્દુત્વને અંધકારની તરફ ધકેલવાથી બચાવવામાં પ્રયત્નશીલ બ્રાહ્મણ શિવાજીને ક્ષત્રિય માનવામાં તૈયાર જ ન હતા. એમનો એક જ તર્ક હતો કે શાસ્ત્ર અનુસાર ક્ષત્રિય સિવાય બીજી કોઈ પણ જાતિના વ્યકિતનો સામ્રાજ્યાભિષેક થઈ જ નથી શકતો. એટલું જ નહીં અકબરના સમયમાં બનારસના એક વિદ્વાન બ્રાહ્મણ કૃષ્ણ સિંહ નરસિંહ શેષ 'શુદ્રાચાર શિરોમણિ' નામના પુસ્તકમાં સ્પષ્ટ કહેવાયું છે કે કળયુગમા બધી જગ્યાએ ક્ષત્રિયોનો નાશ થઈ ચુકયો છે. જો કે અનેક વિચારશીલ બ્રાહ્મણોએ સમયે–સમયે આ રૂઢિચુસ્ત વિચારોનું ખંડન પણ કર્યુ, પણ જ્યારે માણસનું મગજ બ્હેર મારી જાય છે ત્યારે એની વિવેકશકિત પણ નષ્ટ થઈ જાય છે.

ત્યારના મરાઠા સમાજમાં ભોંસલે જાતિને શુદ્ર ગણવામાં આવતા હતા. તેમછતાં ભોંસલે પોતાને મેવાડના સિસૌદિયોના વંશજ માનતા હતા, પણ એમના બધા જ સંસ્કાર, જે રાજપૂતોના ઘરોમાં હતા તે છુટી ચુકયા હતા. શિવાજી રૂઢિચુસ્ત બ્રાહ્મણોના આ તર્કને માનવા માટે જરાય સંમત ન હતા કે કળયુગમાં ક્ષત્રિયોનો બધે જ નાશ થઈ ચુકયો છે અથવા ભોંસેલે શુદ્ર છે. એટલે એમણે પ્રસિદ્ધ મરાઠા બ્રાહ્મણ બાલાજી આવજીના નેતૃત્વમાં કેશવ ચંદ્ર પુરોહિત, ભાલચંદ્ર ભટ્ટ અને સોમનાથ ભટ્ટ કાત્રે જેવા વિદ્વાન બ્રાહ્મણોનું એક પ્રતિનિધિ મંડળ ઉદયપુર વગેરે ક્ષત્રિય પરંપરાના કેન્દ્રોમાં મોકલ્યું, જેથી તેઓ જનમતને એ પક્ષમાં કરી શકે કે ક્ષત્રિયોનો કયારેય વિનાશ નથી થયો અને તેઓ હજુ પણ વિદ્યમાન છે. બાલાજી આવજી એક ચાલાક કૂટનીતિજ્ઞ સ્વધર્મ અને જાતિથી પ્રેમ કરનાર વ્યકિત હતા. એ સમાજમાં રહેલી રૂઢિયો અને અંધવિશ્વાસોનો પ્રબળ વિરોધી અને પ્રાચીન ભારતીય સંસ્કૃતિના મહત્વપૂર્ણ તત્વોના પ્રબળ ટેકેદાર હતા. પોતાના આ લક્ષ્ય માટે આ પ્રતિનિધિ મંડળ કાશીના ભટ્ટ બ્રાહ્મણ પરિવારને પણ મળ્યું હતું.

ભટ્ટ પરિવાર મૂળ રૂપે મહારાષ્ટ્રના પૈઠનના નિવાસી હતા. અલાઉદ્દીન ખિલજીના દક્ષિણ ભારત પર આક્રમણના સમયે પ્રાચીન વિદ્યાના કેન્દ્ર પૈઠનને છોડીને ત્યાંના પ્રસિદ્ધ બ્રાહ્મણો કેદવ, ધર્માધિકારી, શેષ, ભટ્ટ, મૌની વગેરે પરિવાર બનારસમાં જઈ વસ્યા હતા. આ ભટ્ટ પરિવારનું ભારતમાં એટલું સન્માન હતું કે કોઈ પણ રાજ પરિવારના કોઈ પણ સંસ્કારમાં આ પરિવારના કોઈ પણ સભ્યની હાજરી જરૂરી ગણવામાં આવતી હતી. આ

પરિવારના જ એક સભ્ય વિશ્વેશ્વર ભટ્ટ, જેમનું ઉપનામ ગાગા ભટ્ટ હતું, પોતાના સમયના પ્રકાંડ વિદ્વાન હતા. એમને ધર્મ, પુરાણ, સ્મૃતિ, રાજનીતિ વગેરે વિષયોનું ખૂબ જ જ્ઞાન હતું. તેઓ આ વિષયો ઉપર અનેક પુસ્તકોની રચના કરી ચુકયા હતા. એમની પુસ્તકો ત્યારના કોર્ટમાં પણ પ્રામાણિક ગણવામાં આવતી હતી. ગાગા ભટ્ટ સ્વયં અંધવિશ્વાસોના વિરોધી અને ઉદારવાદી હતા. એમણે કૃષ્ણ નરસિંહ શેષની પુસ્તક 'શુદ્રાચાર શિરોમણિ'ના કાલ્પનિક સિદ્ધાંતોનું પ્રબળ ખંડન કરવા માટે 'કાયસ્થ ધર્મ પ્રદીપ' નામનું પુસ્તક લખ્યું હતું. આ પુસ્તકમાં એમણે કાયસ્થોને પણ ક્ષત્રિય સિદ્ધ કર્યા છે અને એમના માટે ક્ષત્રિયો જેવા જ સંસ્કારોને ઉચિત ઠરાવ્યા છે.

બાલાજી આવજીના પ્રતિનિધિ મંડળને ગાગા ભટ્ટ સાથે મુલાકાત કરીને ખૂબ જ ખુશી થઈ. ગાગા ભટ્ટની તીવ્ર બુદ્ધિથી પ્રભાવિત થઈને એમણે શિવાજીના અભિષેકમાં આવવાનું આમંત્રણ આપ્યું. ગાગા ભટ્ટે એને સ્વીકાર કરી લીધું અને એક સર્ટિફિકેટ પણ આપ્યું કે શિવાજી હકીકતમાં મેવાડના સિસૌદિયોના વંશજ છે. એટલે ક્ષત્રિય થવાથી એમનો રાજ્યાભિષેક શાસ્ત્ર–સંમત છે. (ડૉ.જદુનાથ સરકાર અનુસાર બાલાજી આવજીએ ગાગા ભટ્ટને ઘણા બધા પૈસાની લાંચ આપી હતી અને એમનું સર્ટિફિકેટ પણ એક રીતે નકલી હતું.)

અભિષેકની તૈયારી

ત્યારપછી કેટલાય મહીનાઓ પહેલાથી ભવ્ય અભિષેકની તૈયારી થવા લાગી. અનેક ખાસ લોકો પાલખીમાં બેસીને રાયગઢ પહોંચવા લાગ્યા. ભારતના બધા જ ખ્યાતનામ પંડિતોને આમંત્રણ આપવામાં આવ્યું. જો કે તે સમયે પ્રવાસ કરવો આજ જેટલો સરળ ન હતો તેમ છતાં અગિયાર હજાર બ્રાહ્મણ સપરિવાર પહોંચ્યા હતા અને કુલ પચાસ હજાર લોકો હતા. આ બધા જ લોકો ચાર મહીના સુધી શિવાજીના મહેમાન બનીને રહ્યા હતા.

અભિષેકના પ્રાથમિક ચરણમાં શિવાજીએ પોતાના સભાસદો, સલાહકાર પરમાનંદ, યોગ્ય રામદાસ વગેરેથી સલાહ લીધી. ગાગા ભટ્ટને સન્માન પૂર્વક રાયગઢ લાવવા માટે ગોવિંદ ભટ્ટ ખેડકરને મોકલવામાં આવ્યા

હતા એટલે યોગ્ય સમયે ગાગા ભટ્ટ રાયગઢ પહોંચી ગયા હતા. સૌથી પહેલા એમણે શિવાજીના અભિષેકનો વિરોધ કરનારાઓ સાથે ચર્ચા–વિચારણા કરી. તેમણે વિરોધીઓને પોતાના પ્રબળ તર્કની સાથે શિવાજીને ક્ષત્રિય માનવા માટે વિવશ કરી દીધા. આ કામમાં બાલાજી આવજીએ એમના મુખ્ય મદદનીશનો ભાગ ભજવ્યો હતો.

અભિષેકનો અર્થ હતો શિવાજીને ક્ષત્રિય રૂપે માન્યતા આપવી. એમના પૂર્વજો કેટલીય પેઢીઓથી દ્વિજો (સ્વર્ણો)ના સંસ્કારોનો પરિત્યાગ કરી ચુકયા હતા. એટલે સૌથી પહેલા એમનો યજ્ઞોપવિત સંસ્કાર કરવાનો હતો અને એની સાથે અભિષેક માટે પણ વિશાળ તૈયારી કરવાની હતી. શાસ્ત્રો પ્રમાણે એના માટે પવિત્ર નદીઓના પાણીથી ભરેલા કળશ, શુભ લક્ષણોવાળા હાથી અને ઘોડા, મૃગચર્મ, સિંહચર્મ વિશેષ પ્રકારના છત્ર, ચમર, વિશિષ્ટ આકારના સ્વર્ણપાત્ર, શાસ્ત્રાનુસાર એક નિશ્ચિત માપનો રાજસિંહાસન વગેરેની વ્યવસ્થા કરવાની હતી. આ બધી જ વ્યવસ્થા થઈ ગયા પછી અનેક ભવનો, દેવળો, સરોવરો વગેરેનું નિર્માણ કરવામાં આવ્યું.

પ્રારંભિક સંસ્કાર

રાજ્યાભિષેક સંસ્કારના થોડા દિવસો પહેલા જ શિવાજી કોંકણ પ્રદેશ ખાસ કરીને ચિપલૂણનું નિરીક્ષણ કરવા માટે ગયા હતા. ત્યાં એમણે સૈનિકોનું નિરીક્ષણ કર્યુ અને એમને પોતાના કર્તવ્ય પાલન પ્રત્યે સાવધ રહેવાની આજ્ઞા આપી હતી. ત્યાંથી પરત આવતી વખતે તેઓ પ્રતાપગઢ પહોંચ્યા. પ્રતાપગઢમાં એમણે પોતાની કુળદેવી તુળજા ભવાનીની પૂજા કરી અને એમને છપ્પન હજાર રૂપિયાની કિંમતનું સ્વર્ણછત્ર અર્પણ કર્યુ. ત્યાંથી ૨૧ જૂનના રોજ તેઓ રાયગઢ પરત આવી ગયા.

પ્રારંભિક પૂજા શરૂ થયા પહેલા એમણે પોતાની માતા જીજાબાઈ અને ગુરૂ સમાન સ્વામી રામદાસના ચરણ સ્પર્શ કર્યા. માતા જીજાબાઈના જીવનનું સપનું આજે સાકાર થવા જઈ રહ્યું હતું એટલે તેઓ અપાર ખુશ હતા. પ્રસિદ્ધ ઈતિહાસકાર સર જદુનાર સરકારે માતા જીજાબાઈના આ અપૂર્વ આનંદનું વર્ણન કરતાં લખ્યું છે કે –

"આજે જીજાબાઈના આનંદની સીમા ન હતી. ભરયુવાનીથી જ પતિની

ઉપેક્ષા સહન કરતા એમણે યોગિનીની જેમ પચાસ વર્ષ પસાર કર્યા હતા, પણ શિવાજીની આજીવન અગાધ માતૃભકિતએ એમના બધા જ કષ્ટ ભુલાવી દીધા. એમના પુત્રના પાવન ચરિત્ર, દયા, ચતુરાઈ અને અજેય વીરતાના ખ્યાતિથી સંસાર ગુંજી રહ્યો હતો. આજે એમના પુત્ર એ સ્વદેશવાસીઓને પરાધીનતાના બંધનથી છોડાવ્યા હતા. એણે હિન્દુ નર–નારીની અત્યાચારથી રક્ષા કરી હતી અને ચારેકોર ધર્મ અને ન્યાયના રાજ્યની સ્થાપના કરી હતી. આવા મહાન યશસ્વી રાજાની માતા થઈને તેઓ ગર્વ અનુભવી રહ્યા હતા."

પંદરસો વર્ષ પહેલા આજ મહારાષ્ટ્રની એક અન્ય રાજમાતા, આન્ધ્ર રાજ્ય શાતકર્ણીની માતા ગૌતમી પોતાના ધાર્મિક પુત્રનું ગુણગાન કરતાં કહી રહી હતી કે – "હું મહારાણી ગૌતમી બાલશ્રી રાજશ્રી શાતકર્ણીની માતા, મારા પુત્રની માતૃસેવા બાધા રહિત છે. સુખ–દુ:ખમાં નગરવાસિઓની એને પૂર્ણ સહાનુભૂતિ રહે છે. એ શક, યવન, પહ્લવોંનું નાશ કરનાર છે. એણે દ્વિજો અને અદ્વિજો બધાનો નાશ કર્યો છે. એણે ખરાત વંશને સમાપ્ત કરી નાંખી, વર્ણ સંકુચતાને રોકી, અનેક યુદ્ધોમાં શત્રુઓને હરાવ્યા. એ સજ્જનોનો આશરો છે. લક્ષ્મીનું અધિષ્ઠાન છે અને દક્ષિણાપંથનો શાસક છે....."

શિવાજીના પૂર્વજોએ રાજપૂતોના સંસ્કારોનો ત્યાગ કરી દીધો હતો, એટલે તેઓ શુદ્ર ગણાતા હતા. ૨૮મી મેના રોજ શિવાજીએ પ્રાયશ્ચિત કર્યુ. જેઠ સુદ ચોથ, શક સંવત ૧૫૬૬ (૨૯ મે, ૧૬૭૪)ના રોજ ગાગા ભટ્ટે પૂરા વિધિ–વિધાન સાથે શિવાજીનું યજ્ઞોપવિત સંસ્કાર કર્યુ. એમને જનોઈ પહેરાવીને ક્ષત્રિય બનાવી દીધા ત્યારે શિવાજી બોલ્યા – 'હવે હું દ્વિજ બની ગયો છું, બધા જ દ્વિજોને વેદોનો અધિકાર છે, એટલે મારી સમસ્ત કર્મકાંડની વિધિમાં વૈદિક મંત્રોચ્ચાર કરવામાં આવે."

શિવાજીના આ કથનથી મરાઠા બ્રાહ્મણ ભડકી ઉઠયા અને કહેવા લાગ્યા – "કળયુગમાં ક્ષત્રિય જાતિ લુપ્ત થઈ ગઈ છે. હવે બ્રાહ્મણોને છોડીને બીજું કોઈ પણ દ્વિજ નથી." બ્રાહ્મણોના આ વ્યવહારથી ગાગા ભટ્ટ પણ ડરી ગયા. એમણે તરત જ કોઈપણ જાતનો વિરોધ કર્યા વિના સંસ્કારની વિધિ પૂરી કરાવી દીધી.

આ સંસ્કારમાં ગાગા ભટ્ટ મુખ્ય આચાર્ય હતા. એમને ૩૫ હજાર રૂપિયા

અને અન્ય આચાર્યોને કુલ ૮૫ હજાર રૂપિયા દક્ષિણા સ્વરૂપે આપવામાં આવ્યા હતા.

યજ્ઞોપવિત સંસ્કાર થયાના ત્રીજા દિવસે પટરાણી સોયરાબાઈ સાથે શિવાજીએ ફરીથી વૈદિક મંત્રોચ્ચાર સાથે લગ્ન કર્યા.

અભિષેક સંસ્કાર

પ્રારંભિક સંસ્કાર વિધિ પૂરી થયા પછી જેઠ સુદ તેરસ (૬ જૂન ૧૬૭૪)ના રોજ અભિષેક સંસ્કારનું મુહૂર્ત હતું. તેના એક દિવસ પહેલા શિવાજી પૂર્ણ સંયમમાં રહ્યા. એમને ગંગાજળથી સ્નાન કરાવવામાં આવ્યું. ત્યારબાદ એમણે ગાગા ભટ્ટને પચ્ચીસ હજાર અને અન્ય બ્રાહ્મણોને પાંચ–પાંચ હજાર રૂપિયા દક્ષિણામાં આપ્યા.

અભિષેકના દિવસે તેઓ બ્રહ્મમુહૂર્તમાં ઉઠી ગયા. સ્નાન કર્યા બાદ એમણે પોતાની કુળદેવી ભવાની અને કુળદેવ ભગવાન શંકરની પૂજા–અર્ચના કરી. પોતાના કુળગુરૂ બાલમ ભટ્ટ, પુરોહિત ગાગા ભટ્ટ અને અન્ય મુખ્ય–મુખ્ય પંડિતોને અને સાધુ–મહાત્માઓને નમન કર્યા અને એમને વસ્ત્ર વગેરે ભેંટ સ્વરૂપે આપ્યા.

આ પ્રાથમિક સ્નાન પછી અભિષેક સ્નાનની વારી આવી. શિવાજીએ સફેદ વસ્ત્ર, ચંદનની માળાઓ અને સોનાના આભૂષણ ધારણ કર્યા. ત્યારબાદ તેઓ એક નિશ્ચિત જગ્યાએ સોનાથી મઢેલી બે ફૂટ લાંબી અને બે ફૂટ પહોળી ચોકી ઉપર બેસી ગયા. એમની ડાબી બાજુ પટરાણી સોયરાબાઈ બેઠી હતી. શિવાજીની ખેસ રાણીના પાલવ સાથે બાંધી દેવામાં આવી. એ બંનેની બાજુમાં જ યુવરાજ સંભાજી પણ બેસી ગયા. એમના આઠ ખૂણામાં સોનાના આઠ કુંભ અને આઠ અન્ય નાના સોનાના પાત્રોમાં ગંગા, યમુના, નર્મદા, કાવેરી વગેરે સાત પવિત્ર નદીઓ, અન્ય પ્રસિદ્ધ નદીઓ, સમુદ્ર અને તીર્થોના જળ ભરીને રાખવામાં આવ્યા હતા. દરેક કુંભની પાસે એમના અષ્ટ પ્રધાનોમાંથી એક–એક ઉભા હતા. તેમણે શુભ મુહૂર્તની ઘડી શરૂ થતાં જ આ જળ શિવાજી, પટરાણી અને યુવરાજની ઉપર છંટકાવ કરવાની શરૂઆત કરી નાંખી. બ્રાહ્મણો ઉચ્ચ સ્વરમાં મંત્રોચ્ચાર કરવા લાગ્યા. મંગળ વાદ્યોની ધ્વનિ આકાશમાં ગુંજવા લાગી.

સોળ સૌભાગ્યવતી બ્રાહ્મણીઓએ સુંદર વસ્ત્ર પહેરીને સોનાની થાળીઓમાં પાંચ દીવાની આરતી શિવાજી, રાણી અને યુવરાજની ચારેકોર ફેરવીને ઉતારી. પછી શિવાજીએ ભીના વસ્ત્રો ઉતારીને જરીવાળા લાલ વસ્ત્રો પહેર્યા. ગળામાં ફૂલની માળા પહેરી. માથા ઉપર અનેક પ્રકારના રત્નોથી મઢેલ ઝાલરદાર પાઘડી પહેરી. આ બધું કર્યા બાદ તેમણે પોતાની તલવાર, ઢાળ, તીર, ધનુષ વગેરે શસ્ત્રાસ્ત્રોનું પૂજન કર્યુ. પછી ફરીથી બ્રાહ્મણોને દક્ષિણા આપવામાં આવી.

જાણ્યા–અજાણ્યા થયેલા પાપની મુકિત માટે તુલાદાન કરવામાં આવ્યું, જેમાં શિવાજીને સોના, ચાંદી, કિંમતી વસ્ત્ર, કપૂર, મીઠું, ઘી, ખાંડ, મસાલા, અન્નથી તોલવામાં આવ્યા. કદાચ આ બધી વસ્તુઓનો ભાર આશરે એકસો ચાલીસથી પચાસ પાઉન્ડ જેટલો હતો. આ બધી વસ્તુઓની સાથે પાંચ લાખ રૂપિયા પણ બ્રાહ્મણોને દાનમાં આપવામાં આવ્યા. લડાઈમાં ગાય, બ્રાહ્મણ, સ્ત્રી અથવા બાળકની હત્યાના પાપથી મુકત થવા માટે બ્રાહ્મણોને વધારાના આઠ હજાર રૂપિયા દાનમાં આપવામાં આવ્યા.

છેલ્લે તેઓએ એ કક્ષમાં પ્રવેશ કર્યો, જ્યાં સિંહાસન બનાવેલું હતું. આ ભવ્ય કક્ષ ખાસ રીતે શણગારવામાં આવ્યો હતો. એની છત ઉપર જરીનો ચંદરવો બાંધેલો હતો. જેમાં મોતીઓની સર લટકેલી હતી. નીચે કિંમતી મખમલના ગાલીચા બિછાવેલા હતા. કક્ષની વચ્ચોવચ્ચ સાડા તેર ફૂટ લાંબો અને બાર ફૂટ પહોળો ભવ્ય સિંહાસન બનાવેલો હતો. જેમાં અનેક પ્રકારના કિંમતી હીરા–માણેક મઢેલા હતા. એનો નીચેનો ભાગ અને ઉપરનો ભાગ પણ સોનાથી મઢેલો હતો, આઠ ખૂણામાં સોનાના પતરા મઢેલા અને માણેક જડેલા આઠ પાયા હતા. આ આઠેય પાયા સાથે જરીવાળા ચંદરવા ટાંગેલા હતા, જેમાં મોતીની સેરો, હીરા વગેરે લટકી રહ્યા હતા. સિંહાસનની ઉપર વ્યાઘ્રચર્મની ઉપર મખમલની ગાદી બિછાવેલી હતી. પાછલી તરફ રાજછત્ર હતું. સિંહાસનની બંને તરફ અનેક રાજ્યોના રાજચિહ્ન, સોનાના અણીદાર ભાલાની ઉપર ઝુલી રહ્યા હતા. જમણી બાજુ મોગલોનું રાજચિહ્ન મરાતિબ (માછલીનું માથું), ડાબી બાજુ તુર્કોનું રાજચિહ્ન ઘોડાની પૂંછનું ચંવર અને પ્રાચીન પારસ રાજ્યના ચિહ્ન ભારે માનદંડ સાથે લગાડવામાં આવ્યા હતા. કક્ષની બહાર દ્વારના બંને ખૂણે પાણી ભરેલા કળશ રાખવામાં આવ્યા હતા, જેની ઉપર આસોપાલવના પાન મુકવામાં આવ્યા હતા. એક તરફ બે ઘોડા

અને બે હાથીના બચ્ચાં બાંધેલા હતા. જેની સાંકળ અને લગામ સોનાની બનેલી હતી.

નક્કી કરેલ શુભ ઘડીએ શિવાજીએ સિંહાસન પર આસન ગ્રહણ કર્યુ. આઠેય મંત્રી પોતાના હાથમાં રાજચિહ્ન લઈને એમની ચારેકોર ઉભા થઈ ગયા. એમની પાછળ ઉચ્ચ અધિકારી, સામંત, મહેમાનો, ખાસ દર્શકો વગેરે પોત–પોતાની જગ્યાએ ઉભા હતા. શિવાજીની ઉપર પવિત્ર જળ છાંટવામાં આવ્યું. બ્રાહ્મણોએ એમની ઉપર શુભ સૂચક પવિત્ર ચોખાથી ઓવારા લીધા. ફરીથી સોળ સૌભાગ્યવતી સ્ત્રીઓએ એમની આરતી ઉતારી. બ્રાહ્મણ સમુહ પાવન વૈદિક મંત્રોનું ઉચ્ચ સ્વરે ઉચ્ચારણ કરી રહ્યા હતા. મંગળ સૂચક વાજિંત્રોના સંગીતથી દસેય દિશાઓ ગુંજી ઉઠી હતી. દરમિયાનમાં રત્ન મઢેલા સોનાના કમળ અને સોના–ચાંદીના ફૂલોનો વરસાદ ભરી સભામાં બધાની વચ્ચે કરવામાં આવ્યો. ત્યારથી શિવાજી છત્રપતિ શિવાજી બની ગયા અને બ્રાહ્મણોએ છત્રપતિ શિવાજીને આશીર્વાદ આપ્યો. છત્રપતિએ માથું નમાવીને એમનો આશીર્વાદ લીધો. 'શિવરાજ કી જય', 'છત્રપતિ મહારાજ કી જય'ના નારાથી શિવાજીનો જય–જયકાર થવા લાગ્યો. શિવાજીની ઉપર રાજછત્ર તાનવામાં આવ્યો હતો. સિંહાસન ઉપર એમની સાથે રાણી સોયરાબાઈ પણ બેઠી. સિંહાસનથી થોડી નીચે ત્રણ આસન ઉપર યુવરાજ સંભાજી, ગાગા ભટ્ટ અને પેશવા મોરેશ્વર ત્ર્યબંક પિંગળે બેઠા.

અભિષેકનો કર્મકાંડ આશરે સવારે આઠ વાગ્યા સુધીમાં પૂરો થઈ ગયો. એના સમાપન સમયે પણ મુખ્ય આચાર્ય ગાગા ભટ્ટને કિંમતી વસ્ત્રો, આભૂષણ અને એક લાખ રૂપિયા આપવામાં આવ્યા. અન્ય આચાર્યોને વસ્ત્ર વગેરે ઉપરાંત પાંચથી પચ્ચીસ હજાર રૂપિયા દક્ષિણા સ્વરૂપે આપવામાં આવ્યા. અન્ય પણ બધા જ બ્રાહ્મણોને ઓછામાં ઓછી પચ્ચીસ રૂપિયાની દક્ષિણા આપવામાં આવી. સાધુ–સંતો, મહાત્માઓ, માગનારાઓ વગેરે બધાને વસ્ત્ર–અન્ન વગેરેનું દાન અથવા ભેંટ આપવામાં આવી. દાન પ્રથા અનુસાર સોળ મહાદાન વગેરે પણ કરવામાં આવ્યા.

બધી જ વિધિ પૂરી થઈ ગયા પછી શિવાજીએ ખાસ લોકો સાથે વાત કરી. એમનો જજ (ન્યાયાધીશ) નીરાજી રાવજી અંગ્રેજ દૂત જ્યાર્જ આકસેન્ડનને એમની સામે લાવ્યો. આકસેન્ડનની સાથે એમનો દુભાષિયો

નારાયણ સેનાય પણ હતા. આકસેન્ડને માથું નમાવીને છત્રપતિનું આદર કર્યુ. એણે ભેંટ સ્વરૂપે એક વીંટી (હીરા મઢેલી), એક સોનાની ચેન, એક કલગી, એક જોડી રત્ન જડેલા પાટલા (બંગળી) અને ત્રણ મોટી–મોટી મોતીઓની સેર ભેંટમાં આપી. આ બધાની કિંમત આશરે ત્રણ હજાર રૂપિયા હતી. ત્યારબાદ બધાયનું પાન અને ઈત્તર સાથે સ્વાગત કરવામાં આવ્યું.

શોભા યાત્રા

આ બધી ક્રિયા પછી છત્રપતિ શિવાજીની શોભા યાત્રા કાઢવામાં આવી. આ શોભા યાત્રા (જલુસ)માં સૌથી આગળ બે હાથી ચાલી રહ્યા હતા, જેમાંથી એમની ઉપર લીલો ધ્વજ અને બીજા ઉપરભગવા ધ્વજ લહેરાઈ રહ્યો હતો. આ ભગવા ધ્વજ સમર્થ રામદાસે આપ્યો હતો. શિવાજી પોતાના એક અલગ હાથી ઉપર સવાર હતા. આ શોભા યાત્રા રાયગઢના મુખ્ય માર્ગથી પસાર થઈને અંતે જગદીશ્વરના મંદિરે પહોંચી. રસ્તામાં બધીજ સૌભાગ્યવતી સ્ત્રીઓએ શિવાજીની આરતી ઉતારી. એમની ઉપર સોના, ચાંદીના ફૂલ અને ચોખા વગેરે ઓવારવામાં આવ્યા. ચારેકોર એમની જયજયકાર થવા લાગી (જયદીશ્વર મંદિરમાં એક શિલાલેખ છે, જે આ હકીકતનો પુરાવો છે કે અભિષેક સંસ્કાર પછી શિવાજી અહિંયા આવ્યા અને એમણે પૂજા કરી) પછી શિવાજી બપોરે મંદિરથી ઘરે પહોંચ્યા.

શિવાજીના આ અભિષેક સંસ્કારથી ખરેખર હિન્દુઓને, ખાસ કરીને મરાઠાઓને ખૂબ જ ખુશી થઈ હતી. સદીઓથી અત્યાચારોથી પીડાતા હિન્દુ જન–માનસમાં એક નવીન આશાનો સંચાર થયો હતો. એમને પોતાના ધર્મ અને સંસ્કૃતિનું ભવિષ્ય ઉજ્જવળ દેખાવા લાગ્યું. સાથે જ તેમને પોતાના પ્રાચીન ગૌરવમયી પરંપરાઓના એક સુંદર ભવિષ્યની અનુભૂતિ થવા લાગી, કારણ કે છત્રપતિએ પોતાનો અભિષેક સંસ્કાર પૂર્ણ પ્રાચીન આર્ય પરંપરાથી પૂરો કર્યો હતો. એમાં લાલ રાષ્ટ્રીય ચિહ્ન, મુકત જરીદાર ધ્વજ, ભવ્ય રાજછત્ર, વિશાળ ઢોલક વગેરે હિન્દુ રાજાઓની પ્રાચીન પરંપરાઓ અનુસાર જ ઉપયોગ કરવામાં આવ્યા હતા. જો કે આ અવસરે સ્વામી રામદાસે ભગવા ધ્વજ આપ્યો હતો, પણ એ એમનું પોતાનું આવિષ્કાર ન થઈને હિન્દુઓમાં પહેલાથી જ પ્રચિલિત હતું. મરાઠા સેનાઓ એને

પહેલાથી જ સાથે લઈને ચાલતી હતી. સ્વર્ગમય અન્ય ચિહ્ન પણ પ્રાચીન કાળથી જ ખાસ અવસરો પર પ્રદર્શિત કરવામાં આવતા હતા. દિવાલો, ખુરશીઓ, રાજમાર્ગ, દ્વાર, તોરણો વગેરે બધું જ ભારતીય પરંપરાઓ અનુસાર જ શણગારવામાં આવ્યું હતું.

"રાજશક સંવત"ની શરૂઆત

શિવાજીએ પોતાના રાજ્યાભિષેકથી એક નવીન સંવતનું પ્રચલ શરૂ કર્યુ. તે સમયે મુખ્ય રૂપે શક સંવત અને વિક્રમ સંવતનું પ્રચલન હતું. શિવાજીએ પોતાના આ સંવતને "રાજશક સંવત" નામ આપ્યું. રાજશકનો શાબ્દિક અર્થ યુગ નિર્માતા કરવામાં આવે છે. અભિષેકની તિથિથી પ્રચલિત આ સંવતનું મરાઠા રાજ્યના બધા જ કામોમાં ઉપયોગ કરવામાં આવતો હતો. વચમાં ૧૫ સપ્ટેમ્બર ૧૭૭૭થી ૨૦ ડિસેમ્બર ૧૭૭૭ સુધી નાના ફડનવીસે આના પ્રયોગ ઉપર બાન મુકી દીધો હતો.

અભિષેકનો કુલ ખર્ચ

અભિષેકના બીજા દિવસથી દેશના જુદા–જુદા ભાગોથી આવેલા બ્રાહ્મણો અને યાચકો (માગનારા)ને દાન–દક્ષિણા અને ભિક્ષા આપવાની શરૂઆત થઈ. આ કાર્યક્રમ બાર દિવસ સુધી ચાલ્યો. બ્રાહ્મણીઓ અને બ્રાહ્મણના પુત્રોને પણ એકાદ–બે રૂપિયા દક્ષિણા મળી. આચાર્યોને છોડીને બાકીની દાન–દક્ષિણામાં કુલ મિલાવીને સાડા સાત લાખ રૂપિયાનો ખર્ચ થયો હતો.

કૃષ્ણાજી અનંત સભાસદ અનુસાર નિર્માણ વગેરે કામો સહિત અભિષેક મહોત્સવમાં શરૂઆતથી છેવટ સુધી સાત કરોડ દસ લાખ રૂપિયાનો ખર્ચ થયો હતો. બત્રીસ મણ સોનાથી સિંહાસન બનાવવામાં આવ્યું હતું. ત્યારે સોનાની કિંમત પ્રમાણે ચૌદ લાખ રૂપિયાનું સોનું હતું. તદુપરાંત એમાં કિંમતી હીરા, માણેક વગેરે મઢવામાં આવ્યા હતા. આઠ પ્રધાનોને એક–એક લાખ રૂપિયા, હાથી, ઘોડા, વસ્ત્ર આભુષણ આપવામાં આવ્યા. ગાગા ભટ્ટને તો અગણિત ધન આપવામાં આવ્યું હતું. સર જદુનાથ સરકાર આ વર્ણનને સાચું નથી માનતા. તેમના અનુસાર આ વિધિમાં વધુમાં વધુ પચાસ લાખ રૂપિયાનો ખર્ચ થયો હશે.

પ્રશાસકીય પદોનું સંસ્કૃત નામકરણ

ભારતમાં ત્યારે મુસલમાન શાસકોના પ્રભાવથી બધા જ પ્રશાસકીય પદોના નામ અરબી, ફારસીમાં જ પ્રચિલિત હતા. શિવાજીએ મરાઠીને પોતાની રાજભાષા જાહેર કરી દીધી. રાજકીય કામો માટે 'રાજવ્યવહાર કોષ' ની રચના કરવામાં આવી, જેનું સંપાદન રઘુનાથ પંત હનુમંતેના નિર્દેશનમાં જુદા–જુદા વિદ્વાઓને કર્યુ. આમ તો છત્રપતિની ઉપાધિ શિવાજીએ પોતાની પ્રથમ સ્વતંત્રતાની જાહેરાત કરતા સમયે જ ધારણ કરી લીધી હતી, પણ અભિષેકના અવસરે તેમણે આ ઉપાધિને વિધિપૂર્વક ધારણ કરી – 'ક્ષત્રિયકુલાવતંસ સિંહાસના – ધીશ્વર મહારાજ છત્રપતિ"

આ નવીન રાજવ્યવહાર કોષ અનુસાર પેશવા વગેરે એમના આઠ પ્રધાનોના નવા સંસ્કૃત નામ નીચે પ્રમાણે રાખવામાં આવ્યાઃ

(૧) પેશવા : મુખ્ય પ્રધાન (વડાપ્રધાન)
(૨) મઝૂમદારઃ અમાત્ય (રાજસ્વ મંત્રી)
(૩) સુરનિસ : સચિવ (નાણાં મંત્રી)
(૪) વાકેનવીસ : સચિવ (ગૃહમંત્રી)
(૫) સરનૌબત : સેનાપતિ
(૬) દબીર : સુમંત (વિદેશ મંત્રી)
(૭) ન્યાયાધીશ (જજ)
(૮) પંડિત રાવ (ધાર્મિક વિષયોના મંત્રી)

આ આઠ પ્રધાનોમાં પ્રથમ ચાર સિંહાસનની જમણી બાજુ અને છેલ્લા ચાર ડાબી બાજુ બેસતા હતા. આજ રીતે બાકીના નામો પણ સંસ્કૃતમાં રાખવામાં આવ્યા.

ફરીથી લઘુ અભિષેક

આ ભવ્ય અભિષેક મહોત્સવને જોયા પછી બારમા દિવસે (૧૭ જૂન, ૧૬૭૪) રાયગઢની નીચે પાચાડ નામની જગ્યાએ માતા જીજાબાઈનો સ્વર્ગવાસ થયો, ત્યારે તેઓ એંસી વર્ષના હતા, પોતાના સમગ્ર જીવનમાં એમણે બધું જ જોયું હતું અને શિવાજીની પ્રગતિ જોઈને સંતોષ થયો હતો,

અને લીલી વાડી છોડીને ગયા હતા એટલે એમના દિવંગત થવાથી વધુ શોક પ્રગટ કરવામાં નહોતો આવ્યો. પણ અભિષેકના થોડા સમય પછી જ નિશ્ચલપુરી ગોસાવી નામનો એક તાંત્રિક શિવાજીની પાસે આવ્યો. તેણે કહ્યું કે પાંચમી જૂનના ગ્રહોની સ્થિતિ અશુભ હોવાના લીધે આ અભિષેક શિવાજી માટે મંગળમય નહીં રહે. અભિષેકના થોડાક દિવસો પછી જ શિવાજીની માતા જીજાબાઈ અને એમની એક રાણીનો પણ સ્વર્ગવાસ થઈ ગયો હતો. આનું કારણ પણ તાંત્રિકે અશુભ ગ્રહોની સ્થિતિમાં કરેલા સંસ્કાર જણાવ્યું. એટલે એણે ફરીથી શુભ મુહુર્તમાં અભિષેક કરાવવાની સલાહ આપી. શિવાજીને પણ એવું કરવામાં કોઈ નુકસાન ન જણાયું. એટલે એમણે નિશ્ચલ પુરી ગોસાવી દ્વારા જણાવેલા મુહુર્તમાં ૨૪ સપ્ટેમ્બર ૧૬૭૪ના રોજ ફરીથી એક લઘુ અભિષેક કરાવ્યો હતો.

અભિષેક પછીનું એક વર્ષ

અભિષેક પછીનું એક વર્ષ શિવાજીના જીવનમાં અનેક ઉતર–ચઢવાળું રહ્યું. આ એક વર્ષમાં એક બાજુ જ્યાં તેમને અનેક સફળતાઓ મળી ત્યાં બીજી બાજુ અનેક આઘાત પણ સહન કરવા પડયા. અભિષેક મહોત્સવમાં તેમણે દિલ ખોલીને ખર્ચ કર્યો હતો જેના પરિણામે તેમનો ખજાનો લગભગ ખાલી જેવો જ થઈ ગયો હતો. એ ભરવા માટે જુલાઈ ૧૬૭૪માં એમનું એક જૂથ મોગલ પ્રદેશને લુંટવા માટે નીકળ્યું. જેના સમાચાર મોગલ સામ્રાજ્યના રાજ્યપાળ બહાદુર ખાં ને સમયસર મળી ગયા હતા. જે ગામને લુંટવાના સમાચાર બહાદુર ખાંને મળ્યા હતા તે ગામને બચાવવા માટે એ પોતાનું લશ્કર લઈને ત્યાં જવા નીકળી પડયો. ત્યારે જ મરાઠાઓના એક બીજા જૂથે એમના મુખ્ય શિબિર ઉપર આક્રમણ કરીને એમને લુંટી લીધા, આ લુંટમાં મરાઠાઓને એક કરોડ રૂપિયા અને બસો ઉત્તમ પ્રજાતિના ઘોડા મળ્યા. ત્યારબાદ અન્ય કેટલાય મોગલ શાસિત પ્રદેશ લુંટવામાં આવ્યા. ફેબ્રુઆરી ૧૬૭૫માં મરાઠાઓએ મોગલોની આધીન કલ્યાણ શહેરને બાળીને ભસ્મ કરી નાંખ્યું.

બીજી બાજુ શિવાજી જ્યારે પોતાના અભિષેકના કાર્યક્રમોમાં વ્યસ્ત હતા ત્યારે જ એમને સમાચાર મળ્યા હતા કે બહાદુર ખાં એમની વિરૂદ્ધ

યુદ્ધ કરવાની તૈયારી કરી રહ્યો છે. એટલે એમણે એનું ધ્યાનભંગ કરવા માટે ચોમાસામાં પોતાના એક દૂતને શાંતિની દરખાસ્ત સાથે બહાદુર ખાં પાસે મોકલ્યો અને દરમિયાનમાં આ બનાવ બની ગયો. તો પણ બહાદુર ખાં પોતાને શિવાજીનો સામનો કરવામાં અસમર્થ ગણી રહ્યો હતો, એટલે સંધિ વાર્તા તો પણ ચાલતી રહી. એક રીતે શિવાજી અવસરનો પૂરેપૂરો લાભ ઉઠાવવા માગતા હતા. માર્ચથી મે ૧૬૭૫ સુધી શિવાજીની તરફથી મોગલો પોતાને સમર્પિત કરી દે એવી વાતચીત ચાલતી રહી. શિવાજી પોતાના સત્તર કિલ્લા મોગલોને આપવા અને પોતાના પુત્રને પણ દક્ષિણમાં મોગલ સેનાની આધીન છ હજારી મનસબદાર બનાવવા માટે સંમત થઈ ગયા. બહાદુર ખાં એ આ પ્રસ્તાવ ઔરંગઝેબ પાસે મોકલ્યો અને તેમ કરવા માટે ઔરંગઝેબની મંજુરી પણ મળી ગઈ. દરમિયાનમાં વાતચીય પૂરી થયા પહેલા જ શિવાજીએ બહાદુર ખાંના દૂતને અપમાનિત કરીને પાછો મોકલી દીધો અને પોતે મે ૧૬૭૫ની શરૂઆતમાં પૌંડા, કારવાર અને સૌંધા પર અધિકાર કરવાની યોજના ઘડી કારણ કે શિવાજી અનુસાર બહાદુર ખાં એ આ વાતચીત કરવા માટે એમનાથી ખૂબ જ ધન લાંચ રૂપે માગ્યું હતું અને બહાનુ બનાવ્યું હતું કે સમ્રાટના આદેશથી તે આમ કરી રહ્યો છે.

બહાદુર ખાંની આ અસફળતાઓથી ઔરંગઝેબને વિશ્વાસ થઈ ગયો હતો કે શિવાજીને જીતવું સરળ નથી. બહાદુર ખાં એ એમને જે વિશ્વાસ દેવડાવ્યો હતો તેમાં પણ કાંઈ સફળતા ન મળી. શિવાજી ઔરંગઝેબ માટે એક પડકાર સમાન હતા. એટલે તેમણે બીજા કોઈને દક્ષિણ મોકલવાનો વિચાર કર્યો.

નેતાજી પાલ્કરની શુદ્ધિ

ઔરંગઝેબે આ વિષયમાં દિલેર ખાં સાથે ચર્ચા–વિચારણા કરી. બંને એ પરિણામે પહોંચ્યા કે શિવાજીનું દમન કરવા માટે કોઈ એવા વ્યકિતને મોકલવું જોઈએ જે દક્ષિણ ભારતની ભૌગોલિક સ્થિતિને સરખી રીતે જાણતો હોય અને ત્યાંના મુખ્ય લોકો સાથે પણ એનો પરિચય હોય. આવો એક જ વ્યકિત હતો – નેતાજી પાલ્કર. પાછળ ઉલ્લેખ થઈ ચુકયો છે કે નેતાજી પાલ્કર શિવાજીનો સૌથી વધુ વિશ્વાસપાત્ર સેનાપતિ હતો, પણ શિવાજીની જયસિંહ સાથે થયેલી પુરંદરની સંધિ પછી શિવાજી સાથે એનો સંબંધ કટુ થઈ ગયો હતો. એટલે

જયસિંહે તેને મોગલ સેનામાં મોકલી દીધો હતો. ઔરંગઝેબે એને મુસલમાન બનાવી દીધો અને એનું નામ મોહમ્મદ કુલી ખાં કરી નાંખવામાં આવ્યું. લોઢું જ લોઢાને કાપી શકે છે, એ જ ઉદ્દેશ્યને ધ્યાનમાં રાખીને શિવાજીના દમન માટે એને મોકલવાનો પ્રસ્તાવ પાલ્કરની સામે મુકવામાં આવ્યો. એ તરત જ માની પણ ગયો. પણ તેના બદલામાં એણે કહ્યું કે જો મને ઘણી બધી ધનરાશિ મળશે તો જ તે શિવાજીનું દમન કરવાનો પ્રયત્ન કરશે. એની બધી જ માગણી ઔરંગઝેબે સ્વીકારી લીધો. દિલેર ખાં અને નેતાજી પાલ્કર ઉર્ફે મોહમ્મદ કુલી ખાં બંને ચાલી નીકળ્યા. બંનેએ શિવાજીની ગતિવિધિઓની ખબર કરી અને સતારાની નજીક પોતાનું શિબિર લગાડી દીધું.

નેતાજીને એમની ઈચ્છા વિરૂદ્ધ બળજબરીથી મુસલમાન બનાવવામાં આવ્યા હતા. કદાચ એટલા માટે જ તેઓ એનાથી મુક્ત થવા માટે છટપટાઈ રહ્યા હતા. એટલે એક દિવસ પરોઢિયે એ મોગલ સેનાના શિબિરમાંથી નાસી છુટયો અને શિવાજી સાથે જઈ ભળ્યો. એણે પોતાની આપવીતી અને મોગલોની નવીન યોજના વિશે શિવાજીને જણાવી દીધું. તે આઠ વર્ષોથી ઉત્તરમાં હતો એનું નવું પરિવાર પણ ત્યાં જ હતું. એણે શિવાજીને વિનંતી કરી કે એને ફરીથી હિન્દુ બનાવી દેવામાં આવે. એટલે જરૂરી પ્રાયશ્ચિત પછી શિવાજીની પ્રેરણાથી ૧૯ જૂન ૧૬૭૬ના રોજ એને શુદ્ધ કરીને ફરીથી હિન્દુ બનાવી દેવામાં આવ્યો. એ ફરીથી શિવાજીની સેવામાં આવી ગયો અને ઔરંગઝેબે બનાવેલી યોજના ઉપર પાણી ફરી વળ્યું.

આ ઘટનાનો ફક્ત રાજનૈતિક જ નહીં પણ સાંસ્કૃતિક મહત્વ પણ છે. છત્રપતિ શિવાજીના ચરિત્રના એક અન્ય મહાન પાસા ઉપર પણ આ ઘટનાથી પ્રકાશ પડે છે કે તેઓ ફક્ત રાજ્ય નિર્માતા અથવા મહાન વિજેતા જ ન હતા પણ એક મહાન સમાજ સુધારક પણ હતા. આ ઘટના એ કટ્ટરપંથી હિન્દુઓના મોં ઉપર પણ અને કરારા તમાચા સમાન હતી, જે કોઈ અન્ય ધર્માવલંબી ને હિન્દુ ધર્મમાં લેવાના વિષયમાં વિચારી પણ નહોતા શકતા. નેતાજી નિમ્બાલકરને પણ મુસલમાનથી હિન્દુ બનાવવામાં આવ્યા હતા, જેને બીજાપુરના શાસકે બળજબરીથી મુસલમાન બનાવી દીધા હતા. શિવાજીને આમ કરવાની પ્રેરણા એમની માતા જીજાબાઈએ આપી હતી.

બીજાપુરની આધીન રાજ્યો ઉપર અધિકાર

અનેક ઉપદ્રવોના કારણે બીજાપુરની શકિત નબળી પડતી જઈ રહી હતી. સુલ્તાન સિકંદર આદિલશાહ હજુ બાળક જ હતા. રાજ્યની વાસ્તવિક સત્તા વઝીર ખવાસ ખાં ના હાથમાં હતી. ઔરંગઝેબે આ સ્થિતિનો લાભ ઉઠાવવા માટે બહાદુર ખાં અને દિલેર ખાં ને આજ્ઞા આપી કે તેઓ બીજાપુર ઉપર અધિકાર કરી લે. ખવાસ ખાં કદાચ પોતે જ સત્તા ઉપર અધિકાર કરવા માગતો હતો. ૧૯ ઑકટોબર ૧૬૭૫ના રોજ એ સ્વયં ભીમા નદીના તટ પર બહાદુર ખાં ને મળ્યો. ખવાસ ખાં ના આ ષડયંત્રની ખબર પડતા જ બીજાપુરના અફઘાન સરદાર બહલોલ ખાં એ એને ૧૯ નવેમ્બરના રોજ બાંકાપુરમાં કેદ કરી લીધો અને સત્તા પોતાના હાથમાં લઈ લીધી.

ત્યારે જ પુર્તગાલી ઉપનિવેશ ગોવાના વિસ્તારમાં પોતાની સુરક્ષા માટે સતર્ક થઈ રહ્યા હતા. એમની આ સતર્કતા બીજાપુર સાથે મળીને શિવાજી માટે ઘાતક સિદ્ધ થઈ રહી હતી. ગોવાના તટીય વિસ્તારથી શિવાજીના વિરોધીઓને યુદ્ધ સામગ્રી પણ મળી રહી હતી. એટલે સૌથી પહેલા શિવાજીએ આ સમસ્યાનો ઉકેલ શોધવાનું જ યોગ્ય સમજ્યું. એમણે યુરોપવાળાઓના હાથમાંથી સત્તા અને વેપાર બંને છીનવા માટે સૌથી પહેલા પોતાની નૌ સેનાને વિકસિત કરવાનું વિચાર્યુ. પીતામ્બર સેનૉય નામના કૂતનીતિજ્ઞ ને શિવાજીએ પોતાની સેવામાં લઈ લીધો, કારણ કે અંગ્રેજોનો દુભાષિયો રહી ચુકવાના કારણે એને યુરોપીયનોની સમસ્યાઓ અને વિવાદોનું સારૂં જ્ઞાન હતું. એની મદદથી શિવાજીને ગોવાના અમુક કુશળ નૌસૈનિક અને તોપખાનાના અધિકારી પણ મળી ગયા. એમની સેવાઓનો ઉપયોગ કરવા માટે શિવાજીએ મલવનમાં વહાણ બનાવવાના કારખાના અને શસ્ત્રાગાર પણ બનાવી દીધા. અહિંયા ચૌથ (કર) લગાડવાની પ્રેરણા પણ શિવાજીને પીતામ્બર સેનૉયથી જ મળી હતી. કોલાબાથી મલવન સુધી શિવાજીનો અધિકાર પહેલાથી જ હતો, પણ વચમાં ગોવાની ચૌકી પોર્ટુગલોના કબજામાં હતી, જે એમની નૌસેના માટે બાધારૂપ હતી. ગોવાના દક્ષિણમાં બે અત્યંત ઉપયુકત જગ્યા પૌંડા અને કરવાર બીજાપુરના અધિકારમાં હતા. પોર્ટુગલો અને જંજીરાની સિદ્ધિયો પર નિયંત્રણ રાખવા માટે આની ઉપર અધિકાર કરવો જરૂરી હતો. આની ઉપર અધિકાર કરવા માટે ઑગસ્ટ, ૧૬૭૪માં શિવાજી એક વખત પ્રયત્ન કરી ચુકયા હતા, પણ એમાં સફળતા

નહોતી મળી. એટલે ૨૨ માર્ચના રોજ પૌંડા પર અધિકાર કરવા માટે શિવાજીએ રાજાપુરથી શસ્ત્રોથી ભરેલા ચાલીસ પોત (વહાણ) મોકલ્યા. પછી શિવાજી સ્વયં ત્યાં પહોંચ્યા અને ૮ એપ્રિલે ઘેરો નાંખ્યો. બહલોલ ખાં સ્વયં સેના લઈને પૌંડાની રક્ષા માટે નીકળી પડયો, પણ મરાઠાઓની એક સેનાએ એને રસ્તામાં જ રોકી લીધો. પોતાને અસહાય જોઈને પૌંડાના રક્ષક મોહમ્મદ ખાં એ સમર્પણ કરી દીધું. પૌંડા પર શિવાજીનું અધિકાર થઈ ગયું. અધિકાર કરી લીધા પછી શિવાજીએ પૌંડાની રક્ષા માટે એક ભારે લશ્કર ત્યાં મોકલ્યું. એના થોડા દિવસો પછી એમણે એના નજીકના રાજ્યો કારવાર અને સૌંધા ઉપર પણ અધિકાર કરી લીધો. આ રાજ્યોની વ્યવસ્થા માટે ધર્માજી નાગનાથની નિમણૂંક કરવામાં આવી. આ બધી જીત એમને ત્યારે મળી હતી જ્યારે શિવાજીની મોગલ રાજ્યપાળ બહાદુર ખાં સાથે સંધિ વાર્તા ચાલી રહી હતી.

વેદનૂર પર અધિકાર

જ્યારે શિવાજી પોતાના નવા જીતેલા રાજ્યોમાં હતા, ત્યારે જ ત્યાંના એક નાનકડા પાડોશી રાજ્ય વેદનૂરમાં એક રાણી સત્તા ચલાવી રહી હતી.એના સેનાપતિએ વિદ્રોહ કરી દીધો હતો. રાણીએ પોતાના વિદ્રોહી સેનાપતિનું દમન કરવા માટે શિવાજીની મદદ માંગી. શિવાજીએ મદદ આપવાના બદલે ચૌથ ગ્રહણ કરવાના અધિકારની શરત રાખી. રાણી સંમત થઈ ગઈ એટલે શિવાજીએ એને મદદ આપી અને વિદ્રોહીનું દમન કરી નાંખ્યુ. પછીથી શિવાજીને વેદનૂરથી ચૌથ ગ્રહણ કરવાનો અધિકાર મળી ગયો. ચૌથ ભેગો કરવા માટે વેદનૂરમાં પોતાના પ્રતિનિધિ ઉમાજી પંડિતની નિમણૂંક કરીને શિવાજી ૧૨ જૂનના રોજ રાજાપુર પસાર કરીને પાછા રાજગઢ આવી ગયા. આ રીતે ઉત્તરમાં દમણની પાસે રામ નગરથી દક્ષિણમાં વેદનૂરના બંદર બસરૂર સુધીના પશ્ચિમી ઘાટ પર શિવાજીએ એક વખતમાં પોતાની સત્તાને સુદૃઢ કરી લીધી.

સતારા કિલ્લા ઉપર બીજાપુર રાજ્યનો અધિકાર હતો. ૧૧ નવેમ્બર ૧૬૭૫ના રોજ શિવાજીએ આ કિલ્લા ઉપર કબજો કરી લીધો. આ જગ્યા શિવાજીને ખૂબ જ ગમી ગઈ એટલે શિવાજી થોડો વખત ત્યાં રહ્યા. નજીકનું પાર્લી બંદર તેમણે પોતાના આધ્યાત્મિક ગુરૂ રામદાસને સમર્પિત કરી દીધું. આ

પ્રમાણે પોતાના અભિષેકના એક વર્ષની અંદર જ એમણે બીજાપુરના બધા જ પશ્ચિમી ભાગ ઉપર પોતાનો અધિકાર કરી લીધો.

શિવાજીની માંદગી અને સંભાજીની કેદ

૧૬૭૫ના અંતમાં જ્યારે શિવાજી સતારામાં રહી રહ્યા હતા, ત્યારે તેઓ ગંભીર રૂપે માંદા પડયા હતા. ત્યાં સુધી કે તેમના સ્વર્ગવાસના ખોટા સમાચાર પણ ચારેકોર ફેલાઈ ગયા હતા. એમનો પુત્ર સંભાજી પોતાના પિતાની આશાઓ ઉપર ખરો ઉતર્યો ન હતો અને તે પિતાને દેખાડેલ માર્ગ ઉપર ચાલતો પણ ન હતો. એટલે આજ વર્ષે એને સર્વાંગી રીતે શિક્ષા આપવા માટે અને એના આચરણમાં સુધાર કરવા માટે એને શ્રૃંગારપુરમાં કેદ કરીને રાખવામાં આવ્યો. એની દેખરેખની જવાબદારી ઉમાજી પંડિત ઉપર હતી. ત્યારબાદ એને સમર્થ રામદાસના સંરક્ષણમાં રાખવામાં આવ્યો, પણ એના આચરણમાં તો પણ કાંઈ જ સુધારો ન થયો. શિવાજી કદાચ આજ માનસિક આઘાતથી માંદા પડયા હતા.

જો કે માંદગીમાંથી (૧૬૭૬ની શરૂઆતમાં) થોડા વખતમાં જ તેઓ ઉભા થઈ ગયા હતા અને સંપૂર્ણ રીતે સ્વસ્થ થઈ ગયા હતા. ત્યારબાદ શિવાજીએ દક્ષિણ ભારતમાં જ પોતાના રાજ્યનો વધુ વિસ્તાર કરવા ઉપર ખાસ જોર આપ્યું હતું.

આઠમો અધ્યાય

દક્ષિણમાં વિસ્તાર

અભિષેક પછી શિવાજી પાસે આશરે બસ્સો માઈલ લાંબો અને લગભગ એના કરતાં જરાક જ ઓછા પહોળા વિસ્તારનું રાજ હતું. જો કે મરાઠાઓની બધી ભૂમિ ઉપર એમનો અધિકાર ન હતો. એમના અધિકારમાં જેટલા પણ રાજ્ય હતા એ ચારેકોરથી શત્રુઓથી ઘેરાયેલા હતા. ઉત્તરમાં વિશાળ મોગલ સામ્રાજ્ય અને પૂર્વ અને દક્ષિણમાં બીજાપુર અને ગોલકુંડા હતા. પશ્ચિમી તટ ઉપર પોર્ટુગલ અને સિદ્દી જાતિ પણ અન્ય રાજ્યો સાથે મળીને સંકટ ઉભું કરી શકતી હતી. ઉત્તરમાં મોગલોની પ્રચંડ સૈન્ય વ્યવસ્થા હતી. એટલે ૧૬૭૬ની શરૂઆતમાં એમણે પોતાના રાજ્યનો દક્ષિણમાં વિસ્તાર કરવાનો નિશ્ચય કર્યો.

કોપબલ ઉપર અધિકાર

દક્ષિણમાં કૃષ્ણા અને તુંગભદ્ર વચ્ચે રહેલા પ્રદેશ પર બીજાપુરનો કબજો હતો. અહિંયાની શાસન વ્યવસ્થા કોપબલ નામના કિલ્લાથી ચાલતી હતી. બે અફઘાન હુસૈન ખાં મિયાના અને અબ્દુલ રહીમ ખાં આ કિલ્લાના રક્ષક હતા. આને દક્ષિણનો દ્વાર કહેતા હતા. આ વિસ્તારની હિન્દુ પ્રજાએ અફઘાનોના અત્યારચારોથી પોતાની રક્ષા કરવા માટે શિવાજીને વિનંતી કરી. આ બાજુ એની પહેલા જ ગોલકુંડાના શાસકે સંધિ માટે શિવાજીને આમંત્રણ આપ્યું હતું. એટલે ત્યાં જતી વખતે રસ્તામાં આ બે અત્યાચારીને પાઠ ભણાવવાનું શિવાજીને યોગ્ય લાગ્યું. આના માટે હમ્મીરાવ મોહિતે અને ધાનાજી જાધવના નેતૃત્વમાં બે લશ્કર મોકલવામાં આવ્યા. આ લશ્કરોએ કોપબલ પર આક્રમણ કરી દીધું. ખૂબ જ

સંઘર્ષ કર્યા બાદ મરાઠાની જીત થઈ. અબ્દુલ રહીમ ખાં માર્યો ગયો અને હુસૈન ખાં ને કેદ કરી લેવાયો. આ રીતે બીજાપુરનો આ કિલ્લો પણ શિવાજીના અધિકારમાં આવી ગયો.

ગોલકુંડા સાથે સંધિ

બીજાપુર અને ગોલકુંડા બંને રાજ્યો માટે ૧૬૭૨નું વર્ષ ખૂબ જ અશુભ રહ્યું, કારણ કે આજ વર્ષે ૨૧ એપ્રિલના રોજ ગોલકુંડાના શાસક અબ્દુલ્લાનું અને ૨૪ નવેમ્બરના રોજ બીજાપુરના સુલ્તાન અલી આદિલશાહનું મૃત્યુ થયું હતું, જેના લીધે આ બંને રાજ્યો ઉપર સંકટના વાદળ ઘેરાયા હતા. ગોલકુંડાના શાસક અબ્દુલ્લા કુતુબશાહને કોઈ પુત્ર ન હતો એટલે એમના મોટા જમાઈ સૈયદ અહમદે સ્વયં સત્તા હાંસિલ કરવાની કોશિશ કરી, પણ મુખ્ય સેનાપતિએ સુલ્તાનના નાના જમાઈ અબુલ હસનની મદદ કરી. પરિણામે અબુલ હસન સુલ્તાન બની ગયો, પણ શાસનની વાસ્તવિક સત્તા ઉપર સ્વયં મુખ્ય સેનાપતિ સૈયદ મુજફ્ફરનો અધિકાર હતો. સૈયદ મુજફ્ફર અત્યાચારી શાસક સિદ્ધ થયો. એટલે મદન પંત ઉર્ફે માદન્નાની મદદથી અબ્દુલ હસને એને સત્તામાંથી બહાર કાઢી નાંખ્યો અને સંપૂર્ણ સત્તા પોતાના હાથમાં લઈ લીધી. ત્યારબાદ માદન્નાને વડાપ્રધાન બનાવવામાં આવ્યા અને સૂર્ય પ્રકાશની ઉપાધિ આપવામાં આવી. તેથી ત્યાંના રાજ્યમાં હિન્દુ અને મુસલમાનના બે જૂથ બની ગયા. તો પણ માદન્નાએ ખૂબ જ કુશળતા સાથે દસ વર્ષો સુધી આ પદ ઉપર કામ કર્યુ.

દક્ષિણમાં શિવાજીના સાવકા ભાઈ એકોજીએ પણ પોતાનું રાજ્ય સ્થાપિત કરી લીધું હતું (એની ચર્ચા આગળ યથા સ્થાને કરવામાં આવશે). એનો પોતાના મંત્રી રઘુનાથ પંત સાથે મતભેદ થઈ ગયો હતો. રઘુનાથ પંતે એકોજીની સેવા છોડી દીધી. પછીથી એ માદન્નાના સંપર્કમાં આવી ગયા. બંને હિન્દુઓના ઉજ્જવળ ભવિષ્યનું સ્વપ્ન સેવવા લાગ્યા. ગોલકુંડાની સ્થિતિ ત્યારે આમ પણ ડાંવાડોળ હતી. એટલે તેમણે શાહને પણ એ માટે મનાવી લીધા કે પોતાના સંરક્ષણ માટે શિવાજી સાથે સંધિ કરી લેવી જોઈએ. એ બંનેને શિવાજી સાથે મુલાકાત કરવા માટે શાહને મનાવી લીધા.

આ વાતચીતમાં બંને તરફથી દૂતોનું આદાન—પ્રદાન થયું. પહેલા ગોલકુંડાનો શાહ અફજલ ખાં અને શાઈસ્તા ખાંની ઘટનાઓના દુષ્પરિણામ જાણતો હોવાથી

મળવા માટે ડરી રહ્યો હતો. પણ શિવાજીના દૂત પ્રહ્લાદ નીરાજીએ ધર્મના સોગંધ આપણા શાહને વિશ્વાસ આપ્યો કે શિવાજી એમની સાથે વિશ્વાસઘાત નહીં કરે. માદન્નાએ પણ પ્રહ્લાદ નીરાજીની વાતનું સન્માન રાખ્યું અને અંતે તેઓ માની ગયા.

શિવાજી – કુતુબશાહનું મિલન

શરૂઆતમાં તો શિવાજી પણ એમની સાથે મળવાથી સંકોચ કરી રહ્યા હતા. ૧૬૭૬માં તેમણે શાહ સાથે મળવાની તૈયારી કરી લીધી હતી, પણ જતી વખતે તેમણે બહાનું બનાવ્યું કે તેઓ પોતાના સાવકા ભાઈ પાસે પિતૃની સંપતિના વિષયમાં વાત કરવા માટે જઈ રહ્યા છે. શિવાજી પોતાના વિશ્વાસપાત્ર સામંતો – નેતાજી પાલ્કર, હમ્મીરાવ મોહિતે, યેસાજી કંક, આનંદરાવ મકાજી, માનાજી મોરે, સૂર્યાજી માલસુરે, નીલાપ્રભુ પારસનિસ, દત્તાજી વાકેનવીસ, બાલાજી આવજી વગેરેની સાથે એક સેના લઈને ગોલકુંડા જવા માટે નીકળી પડયા. કદાચ તેમણે જતા પહેલા દિપોલીની પાસે કેલસીમાં રહેતા બાબા યાકૂબ નામના મુસલમાન ફકીર અને બિગુલાના મૌની બાબાનો આશીર્વાદ પણ મેળવ્યો હતો. ગોલકુંડાની રાજધાની પહોંચ્યા પછી સૈનિકોને કઠોર નિર્દેશ આપવામાં આવ્યો હતો કે તેઓ કોઈ પણ વ્યકિતની સંપત્તિને હાથ પણ ન લગાડે અને સ્ત્રીઓ સાથે પણ દુર્વ્યવહાર ન કરે. એટલે પાંચ હજાર સૈનિકો પૂરી રીતે અનુશાસનમાં રહ્યા.

ગોલકુંડાના શાહ સ્વયં શિવાજીનું સ્વાગત કરવા માટે સામા જવાના હતા પણ શિવાજીએ વિનમ્રતા સાથે કહી મોકલાવ્યું કે "તમે મોટા છો. એટલે સામા આવીને નાનાનું સન્માન કરવું યોગ્ય નથી." પછી માદન્ના, એમનો ભાઈ અકલ્ના અને અમુક મોટા સામંત શિવાજીના સ્વાગત માટે નગરથી દસ–બાર માઈલ સુધી આગળ જઈને શિવાજીને પોતાની સાથે રાજધાની સુધી લઈ ગયા. શિવાજીના સ્વાગતમાં રાજધાની નવી નવેલી દુલ્હનની જેમ શણગારવામાં આવી હતી. રસ્તાઓને પણ કંકુ અને કેસરથી રંગવામાં આવ્યા હતા. ચારેકોર ફૂલોની માળાઓ અને ધ્વજાથી શોભા વધારવામાં આવી હતી. લાખો નગરવાસી સુંદર વસ્ત્રો અને આભૂષણોથી સજી–ધજીને શિવાજીના દર્શન અને સ્વાગત માટે ઉભા હતા.

શિવાજીની સેનાએ પણ આજે ખાસ પ્રકારના વસ્ત્ર પહેર્યા હતા. અમુક

ખાસ સૈનિકો માટે જરીદાર પરિધાન બનાવવામાં આવ્યા હતા. એમની પાઘડીમાં મોતીની સેરો અને હાથમાં સોનાના કડા હતા. ગોલકુંડાવાસીઓ પહેલા જ શિવાજીની વીરતાપૂર્ણ ગાથાઓ સાંભળી ચૂકયા હતા. એટલે બધા જ એમના દર્શન કરવા ઉત્સુક હતા. બધાની આંખો સેનાપતિ, મંત્રી અને અંગરક્ષકોથી ઘેરાયેલા પ્રસન્નચિત, કસાયેલા શરીરવાળા શિવાજી ઉપર જામેલી હતી. લોકો એમનો જય–જયકાર કરી રહ્યા હતા. મહિલાઓ એમની ઉપર ફૂલ વરસાવી રહી હતી. ઠેર–ઠેર એમની આરતી ઉતારવામાં આવી. શિવાજીએ દરેક વિસ્તારના મુખિયાને વસ્ત્ર–આભૂષણ ભેંટમાં આપ્યા અને પ્રજામાં મોહરો ઉછાળી.

છેલ્લે શિવાજી કુતુબશાહના દાદ મહેલમાં પહોંચ્યા. બધા જ શાંતભાવથી ઉભા થઈ ગયા. શિવાજી ફકત પોતાના પાંચ મુખ્ય કર્મચારીઓને લઈને જ દરબારમાં ગયા. શાહ એમના સ્વાગત માટે દ્વાર સુધી આવ્યા. બંને ગળે મળ્યા. શાહે એમનો હાથ પકડીને પોતાની બાજુમાં બેસાડયા. મંત્રી માદન્ના જમીન પર બેસી ગયા. બાકીના બધા લોકો ઉભા રહ્યા. મહેલની બેગમો પણ ખૂબ જ ઉત્સાહ સાથે અંદરની જાળીમાંથી શિવાજીને જોઈ રહી હતી. શાહ અને શિવાજી વચ્ચે ત્રણ કલાક સુધી વાતચીત ચાલી. શાહે શિવાજીના મુખે એમના જીવનની આશ્ચર્યજનક ઘટનાઓ સાંભળી. પછી શાહે સ્વયં શિવાજીને પાન–ઈત્ર આપ્યું. એમના મંત્રીઓ વગેરેને વસ્ત્રાભૂષણ, હાથી–ઘોડા વગેરે ભેંટ સ્વરૂપે આપવામાં આવ્યા. ત્યાંથી શિવાજી જ્યારે પોતાના ડેરા પર પરત આવયા ત્યારે શાહ સ્વયં એમને મહેલના પગથિયાથી નીચે સુધી પહોંચાડવા માટે આવ્યા.

સંધિનું પ્રારૂપ

ત્યારબાદ સંધિનું પ્રારૂપ બનાવવામાં આવ્યું. સંધિમાં નીચે પ્રમાણેની શરતો મુકવામાં આવી હતીઃ

(૧) ગોલકુંડાનો શાહ દરરોજ શિવાજીને પંદર હજાર રૂપિયા આપશે અને એમના સેનાપતિની આધીન પાંચ હજાર સેના, ગોળા–તોપ વગેરે સહિત શિવાજીને કર્ણાટક જીતવામાં મદદ કરશે.

(૨) કર્ણાટક જીત્યા પછી જે પ્રદેશ પહેલા શિવાજીના પિતા શાહજીની આધીન હતા, એને છોડીને બાકીના પ્રદેશ ગોલકુંડાને આપી દેવાશે.

(૩) ગોલકુંડા પર મોગલો આક્રમણ કરે તો શિવાજી તરત જ લશ્કર લઈને

ગોલકુંડાની મદદ કરવા આગળ આવશે.

(૪) ગોલકુંડા દરવર્ષે શિવાજીને પાંચ લાખ રૂપિયા કર રૂપે આપશે.

આ સંધિ ગુપ્ત રૂપે થઈ. શિવાજીના પરત થયા પહેલા શાહે અનેક પ્રકારના ભેંટ સોગાદો આપી. એમના ઘોડાઓને પણ હીરા–માણેકની માળાઓ પહેરાવી. શાહ અને શિવાજીના આ મિલનની એક રસપ્રદ ઘટના ઉલ્લેખનીય છે. એક દિવસ કુતુબશાહે શિવાજીને પૂછયું, "તમારી પાસે કેટલા હાથી છે?" પોતાના હજારો માવલે સૈનિકો તરફ ઈશારો કરતાં શિવાજીએ કહ્યું કે, "આજ અમારા હાથી છે." ત્યારે શાહના એક મસ્ત હાથી સાથે તલવાર લઈને યેસાજી કંકનું યુદ્ધ થયું. યેસાજીએ એ હાથીનો સામનો કર્યો અને એની સુંઢ કાપી નાંખી. હાથી ડરીને ભાગી ગયો.

જ્યોતિર્લિંગ શ્રીશૈલના દર્શન

માર્ચ ૧૬૭૭ના અંતમાં શિવાજી ગોલકુંડાની રાજધાનીથી નીકળીને દક્ષિણ તરફ ગયા અને ત્યાં નિવૃત્તિ સંગમમાં સ્નાન કર્યુ. અહિંયાથી તેમણે પોતાના લશ્કરને અનંતપુર મોકલી દીધું અને પોતે થોડાક અંગરક્ષકોની સાથે શ્રીશૈલના દર્શન કરવા માટે નીકળી ગયા. આ જગ્યા કુર્નૂલથી સીત્તેર માઈલ પૂર્વ દિશા તરફ કૃષ્ણા નદીથી એક હજાર માઈલની ઉંચાઈ ઉપર એક સપાટ ભૂમિ ઉપર છે. શ્રીશૈલમાં ભગવાન શંકરનું લિંગ છે જેને મુખ્ય બાર જ્યોતિર્લિંગમાં સ્થાન આપવામાં આવેલું છે, આને મલ્લિકાર્જુન પણ કહેવાય છે. અહિંયા શિવાજીએ પૂજા–અર્ચના, દાન–પુણ્ય વગેરે કર્મ કર્યા.

અહિંયા એક મંદિર ભગવતી દુર્ગા માં નું પણ છે. કહેવાય છે કે શિવાજી અહિંયા માં દુર્ગાને પોતાનું મસ્તક ધરવા માટે પણ તૈયાર થઈ ગયા હતા. તેઓ તલવારથી પોતાનું મસ્તક કાપવા જ જતા હતા કે ત્યારે માં ભગવતીને પ્રગટ થઈને દર્શન આપ્યા. તેમણે શિવાજીના હાથમાંથી તલવાર છીનવીને ફેંકી દીધી અને કહ્યું – "બચ્ચા તુઝે ઈસસે મોક્ષ નહીં મિલેગા. ઐસા ન કર. અભી તુઝે બહુત સે કાર્ય કરને હૈ." આમ કહીને ભગવતી ફરીથી અન્તર્ધ્યાન થઈ ગયા હતા. આ જગ્યા શિવાજીને ખૂબ જ શાંત અને રમણીય લાગી એટલે તેઓ ૨૪ માર્ચથી ૧ એપ્રિલ સુધી અહિંયા જ રહ્યા.

જિંજી ઉપર અધિકાર

શ્રીશૈલથી નંદલાલ, કડપ્પા, તિરૂપતિ અને કલહસ્તીથી પસાર થતાં શિવાજી મદ્રાસ પહોંચ્યા. અહિંયા તિરૂપતિના મંદિરના દર્શન કર્યા પછી તેમણે મે મહીનાના પહેલા અઠવાડિયામાં પાંચ હજાર સૈનિકોને જિંજી ઉપર કબજો મેળવવા માટે મોકલી દીધા. લશ્કરે કિલ્લો ઘેરી લીધો. કિલ્લાના રક્ષક નસીર મોહમ્મદ ખાંને અમુક ધન અને પચાસ હજાર રૂપિયાની વાર્ષિક આવકની જાગીર આપવાની લાલચ આપવામાં આવી એટલે એણે ૧૩ મેના રોજ આ અજેય કિલ્લો મરાઠાઓને સોંપી દીધો. આ સમાચાર સાંભળીને શિવાજી તરત જ જિંજી પહોંચ્યા. કિલ્લાના જુની દિવાલ પડાવીને ત્યાં નવી મજબૂત દિવાલ બનાવી દેવાઈ. રાયજી નગલેને આ કિલ્લાનો નવો રક્ષક નિમણૂંક કરવામાં આવ્યો અને વિઠ્ઠલ જિલ્દેવ અત્રેને આ વિસ્તારના નવા વ્યવસ્થાપક બનાવી દેવાયા. કર્ણાટક વિસ્તારના શાસનનું મુખ્ય મથક જિંજીને જ બનાવવામાં આવ્યું. એટલે અહિંયા બીજાપુર શાસનના બધા જ ચિહ્ન મિટાવીને નવું નિર્માણ કરાવવામાં આવ્યું.

વેલ્લૌર અને વલીગન્ડાપુરમ્ ઉપર અધિકાર

જિંજી પર કબજો કર્યા પછી ૨૩ મેના રોજ શિવાજીએ વેલ્લૌર તરફ પ્રયાણ કર્યુ. આ કિલ્લો પર જિંજીની જેમ જ અજેય હતો. આ કિલ્લા ઉપર બીજાપુરના એક અધિકારી હબ્શી અબ્દુલ્લા ખાંનો અધિકાર હતો. મરાઠાઓએ વેલ્લૌર કિલ્લા ઉપર ઘેરો નાંખ્યો. આ કિલ્લાને જીતવું સરળ ન હતું. એની આજુબાજુની બે પહાડિયો ઉપર શિવાજીની સેનાએ કબજો કરી લીધો. આશરે ચૌદ મહીના સુધી બંને તરફથી સામનો થતો રહ્યો. કિલ્લાની અંદરના પાંચસો સૈનિકોમાંથી ફકત એકસો જેટલા જ બચ્યા હતા, બાકીના બધાએ વીરગતિ મેળવી હતી. કિલ્લાના રક્ષકને પણ વિશ્વાસ થઈ ગયો હતો કે હવે બહારથી મદદ મળવી અશકય છે. એટલે છેવટે એણે દોઢ લાખ રૂપિયા અને એટલી જ આવકની જાગીર આપવાના વચન સાથે જુલાઈ કે ઑગસ્ટ ૧૬૭૬માં કિલ્લો મરાઠાઓને સોંપી દીધો.

બીજાપુર રાજ્યના એક પઠાન સામંત શેર ખાં લોદીએ એક વિશાળ ભૂભાગ ઉપર પોતાનો અધિકાર કરી લીધો હતો. એ પોતે ત્રિચન્નાપલ્લીની પાસે વલ્લીગંડાપુરમ્માં રહેતો હતો. શેર ખાં લોદી એક અયોગ્ય શાસક હતો અને

પોતાના બ્રાહ્મણ મંત્રીઓની મદદથી શાસન ચલાવતો હતો. આ મંત્રીઓએ એના મગજમાં એક વાત બેસાડી દીધી હતી કે શિવાજી એનો વાળ પણ વાંકો નથી કરી શકતો, જ્યારે કે એમના મિત્ર પોંડિચેરીના પ્રશાસક ફ્રાંન્સિયા માર્ટિને એમને ચેતવી દીધા હતા કે તેઓ શિવાજીથી પૂરી રીતે સાવધ રહે.

મરાઠાઓએ જ્યારે વેલ્લૌર ઉપર ઘેરો નાંખેલો હતો ત્યારે જ શિવાજીએ અનુભવ્યું હતું કે આ ઘેરાવો લાંબો ચાલે તેમ છે એટલે તેઓ પોતે ત્યાંનું કામ સેનાપતિઓને સોંપીને પોતે શેર ખાં લોદી પર જીત મેળવવા માટે નીકળી પડયા. લોદીએ પોતાની આખી સેના સાથે તિરૂવાડીની નજીક શિવાજીનો સામનો કર્યો. નાની–મોટી લડાઈઓથી લોદી ડરીને ભાગવા લાગ્યો. એ ભાગીને તિરૂવાડીના કિલ્લામાં છુપાઈ ગયો. ત્યાંથી કડ્ડાલોરમાં શરણ લેવા માટે એ રાતના અંધારામાં છુપાઈને ભાગી ગયો અને ત્યાંથી એકસો સૈનિકો સાથે લઈને બાવીસ માઈલ દૂર ભુવનગિરી પાટ્ટન નામના એક નાનકડા કિલ્લામાં ચાલ્યો ગયો. એના પાંચસો ઘોડા, બે હાથી, વીસ ઊંટ વગેરે મરાઠાઓએ છીની લીધા. અને પછી શિવાજીએ એના રાજ્યના અનેક શહેરો અને કિલ્લાઓ ઉપર અચાનક જ કબજો કરી લીધો. વિવશ થઈને ૫ જુલાઈ ૧૬૭૭ના રોજ લોદીએ આત્મ સમર્પણ કરી દીધું. એ સ્વયં શિવાજીને મળવા આવ્યો અને પોતાને છોડી દેવા માટે એણે શિવાજીને એક લાખ રૂપિયા આપવાનું વચન આપ્યું. મોટાભાગનું ધન એણે તરત જ આપી દીધું અને બાકીનું ધન ન ચુકવે ત્યાં સુધી પોતાના પુત્રને શિવાજી પાસે કેદમાં રાખી દીધો. શેર ખાં લોદીએ પોતાનું રાજ્ય ગુમાવ્યા પછી મદુરાઈમાં શરણ લીધી અને કર્ણાટકના તુંગભદ્રાથી કાવેરી સુધીનો તટવર્તી વિસ્તાર શિવાજીના કબજામાં આવી ગયો.

અત્રે નોંધનીય વાત એ છે કે ગોલકુંડાની સાથે થયેલી સંધિ અનુસાર જિંજી ગોલકુંડાને સોંપવાનું હતી, પણ શિવાજીએ એવું નહોતું કર્યુ. એટલે ગોલકુંડાએ એમને રોજના પંદર હજાર રૂપિયા આપવાનું બંધ કરી દીધું. ત્યારે શિવાજીએ રાજ્યના ધનિકોની એક લિસ્ટ બનાવી. મોટા–મોટા નગર શેઠોને પત્ર લખીને દસ લાખ રૂપિયાનું ઋણ માંગ્યું. એક રીતે આ રકમ ઋણ ન થઈને ચૌથ સ્વરૂપે હતી. આ ઋણને શિવાજીથી પાછું માગવાનું સાહસ કોઈનામાં ન હતું. ચૌથ ગ્રહણ કરવામાં શિવાજીના સૈનિકોએ એમની પાસેથી એક કાણી કોડી પણ છોડી ન હતી.

પિતૃની સંપતિનો વિવાદ અને સમાધાન

શાહજીની બે કાયદેસરની પત્નીઓ હતી – જીજાબાઈ અને તુકાબાઈ. માતા જીજાબાઈના બે પુત્ર હતાઃ સંભાજી અને શિવાજી. તુકાબાઈનો એક પુત્ર હતો એકોજી જેનું બીજું નામ વ્યકોજી પણ હતું. સને ૧૬૫૪માં બીજાપુરના એક વિદ્રોહી સરદાર પાલેગર અપ્પા ખાં ને દબાવવા માટે એકોજી અને સંભાજીને મોકલ્યા હતા. આ લડાઈમાં સંભાજીનો સ્વર્ગવાસ થયો હતો. એટલે શાહજીના બે જ પુત્રો શિવાજી અને એકોજી બચ્યા હતા.

દાદાજી કોંડદેવ અને નારોપંત ત્રિમુલ હનુમંતે શાહજીના પરમ વિશ્વાસપાત્ર સેવક હતા. દાદાજીને શાહજીએ શિવાજીની દેખરેખ માટે મોકલી દીધા હતા. નારોપંતનું મોત થઈ જવાથી એમના મોટા પુત્ર જનાર્દન પંતને શાહજીએ શિવાજીની પાસે મોકલી દીધા અને નાનો પુત્ર રઘુનાથ પંત કર્ણાટકમાં શાહજીની સેવામાં જ રહ્યો. એકોજી પોતાના પિતા શાહજીની સાથે જ રહેતા હતા. શાહજીના સ્વર્ગવાસ પછી પણ રઘુનાથ પંતે એકોજીની પહેલાની જેમ જ સેવા કરી. બીજી બાજુ એકોજીએ બીજાપુરના પ્રદેશ તંજૌરને એક રીતે પોતાના અધિકારમાં જ લઈ લીધો હતો. ૧૭ માર્ચ ૧૬૭૫ના રોજ એણે પોતાનો અભિષેક પણ કરાવ્યો. એ સ્પષ્ટ નથી કે એમના આ અભિષેકનો અર્થ બીજાપુરથી સંપૂર્ણ રીતે સ્વતંત્ર થવાનું હતું કે નહીં. ત્યારબાદ તરત જ રઘુનાથ પંત (જે હવે એકોજીના મંત્રી હતા) અને એકોજીમાં વિવાદ થઈ ગયો. ડૉ. જદુનાથ સરકાર અનુસાર રઘુનાથ પંત શાહજીના સમયથી જ એકોજીના સંરક્ષક તરીકે કર્ણાટકનું શાસન ચલાવતા હતા. એકોજીપોતે વયસ્ક થયા ત્યારે એમણે એમનાથી રાજસ્વનું વિવરણ માંગ્યુ. ત્યારસુધીમાં રઘુનાથ પંતે ઘણું ધન પચાવી પાડયું હતું. ઈર્ષ્યાના કારણે બીજા મંત્રીઓએ આ વાત એકોજીને જણાવી દીધી. આ વિવાદનું કારણ પણ આજ હતું. રઘુનાથ પંતે એકોજીથી કાશી જવાની આજ્ઞા માંગી. મંજુરી મળી ગઈ, પણ રઘુનાથજી કાશી ન જઈને બીજાપુર ચાલ્યા ગયા. ત્યારબાદ તેઓ ગોલકુંડાના વડાપ્રધાન માદન્નાના સંપર્કમાં આવ્યા. જેનો ઉલ્લેખ ગોલકુંડા સંધિ પ્રકરણમાં થઈ ચુકયો છે.

શેર ખાં લોદીનું માન–મર્દન કરી શિવાજીએ પોતાના સાવકા ભાઈ એકોજીને મળવાનો નિર્ણય લીધો. તેઓ તંજૌરની તરફ ચાલી નીકળ્યા અને ત્યાંથી દસ માઈલ દૂર ઉત્તરમાં તિરૂમવાડીમાં પોતાનું શિબિર લગાવ્યું. અહિંયાથી તેમણે

મદુરાના રાજાથી એક કરોડ રૂપિયાનું કર માંગ્યું. છેલ્લે ત્રીસ લાખ રૂપિયામાં સમજુતિ થઈ ગઈ. રૂપિયા મળી ગયા પછી શિવાજીએ મદુરા ઉપર આક્રમણ ન કરવાનું વચન આપ્યું.

એકોજી પોતાના મોટા ભાઈને મળવા શિબિરમાં આવ્યા એમની સાથે પેશવા જગન્નાથ પંત અને અમુક સૈનિકો પણ હતા. એકોજીએ શિવાજીની વિરૂદ્ધ બીજાપુરની તરફથી અનેક લડાઈઓમાં ભાગ લીધો હતો, પણ શિવાજીએ એ વિષયમાં કોઈ જ વાત ન કરી. બંને ભાઈઓએ કેટલીય વખત એકાંતમાં અથવા બધાની સામે વાતો કરી, સાથે–સાથે જમ્યા. શિવાજી કાંઈ પણ કહેતા તે એકોજી સાંભળતા રહેતા. તે કોઈપણ વાતનો વિરોધ કે સમર્થન નહોતા કરતા. તેમના મનમાં શું ચાલતું હતું એ વાત એમણે કયારેય પ્રગટ ન થવા દીધી. શાહજીના સ્વર્ગવાસના સમયે તેઓ બેંગ્લોરમાં હતા. એટલે તેમની બધી જ સંપત્તિ અને કર્ણાટકની જાગીર એકોજીના અધિકારમાં આવી ગઈ હતી. શિવાજીએ આ સંપત્તિમાં પોતાનો ભાગ માંગવા માટે એકોજીને પહેલા પણ પત્ર લખ્યો હતો, જેના જવાબમાં એણે ફકત એટલું જ લખ્યું હતું કે "આપકી આજ્ઞા શિરોધાર્ય હૈ."

આ મુલાકાત વખતે પણ શિવાજીએ સંપત્તિમાં પોતાનો ભાગ માંગ્યો. કદાચ મોટો ભાઈ હોવાના લીધે શિવાજી સંપતિનો પોણો ભાગ લેવા ઈચ્છતા હતા, જેને એકોજીએ નકારી કાઢયું હતું. જેથી શિવાજી નારાજ થઈ ગયા. તેમણે એકોજીએ ડરાવ્યો અને ધમકાવ્યો. એકોજી ઉપર દબાણ વધતું જઈ રહ્યું હતું. એટલે એક દિવસ તે લાઠીઓ જોડીને બનાવેલી હોડીથી કોલેરૂન નદી પાર કરી ભાગી ગયો, કારણ કે એને વિશ્વાસ થઈ ગયો હતો કે ભલે શિવાજી એની સાથે નમ્રતાથી વ્યવહાર કરે પણ ગમેતેમ કરીને તેઓ પોતાની વાત મનાવ્યા વિના એને છોડશે નહીં. એકોજી ભાગીને તંજૌર ચાલ્યો ગયો. એની સાથે આવેલા લોકો, જે શિવાજીના શિબિરમાં જ રહી ગયા હતા, બધાને કેદ કરી લેવાયા. આ બનાવ જુલાઈ ૧૬૭૭ની મધ્યનો છે.

બીજી સવારે એકોજીના ભાગી જવાના સમાચાર સાંભળીને શિવાજીને ખૂબ જ દુ:ખ થયું. તેઓ કહેવા લાગ્યા – "એ ભાગ્યો જ શું કામ? શું હું એને પકડી રાખતો હતો?ભાગવાની શું વાત હતી? મારે જેટલુ જોઈતુ હતુ એટલુ એ દેવા નહોતો માગતો તો મને કહી દેત, હું એને છોડી દેત. પણ નાનો તો નાનો જ રહ્યો, બુદ્ધિ પણ બાળક જેવી જ છે." પછીથી એકોજીના જે લોકોને પકડીને રાખવામાં આવ્યા હતા એ બધાને થોડા દિવસો પછી ઈનામ આપીને છોડી દેવાયા.

ત્યારબાદ શિવાજીએ પોતાના ત્રણ માણસોને એકોજી પાસે મોકલ્યા. એમની સાથે એક પત્ર પણ મોકલ્યો, જેમાં ચોખ્ખું લખવામાં આવ્યું હતું કે પિતાજીની સંપતિનો વહેંચણી કરવી જ પડશે, હા, હકીકતમાં કેટલો પૈસો છે એનો નિર્ણય એકોજીની ઈચ્છા ધ્યાનમાં રાખવામાં આવશે. ત્યારે એકોજી સામા આવ્યા. તેમણે આ સંપતિમાંથી શિવાજીના ભાગને સ્પષ્ટ રીતે નકારતા લખ્યું કે –

"જે કાંઈ આપણા પિતા શાહજી રાજેએ મેળવ્યું હતું, એ બીજાપુર રાજ્યની સેવાથી મેળવ્યું છે, જેના પ્રત્યે શિવાજી રાજે હંમેશાથી વિરોધી અને રાજદ્રોહી રહ્યા છે. એમના આવા વ્યવહારથી પિતા શાહજીને આઘાત લાગ્યો હતો. બીજાપુરની સેવાથી મેળવેલી સંપતિ સિવાય બીજી કોઈ પિતૃ સંપતિ નથી. હું આજે પણ બીજાપુરનો રાજભકત સેવક છું અને એટલે એમની આજ્ઞાઓથી બંધાયેલો છું."

સ્પષ્ટ છે કે એકોજી મોટા ભાઈ સાથે સદ્ભાવના રાખવાની જગ્યાએ લડવા માટે તૈયાર હતા. એણે શિવાજીથી યુદ્ધ કરવા માટે મદુરાઈ અને મૈસૂરથી મદદ પણ માગી અને શિવાજીની સાથે ઘટેલી બધી જ ઘટનાઓનું વિવરણ બીજાપુરના દરબારમાં મોકલી દીધું, પણ ત્યાંથી આ વિષયમાં કોઈ જ જવાબ ન મળ્યો.

શિવાજી દસ મહીનાથી પોતાના રાજ્યની બહાર હતા. એમને એવા પણ સમાચાર મળ્યા કે મોગલ રાજ્યપાળે બીજાપુરની સાથે મળીને ગોલકુંડા પર આક્રમણ કરી દીધું છે. ગોલકુંડાથી શિવાજીની મિત્રતા હતી. એટલે શિવાજીએ પોતાના રાજ્યમાં ચાલ્યા જવાનો નિશ્ચય કર્યો. બહિરરાવ મોહિતે, હમ્બીરરાવ અને રઘુનાથ પંતને એક મોટી સેના સાથે દક્ષિણમાં છોડી દીધા, જેથી તેઓ એકોજી સાથે સંધિ કરી શકે અને સ્વયં ૨૭ જુલાઈના રોજ કોલેરૂનના તટથી મહારાષ્ટ્ર પરત ચાલ્યા ગયા. પરત જતી વખતે એમણે કાવેરીની ઉત્તરમાં અર્ની, કોલાર, હોસ્કોટે, બેંગ્લોર, બાલાપુર અને શીરા જીલ્લાઓના એક વિસ્તૃત ભૂ–ભાગ પર અધિકાર કરી લીધો, જે એકોજીના અધિકારમાં હતો. ત્યાં સત્તા ચલાવવા માટે એમણે પોતાના નવા અધિકારોઓની નિમણૂંક કરી.

પાછા વળતી વખતે જ્યારે શિવાજી ગદગ પહોંચ્યા ત્યારે એમને એકોજીના આક્રમણના સમાચાર મળ્યા. ૧૬ નવેમ્બર ૧૬૭૭ના રોજ એકોજીએ ચૌદ હજાર સૈનિકોનું લશ્કર લઈને વલીગંડાપુરમ્ ઉપર આક્રમણ કરી દીધું હતું. આખો દિવસ લડાઈ લડવાથી શિવાજીની સેના હારી ગઈ. રાતે જ્યારે એકોજીની વિજયી સેના પોતાના શિબિરમાં આરામ કરી રહી હતી, ત્યારે શિવાજીની સેનાએ

અચાનક જ એમની ઉપર આક્રમણ કરી નાંખ્યુ. એકોજીની સેના એનો સામનો ન કરી શકી. એમના અમુક અધિકારીઓને કેદ કરી લેવાયા અને બાકીની સેના તંજૌર ભાગી ગઈ. આમ સમાચાર મળવાથી શિવાજીએ પોતાના ભાઈને ૧ માર્ચ ૧૬૭૮ ના રોજ નિમ્નલિખિત પત્ર લખ્યો:

".....દેવી અને દેવતાઓની મારી ઉપર મહેર છે. એમના જ આશીર્વાદથી હું તુર્કોને હરાવવામાં સફળ રહ્યો છું. આ તુર્કોની મદદથી તમે મને જીતવાની આશા કેવી રીતે રાખી શકો છો?તમારે અહિંયા સુધી વધવું જોઈતું ન હતું અને મારી સેનાનો તમે પ્રત્યક્ષ વિરોધ કરો છો એ દુર્યોધનની જેમ તમારી વિચારધારા પણ દુષ્ટ છે, એ દર્શાવે છે. તેના લીધે અનાવશ્યક લોહી ખરડાયું. પણ જે બની ગયું એનો કોઈ ઉપાય નથી.જે ઘટના ઘટી ચુકી છે, એનાથી તમારે શિક્ષા લેવી જોઈએ અને પોતાની હઠ છોડી દેવી જોઈએ. તમે તેર વર્ષોથી પિતાની બધી જ સંપતિનું અપહરણ કરી રાખેલું છે અને હવે બાહુબળથી મેં પોતાનો ભાગ છીનવી લીધો છે એટલે હવે મહેરબાની કરીને અર્ની, બેંગ્લોર, કોલાર, હોસ્કોટે, શિરાલ કોટ (શીરા) અને તંજૌર સહિત અન્ય નાના–નાના જિલ્લા મારા અધિકારીઓને સોંપી દો. નકદ, ઘરેણા, ઘોડા, હાથી અને અન્ય સંપતિનો અડધો ભાગ આપી દો અને મારી સાથે સંધિ કરી લો. હું તને તુંગભદ્રા અને પન્હાલાની વચ્ચે થયેલી ત્રણ લાખની વાર્ષિક આવકની જાગીર આપી દઈશ અને જો તમે આ બધું મારાથી ભેંટ સ્વરૂપે ન લેવા ઈચ્છો તો હું કુતુબશાહને વિનંતી કરીશ કે પોતાના રાજ્યમાં તમને એવી જ જાગીર આપી દે. આ રીતે તમારી સામે બે વિકલ્પ છે. જે ઈચ્છો, તેને અપનાવી લો. પોતાની જીદ છોડી દો અને આ કૌટુંબિક કલેશને સમાપ્ત કરો. તારાથી મોટો હોવાના લીધે મેં હંમેશા તારી સાથે પ્રેમભર્યો વ્યવહાર રાખ્યો છે અને હજુ પણ એજ ભાવના સાથે તારી કુશળતાની કામના કરૂં છું. જો તમે સદ્‌બુદ્ધિથી મારો પ્રસ્તાવ કે માગણી સ્વીકારી લેશો, તો જરૂર તમે સુખી અને આરામથી રહેશો. જો એવું નહીં કરો તો તમે સ્વયં પોતાના કષ્ટ વધારશો અને પછી તમને બચાવવું મારા વશમાં નહીં રહે."

એકોજીને આ પત્રથી પણ કોઈ શાંતિ ન મળી. તેઓ નિર્ણય ન લઈ શકયા કે એમને શું કરવું જોઈએ.આવા સમયે એમની પત્ની દીપાબાઈએ ખૂબ જ બુદ્ધિમાનીનું કામ કર્યુ. એણે પોતાના પતિને એ વાત માટે મનાવી લીધા કે શિવાજીની સાથે ચાલવામાં જ એમનું હિત છે. દીપાબાઈએ એકોજીના મુસલમાન સલાહકર્તાઓને કાઢી નાંખ્યા અને પતિને આગ્રહ કર્યો કે પોતાના જુના મંત્રી

રઘુનાથને પાછા બોલાવી લે. એકોજીએ રઘુનાથને પણ પાછા બોલાવી લીધા. બંનેએ મળીને પિતૃ સંપતિના વિવાદનું સમાધાન શોધી કાઢ્યુ. આ બધું જ વિવરણ શિવાજીની પાસે મોકલી દેવાયુ. આ સમાધાન જોઈને શિવાજી પણ ખૂબ જ ખુશ થયા. એમણે દીપાબાઈના મનોમન વખાણ કર્યા.

આ કરારમાં કુલ ઓગણીસ ધારાઓ હતી. જેમાં છટ્ઠી, બારમી, પંદરમી, સોળમી, સત્તરમી અને ઓગણીસમી ધારાઓ ખૂબ જ મહત્વપૂર્ણ હતી, જેનું વર્ણન અડધુ અધુરૂં છે:

છટ્ઠી ધારા મુજબ કોઈ પણ દુષ્ટ અથવા હિન્દુ ધર્મના વિરોધીને રાજ્યમાં રહેવાની આજ્ઞા ન હતી. આવા વ્યકિતને સત્તાથી દૂર રાખવાની જોગવાઈ હતી.

બારમી ધારામાં લખવામાં આવ્યું હતું કે જ્યારે એમના પિતાની મધ્યસ્થતાથી ૧૬૬૨માં અમે બંને (શિવાજી અને આદિલશા)માં શાંતિ સંધિ થઈ હતી ત્યારે એમાં સ્પષ્ટ ઉલ્લેખ હતો કે અમે બંને (શિવાજી અને એકોજી)માંથી કોઈ પણ એ રાજ્ય (બીજાપુર)ની સેવા નહીં કરે. જરૂરત પડયે અમે શુભચિંતકોની જેમ એમની મદદ કરીશું, સેવકોની જેમ નહીં. આ સંધિનું આપણે ભવિષ્યમાં પૂરૂં પાલન કરવું જોઈએ. એટલે એકોજી પોતાને બીજાપુરના સેવક ન ગણે. આમંત્રણ મળવાથી એ પાંચ હજાર સૈનિકોથી એની મદદ કરી શકે છે. એને બધા જ સામંતો અને શાસકો પર પોતાનું આધિપત્ય લાગુ કરવું જોઈએ.

પંદરમી ધારા – અમે (શિવાજી) બેંગ્લોર, હોસ્કોટે અને શીરાના બે લાખ હોણ વાર્ષિક આવકના વિસ્તાર પહેલાથી જ જીતી લીધા છે. સારી વ્યવસ્થા થવાથી એની આવક પાંચ લાખ થઈ જશે. હું એને સ્વેચ્છાથી પોતાના ભાઈની પત્ની દીપાબાઈને આપું છું. એકોજી એની સારસંભાળ રાખી શકે છે, પણ એની ઉપર એનો અધિકાર નહીં રહે. દીપાબાઈના મર્યા પછી એ પોતાની દીકરી અથવા એ જેને ઈચ્છશે તેને તે મળશે.

ધારા સોળ – મેં (શિવાજી) જે સાત લાખ હોણ આવકના તંજૌર અને એની આજુબાજુના જિલ્લા એકોજીથી જીતી લીધા છે, એને હું પાછા એકોજીને આપું છું. એની ઉપર એનો અલગથી અધિકાર રહેશે.

ધારા સત્તરમી – હું રઘુનાથ પંતને એક લાખ રૂપિયા અને પ્રદેશ આપું છું. એની ઉપર એમના વંશનો અધિકાર રહેશે.

ધારા ઓગણીસ – અમારા પિતાજી શાહજીની સમાધિની વ્યવસ્થા એકોજી કરશે.

આ કરાર થવાથી બંને ભાઈઓ વચ્ચે ચાલી રહેલા કલેશનો અંત થઈ ગયો, પણ એકોજીને પોતાની સ્વાધીનતા મટી જવાથી ખૂબ જ દુઃખ થયું હતું. શિવાજીએ મોકલેલા કર્મચારીઓએ એમની બધી જ સંપતિ પર અધિકાર કરી લીધો. તેઓ પ્રશાસકીય કામોમાં પણ એકોજી સાથે કોઈ સલાહ–મશવરો કરતા ન હતા. એનાથી એકોજી એકલો–અટુલો અને ઉદાસ થઈ ગયો. એણે આમોદ–પ્રમોદ ત્યાગી દીધા. શિવાજીને જ્યારે એના વિશે ખબર પડી ત્યારે તેમણે એકોજીને સહાનુભૂતિપૂર્ણ પત્ર લખ્યો. ત્યાર પછી આગળ શું થાત, દુર્ભાગ્યથી ત્રણ મહીનાની અંદર જ શિવાજીનો સ્વર્ગવાસ થઈ ગયો.

નવમો અધ્યાય
ઢળતી સાંજ

કર્ણાટકમાં અનેક વિસ્તારો ઉપર મરાઠાઓનો અધિકાર થઈ જવાથી મરાઠા રાજ્ય ખરેખર સુસંગઠિત રાજ્ય બની ગયું. એને જાળવી રાખવાના પણ પૂરતા પ્રયાસો કરવામાં આવ્યા. અનેક ઉત્સાહી મરાઠા યુવકોને એના માટે જ સરખી રીતે પ્રશાસકીય પ્રશિક્ષણ આપવામાં આવ્યું. હમ્મીરાવ, જનાર્દન પંત, સંતાજી ભોંસલે, સંતાજી ઘોરપડે, ધાનાજી જાધવ વગેરેને કર્ણાટક અભિયાનમાં જ રાજકારણનો પાઠ ભણાવવામાં આવ્યો. તેમણે પોતાની કુશળતાથી કર્ણાટકમાં સુવ્યવસ્થા જાળવી રાખી. મરાઠા શાસનની નીતિઓથી કર્ણાટકના જાગીરદાર, સામંત અને જનતા બધા જ સંતુષ્ટ થયા એટલે તેમણે શિવાજીના શાસનને હૃદયથી સ્વીકારી લીધું.

કર્ણાટક અભિયાન પછી શિવાજી મહારાષ્ટ્ર પાછા ચાલ્યા ગયા. વળતી વખતે તેમણે કનાડા બાલઘાટ વિસ્તારને લુંટયું. આજ લુંટના ક્રમમાં તેઓ આગળ બેલગામ કિલ્લાની ત્રીસ માઈલ દક્ષિણ તરફ બેલવાડી નામની જગ્યાએ પહોંચ્યા. અહિંયાના જમીંદારોએ શિવાજીની સેનાનો અમુક સામાન લાદી શકાય એવા બળદગાડા છીનવી લીધા. શિવાજીએ બેલવાડીનો કિલ્લો ઘેરી લીધો. આ કિલ્લા ઉપર બેલવાડીના ભૂતપૂર્વ જાગીરદારની વિધવા સાવિત્રીબાઈનો અધિકાર હતો. આ મહિલાએ વિજયી શિવાજીની સેનાનો સત્યાવીસ દિવસો સુધી વીરતા સાથે સામનો કર્યો હતો. છેવટે કિલ્લામાં ખાણી–પીણીનો સામાન ન પહોંચવાના કારણે વિવશ થઈને સાવિત્રીબાઈએ આત્મસમર્પણ કરી દીધું. જેથી બેલવાડી ઉપર શિવાજીનો અધિકાર થઈ ગયો.

સંભાજીનો વિદ્રોહ

સંભાજી છત્રપતિ શિવાજીનો મોટો દીકરો હતો. પોતાના અભિષેકમાં શિવાજીએ એને યુવરાજ પણ જાહેર કરી દીધો હતો. એનો જન્મ ૧૪ મે ૧૬૫૭ના રોજ થયો હતો. એના જન્મના બે વર્ષ પછી જ એની માતા સઈબાઈનો સ્વર્ગવાસ થઈ ગયો હતો. નવ વર્ષની ઉંમરે તે પોતાના પિતાની સાથે ઔરંગઝેબની પાસે આગરા ગયો હતો, જ્યાં બંનેને કેદ કરી લેવાયા હતા અને શિવાજીની ચાલાકીથી પછીથી બંને નાસી છુટયા હતા. ત્યારબાદ એ ઔરંગાબાદમાં મોગલ સેનામાં મનસબદાર પણ રહ્યો હતો, જ્યાં મોગલ સામંતોના સંપર્કમાં આવવાથી એના ચરિત્રનું પતન થવાની શરૂઆત થઈ ગઈ. આમ તો તે દેખાવમાં સુંદર, યુદ્ધ નિપુણ, રમત–ગમતમાં પણ પારંગત અને સુશિક્ષિત હતો, પણ મોગલોના સંસર્ગમાં રહેવાથી એના ચરિત્રમાં અનેક પ્રકારની બુરાઈઓએ જન્મ લીધો હતો.

સંભાજી પોતાના પિતાની આશાઓનું કેન્દ્ર હતા. એટલે શિવાજીએ એની શિક્ષા–દીક્ષાનો બધો જ પ્રબંધ કર્યો. એના માટે કેશવ ભટ્ટ પુરોહિત અને કવિ કળશ જેવા શિક્ષકો રાખવામાં આવ્યા. એને રાજકારણનો પાઠ ભણાવવામાં આવ્યો. પણ એણે શિવાજીની બધી જ આશાઓ ઉપર પાણી ઢોળ કરી નાંખ્યું. અભિષેક થયા પછી જ શિવાજીની પાસે એના ખરાબ ચરિત્રના સમાચાર પહોંચવા લાગ્યા. ડફ અનુસાર તેણે એક પરણેલી બ્રાહ્મણ સ્ત્રીનું ચીરહરણ કર્યુ હતું. કયાં શિવાજી જેવો મહાન આત્મસંયમી વિજેતા પિતા અને કયાં સંભાજી જેવો દુષ્ચરિત્ર પુત્ર! કયારેક–કયારેક સુંદર ઉપજાઉ ખેતરમાં પણ કાંટાળી ઝાડીઓ ઉગી નીકળે છે, આ કહેવત શિવાજીના ઘેર સંભાજી જેવા પુત્ર પેદા થવાથી ચરિતાર્થ સાબિત થાય છે. સંભાજીને સુધારવાના ઉદ્દેશ્યથી શિવાજીએ ૧૬૭૬માં ઉમાજી પંડિતની દેખરેખમાં શ્રૃંગારપુરમાં એને કેદ કરાવીને રાખ્યો. પછી એને સમર્થ રામદાસના સંરક્ષણમાં પણ રાખ્યો, પણ કોઈ સફળતા ન મળી. ૧૬૭૮માં કર્ણાટક વિજયથી મહારાષ્ટ્ર પરત આવ્યા પછી શિવાજીએ જોયું કે સંભાજી પોતાની ખરાબ આદતોમાં વધુ ડુબી ગયા છે. એટલે એમણે વિવશ થઈને એમને સંભાજીને ફરીથી કેદ કરી લેવો પડયો. કેદ કરીને એને પન્હાલાના કિલ્લામાં રાખવામાં આવ્યો.

શિવાજીના શત્રુ એના પુત્રને કુમાર્ગે જતો જોઈને ખૂબ જ ખુશ થયા. તેમને પોતાના ગુપ્તચરોથી મોગલ સેનાપતિ દિલેર ખાંને સંભાજીને કેદ કરીને રાખ્યો હોવાના સમાચાર મળ્યા. જે સાંભળીને તેને એક યુકિત સુઝી અને તે જાળ બિછાવવા લાગ્યો. તેણે સંભાજીને લાલચ આપવા માટે પોતાના ગુપ્તચરો મોકલ્યા. સંભાજી પોતાના પિતાના કઠોર વ્યવહારથી પહેલાથી જ ઉદાસ અને ગુસ્સે હતો. એ દિલેર ખાંની ચાલમાં ફસાઈ ગયો અને ૧૩ ડિસેમ્બર ૧૬૭૮ના રોજ રાતના પોતાની પત્ની યેસુબાઈને લઈને ત્યાંથી નાસી ગયો. નાસી છુટયા પછી એ સીધો બહાદુરગઢ પહોંચ્યો, જ્યાં દિલેર ખાં એ સેનાનું શિબિર નાંખેલું હતું. દિલેર ખાં એની જ રાહ જોઈ રહ્યો હતો. એણે સંભાજી સાથે ખૂબ જ પ્રેમભર્યો વ્યવહાર કર્યો અને તેને પોતાની સફળતા ઉપર ખુશી પણ થઈ. આ આખા બનાવની વિગત તેણે ઔરંગઝેબની પાસે મોકલી દીધી. ઔરંગઝેબ પણ આ સમાચાર જાણી ખૂબ જ ખુશ થયો. એણે સંભાજીને સાત હજારી મનસબદારી રાજાની ઉપાધિ અને એક હાથી આપ્યો. જાહેરમાં ભલે ઔરંગઝેબે સંભાજીનું માન–સન્મન કર્યુ હોય પણ પાછળથી તેમણે દિલેર ખાંને સાવચેત પણ કરી દીધા હતા કે સાવધ રહેજો, બની શકે છે આમ કરવા પાછળ પણ શિવાજીની કોઈ ચાલ છુપાયેલી હોય.

ત્યારબાદ દિલેર ખાં અને સંભાજીએ બીજાપુર જીતવાનું આયોજન કર્યુ અને બંને વિશાળ સેનાની સાથે ચાલી નીકળ્યા. રસ્તામાં એમણે પહેલા ભૂપાલગઢ ઉપર આક્રમણ કર્યુ. આ ગઢ મરાઠા રાજ્યનું હતું. ત્યાં શિવાજીના પ્રતિનિધિ ફિરંગોજી નરસાલ કિલ્લાના રક્ષકના રૂપમાં હતા. આ કિલ્લામાં એક વિશાળ ખજાનો પણ હતો. ઘરના ભેદી સંભાજીએ ખજાનો કયાં છે એ દિલેર ખાં ને જણાવી દીધું. ફિરંગોજી આક્રમણકારીઓ ઉપર તોપથી હુમલો કરી શકે તેમ હતો, પણ એમાં સંભાજીની મૃત્યુ થઈ જવાનો ભય હતો, એટલે તેણે એવું ન કર્યુ. પરિણામે બીજી એપ્રિલ ૧૬૭૯ના રોજ દિલેર ખાં એ ભૂપાલગઢના કિલ્લા ઉપર કબજો કરી લીધો. આ સમાચાર મળતાવેંત જ શિવાજી ખૂબ જ દુઃખી થયા અને એમણે ફિરંગોજીને ખૂબ જ ગુસ્સેથી ફટકાર્યુ કે તેમણે સંભાજી જેવા પાપીને શું કામ મારી ન નાંખ્યો. પછીથી જીતેલા વિસ્તારમાં બધું વેરણ છેરણ કરીને દિલેર ખાં અને સંભાજી બીજાપુર તરફ આગળ વધી ગયા.

શિવાજીએ બીજાપુરની મદદ કરી

બીજાપુર રાજ્ય ત્યારે ખૂબ જ દયનીય સ્થિતિમાં હતું. ૨૩ ડિસેમ્બર ૧૬૭૭ના રોજ વઝીર બહલોલ ખાંનો સ્વર્ગવાસ થઈ ગયો. ત્યારબાદ એમનો એક ગુલામ જમશેદ ખાં અલ્પવયસ્ક સુલ્તાન સિકંદર આદિલશાહનો સંરક્ષક બન્યો. એ જ બીજાપુરના કિલ્લાનો રક્ષક પણ હતો, પણ તે એક અયોગ્ય વ્યકિત હતો. શિવાજીએ બીજાપુર પર અધિકાર કરવાનો આ સુઅવસર સમજ્યો. એટલે તેમણે જમશેદને લાલચ આપીને પોતાના પક્ષમાં કરી લેવાની ચાલ ચાલી. જમશેદ ખાં ત્રીસ લાખ રૂપિયામાં બાળક સુલ્તાન અને કિલ્લો બંને સોંપવા માટે તૈયાર થઈ ગયો. અડોનીના નવાબ સિદ્ધિ મસુદને આ વિશેના સમાચાર મળી ગયા. આ સમાચાર મળ્યા પછી તેણે પણ એક ચાલ રમી. તેણે પોતાની માંદગીના સમાચાર ચારેકોર ફેલાવી દીધા, અને હવે તે થોડા જ દિવસો પછી એનું મોત થયું છે એમ પણ ફેલાવી દીધું. બધાને વિશ્વાસ થાય એટલે પાલખીમાં રાખેલું તાબુત પણ દફનાવી દીધું, જેથી એના મરવાનો બધાને પૂરો વિશ્વાસ થઈ જાય. એના ચાર હજાર સૈનિકોએ જમશેદ ખાંને નોકરીમાં રાખવાની વિનંતી કરી એટલે એમને કિલ્લાની સેવામાં રાખી લેવાયા. બસ, પછી આ સૈનિકોએ જમશેદ ખાં ને જ કેદ કરીને કિલ્લાના દ્વાર ખોલી નાંખ્યા. ૨૧ ફેબ્રુઆરી ૧૬૭૮ના રોજ સિદ્દી મસઉદ બીજાપુરનો વઝીર બની ગયો. શિવાજીની બીજાપુર પર કબજો કરી લેવાની ઈચ્છા પૂરી ન થઈ શકી. અહિંયા આ ઘટનાનો ઉલ્લેખ ફકત એ દેખાડવા માટે જ કરવામાં આવ્યો છે કે શિવાજી માટે બીજાપુર કેટલું મહત્વ રાખતું હતું. તેમણે હંમેશા એ જ પ્રયાસ કરતા રહ્યા કે બીજાપુર મોગલોની પાસે ન જઈ શકે.

જ્યારે દિલેર ખાં અને સંભાજી બીજાપુર પર કબજો કરી લેવા માટે રવાના થયા, તો ત્યારે સિદ્દી મસઉદે શિવાજીને મદદ કરવાની વિનંતી કરી. વિનંતી કરતાં તેમણે શિવાજીને પત્ર લખ્યો કેઃ "તમે પણ આદિલશાહી વંશનું મીઠું ખાધું છે, અને આપણે બંને એક જ દેશના રહેવાસી છીએ. મોગલ આપણા બંનેનો શત્રુ છે. એટલે આપણે બંનેએ મળીને મોગલોને દબાવવા જોઈએ."

શિવાજીએ તેમની આ વિનંતી સ્વીકારી લીધી અને ખૂબ જ મોટા લશ્કરને

લઈને તેઓ બીજાપુર જવા નીકળી પડયા. દિલેર ખાં બીજાપુર પર ઘેરો નાંખી ચુકયો હતો. એ પોતાની પૂરી શકિતથી બીજાપુર પર અધિકાર કરવાની કોશિશ કરી રહ્યો હતો. શિવાજીએ ખૂબ જ કુશળતા સાથે યુદ્ધનું સંચાલન કર્યુ. બે મહીના સુધી આ ઘેરો નંખાયેલો રહ્યો. અંતે વિવશ થઈને ૧૪ નવેમ્બર ૧૬૭૯ ના રોજ દિલેર ખાં એ પોતાનો ઘેરો ઉઠાવી લીધો. શિવાજીએ કરેલી મદદ માટે સિદ્દી મસઉદે એમનો ખૂબ–ખૂબ આભાર માન્યો. ત્યારે શિવાજી અને બીજાપુર વચ્ચે એક કરાર પણ થયો. આ કરાર અનુસાર તંજૌર, જિંજી અને કોપબળ ઉપર શિવાજીના અધિકારને બીજાપુરે મંજુરી આપી દીધી અને આ વિસ્તારો ઉપરથી પોતાનો દાવો છોડી દીધો. ત્યારબાદ અનેક ભેંટ–સોગાદો આપીને તેમણે શિવાજીને વિદાય કર્યા.

ડૉ.જદુનાથ સરકારે આ ઘટનાનું વર્ણન અહિંયા કરવામાં આવ્યું છે એના કરતાં સાવ જુદું જ કર્યુ છે. તેમના અનુસાર સિદ્દી મસઉદ દ્વારા મદદ માગવાથી શિવાજીએ તરત જ છ–સાત હજાર અશ્વરોહી સૈનિક બીજાપુર મોકલી દીધા હતા. આ લોકોએ ખસરૂપુરા અને ખાનપુરામાં અનેક પડાવ નાંખ્યા અને બીજાપુર માટે સંદેશ મોકલ્યો કે કિલ્લાનો એક દરવાજો અને બુર્જ એમના (મરાઠાના) અધિકારમાં કરી દેવામાં આવે. મસઉદે એમના ઉપર વિશ્વાસ ન કર્યો અને તેણે આ માગણી નકારી કાઢી. ત્યારે મરાઠા સૈનિકોએ બીજી ચાલ રમી, તેઓ ચોખાના કટ્ટા બળદ ઉપર લાદીને ચાલતા થયા અને તેમણે કિલ્લામાં ઘુસવાની કોશિશ કરી, પણ બીજાપુરના સૈનિકોએ એમને ભગાડી દીધા. પછીથી મરાઠા સૈનિકો નજીકના ગામોને લુંટવા લાગ્યા. છેવટે કંટાળીને મસઉદ દિલેર ખાં એ એમની સાથે મિત્રતા અને સંધિ કરી લીધી. તેણે મોગલ સેનાને બોલાવીને મોગલોને ભગાડી દીધા.

સંભાજી પાછા આવ્યા

બીજાપુરથી આવ્યા પછી દિલેર ખાં એ પન્હાલા કિલ્લાને જીતવાનું આયોજન કર્યુ. તેઓ સંભાજીને લઈને પન્હાલાની તરફ ચાલી નીકળ્યા. રસ્તામાં તેમણે મરાઠા પ્રજા ઉપર અનેક અત્યાચાર કર્યા. તિકોટા નામની જગ્યાએ અનેક ધની લોકોએ ડરીને એમનાથી દયાની ભીખ માંગી પણ તેઓએ શરણમાં આવેલા લોકોનું પણ બધું જ છીનવી લીધું.

હિન્દુ–મુસલમાન સ્ત્રી–પુરૂષ, બધા ઉપર અમાનવીય અત્યાચાર કર્યા. અનેક લોકોએ અપમાનથી બચવા માટે કુવામાં કુદીને આત્મહત્યા કરી લીધી. હજારો લોકોને કેદ કરી લેવાયા અને એમને છોડવા માટે ઘણુંબધું ધન માગવામાં આવ્યું. તિકોટાની લુંટ અને અત્યાચાર પછી દિલેર ખાં અઠની તરફ આગળ વધ્યો. ત્યાં પણ એણે લોકોને જી ભરીને લુંટયા. હિન્દુઓ સાથે અનેક પ્રકારના અત્યાચાર કર્યા, અત્યારચારથી પીડાતા લોકોએ સંભાજી પાસે દયાની ભીખ માંગી અને એમના પિતાના નામના સોગંધ આપ્યા. આ કરૂણાભરી પુકારથી સંભાજી પીઘળી ગયા. એને દિલેર ખાંના આવા અતિશય ક્રૂર વ્યવહારથી ઘૃણા થવા લાગી અને એની મિત્રતાથી એનો વિશ્વાસ ઉઠવા લાગ્યો. સંભાજી કદી પણ અત્યાચાર કરવાના પક્ષમાં ન હતા. એટલે હવે તેમણે દિલેર ખાંના આવા નીચતાપૂર્ણ કાર્યોનો વિરોધ કર્યો. તેમને એવું ન કરવાની સલાહ આપી, પણ સ્વાર્થથી પ્રેરાયેલી મિત્રતા કદી પણ લાંબુ ટકી નથી શકતી. દિલેર ખાં એ સંભાજીને ચોખ્ખે ચોખ્ખું કહી દીધું કે એ પોતે જે ઈચ્છશે તેજ કરશે એને કોઈની સલાહની જરૂર નથી. એનું કહેવાનું હતું કે – "હું સ્વયં પોતાનો સ્વામી છું. મને સદ્‌ગુણનો પાઠ ભણાવવાની તારે કોઈ જરૂર નથી."

આ જવાબ સાંભળીને સંભાજીને સ્વયં પોતાની ઉપર ગુસ્સો આવ્યો. એક તો એ પોતાના પિતાનો વિરોધ કરીને ભાગી આવ્યો હતો, અને હવે તે જેને પોતાનો મિત્ર સમજી રહ્યો હતો એનાથી આવા શબ્દો સાંભળવા પડયા. તેને હવે વિશ્વાસ થઈ ગયો હતો કે દિલેર ખાં સાથે એ લાંબુ નહીં ટકાવી શકે. હવે તેને પોતે કરેલા કર્મો ઉપર પણ પસ્તાવો થવા લાગ્યો. તેને સમજાવવા લાગ્યું હતું કે અહિંયા અપમાન સહન કરવા કરતાં તો પિતાજીએ રાખેલા કેદમાં રહેવું વધુ સારૂં હતું. બીજી બાજુ બીજાપુરની હારથી ઔરંગઝેબ પણ એનાથી નાખુશ હતો.

આ બાજુ શિવાજી પણ પોતાના પુત્ર માટે ચિંતામાં હતા. તેમણે પોતાના ગુપ્તચરોને આદેશ આપ્યો હતો કે તેઓ સંભાજીને મોગલોના ચુંગાલમાંથી બહાર કાઢવાનો પ્રયાસ કરે. કારણ કે પહેલા પણ મોગલો સાથે રહેવાથી એનો વ્યવહાર ખરાબ થઈ ગયો હતો અને હવે તે ફરીથી તેના પિતાના શત્રુઓ સાથે જઈ ભળ્યો હતો. બીજાપુરમાં મોગલ સેનાની હારથી ઔરંગઝેબ ખાર ખાધેલો બેઠો હતો. તેણે દિલેર ખાંને પાછો બોલાવવાનો

આદેશ આપ્યો અને એની જગ્યાએ બહાદુર ખાં ની નિમણુંક કરી. સાથે જ દિલેર ખાંને કડક આદેશ આપવામાં આવ્યા કે સંભાજીની કેદ કરીને એને દિલ્હી લઈ આવે. સંભાજી આ ષડયંત્રથી અનભિજ્ઞ હતા. તે સમયે દિલેર ખાંની આધીન એક મરાઠા સામંત મહાદજી નિમ્બાલકર પણ મોગલ સેનામાં હતા, જે સંભાજીની બેન સકરવારબાઈનો પતિ હતો. તેણે સંભાજીને આ ષડયંત્રથી સાવચેત રહેવાની સલાહ આપી. સંભાજીને હવે સમજાઈ ગયું હતું કે જન્મજાત શત્રુ કદી પણ મિત્ર નથી બની શકતો. અને જો એ મિત્રતાનો હાથ વધારે તો સદા સચેત રહેવું જોઈએ. તેથી હવે તેઓ મોગલોના ચુંગાલમાંથી મુકત થવાનો વિચાર કરવા લાગ્યા.

૨૦ નવેમ્બર ૧૬૭૯ના રોજ સંભાજી પોતાની પત્નીને પુરૂષનો વેષ પહેરાવીને એને લઈને મોગલ શિબિરમાંથી ભાગી નીકળ્યા. ત્યારે એમની સાથે એમના ફકત દસ અંગરક્ષક હતા. અઠનીથી ભાગ્યા પછી એ બીજાપુર પહોંચ્યા. ત્યાં એને મસઉદ ખાંથી શરણ માગી. સંભાજી ભાગીને બીજાપુર પહોંચ્યો છે, એ વાતના સમાચાર દિલેર ખાંને મળી ગયા. પછી તેણે એક સંદેશવાહક બીજાપુર મસઉદ ખાંને મોકલાવ્યો કે એ સંભાજીને મોગલોને સોંપી દે. અને તેના બદલામાં એને ઘણું બધું ધન આપવાની લાલચ પણ આપી.સંભાજીને આ વાતના સમાચાર મળી ગયા એટલે એણે ૩૦ નવેમ્બરની રાતે બીજાપુર પણ છોડી દીધું.

શિવાજીએ સંભાજી ઉપર નજર રાખવા માટે એક ખાસ સેનિક દળ બનાવ્યો હતો. સંભાજી આ દળના સંપર્કમાં આવી ગયા પછી અંતે તે ૧૪ ડિસેમ્બરના રોજ પન્હાલા પહોંચી ગયો.

જાલનાપુરની લુંટ

જ્યારે શિવાજી બીજાપુરની મદદ માટે દિલેર ખાંનો સામનો કરી રહ્યા હતા, ત્યારે એમણે દિલેર ખાંનું ધ્યાનભંગ કરવા માટે એક ચાલાકી અપનાવી હતી. તેમણે પોતાની સેનાને બે ભાગોમાં વહેંચી નાંખી. એક ભાગનું નેતૃત્વ શિવાજીએ સ્વયં કર્યુ અને બીજી સેનાને આનંદરાવ મકાજીના નેતૃત્વમાં મોકલી દીધી. આ સેના ૪ નવેમ્બરના રોજ સેલગુડથી બહાર નીકળીને મોગલ શાસિત રાજ્યમાં પ્રવેશી ગઈ અને લુંટ મચાવતી ૧૫ નવેમ્બરના

રોજ આ સેના ઔરંગાબાદથી ચાલીસ માઈલ પૂર્વમાં જાલના પહોંચી. જાલના એક વ્યાપારિક કેન્દ્ર અને ધની નગરી હતી. જેને મરાઠાઓએ ઈચ્છાનુસાર લુંટયું, પણ અહિંયા તેમને ધાર્યા મુજબ ધનરાશિ ન મળી. પછીથી ખબર પડી કે બધા જ ધની લોકો પોતાની સંપતિ લઈને એક મુસલમાન ફકીર સૈયદ જાન મોહમ્મદની દરગાહમાં પહોંચી ગયા હતા. બધાને વિશ્વાસ હતો કે શિવાજી ધાર્મિક જગ્યાઓનું આદર કરે છે એટલે તેઓ ત્યાં સુરક્ષિત રહેશે, પણ એવું ન થયું. મરાઠા સૈનિક દરગાહમાં ઘુસી ગયા. મરાઠા સૈનિકો દરગાહમાં ઘુસી ગયા અને ત્યાં એમને જે કાંઈ પણ મળ્યું તે એમણે લુંટી લીધું. કદાચ આ લુંટમાં અમુક લોકો ઘવાણા પણ હતા. દરગાહના ફકીરે એમને આવું કરવાથી રોકવાની કોશિશ પણ કરી, પણ મરાઠા સૈનિકોએ એમની એક વાત ન સાંભળી અને તેમને પણ અપશબ્દો કહ્યા. ત્યારે ફકીરે શિવાજીને શ્રાપ આપ્યો હતો. કહેવાય છે કે આ બનાવ પછી આશરે પાંચ મહીનાની અંદર જ શિવાજીનો સ્વર્ગવાસ થઈ ગયો હતો.

ચાર દિવસ સુધી સતત જાલનાપુરને લુંટયા પછી અસંખ્ય રૂપિયા, રત્નો, વસ્ત્ર વગેરે લઈને મરાઠા પાછા વળ્યા. ત્યારે જ સંગમનેરની નજીક વિશાળ મોગલ સેના નિમ્બાલ્કર અને સંતાજી ઘોરપડેએ એમનો સામનો કર્યો. ત્રણ દિવસ સુધી એમની સાથે યુદ્ધ થતું રહ્યું અને સિધોજી નિમ્બાલકર અને બે હજાર મરાઠા સૈનિક માર્યા ગયા. બીજી બાજુ ઔરંગાબાદથી વિશાળ મોગલ સેના આ યુદ્ધમાં ભાગ લેવા માટે નીકળી ચુકી હતી. યુદ્ધના ત્રીજા દિવસે નવી સેનાએ રાતે આ જગ્યાથી દૂર માઈલ દૂર પડાવ નાંખી દીધો. શિવાજી ચારેકોરથી ઘેરાઈ ગયા. એમના બચી નીકળવાની કોઈ જ આશા ન હતી. ત્યારે જ રાતે છ માઈલ દૂર રોકાયેલા મોગલ સેનાપતિ કેસરીસિંહે શિવાજીની પાસે ગુપ્ત રૂપે સંદેશો મોકલાવ્યો કે સામેનો માર્ગ બંધ થવાથી એ (શિવાજી) બધું છોડી કરીને નીકળી જાય. પરિસ્થિતિને ધ્યાનમાં રાખતા શિવાજી પણ ફકત પાંચસો સૈનિકોને લઈને ત્યાંથી ભાગી ગયા. એક કુશળ ગુપ્તચર બહિરજીએ એમને એક સુરક્ષિત જગ્યાએ પહોંચાડી દીધા. ત્યાંથી પછી એ પટ્ટાગઢ કિલ્લામાં પહોંચી ગયા. આ યુદ્ધમાં એમના ચાર હજાર સૈનિક માર્યા ગયા. હમ્બીરરાવ સહિત કેટલાય ઘવાયા અને અનેકોને મોગલોએ કેદ કરી લીધા. એવું પણ બની શકે કે શિવાજીને ત્યાંથી ભાગતી

વખતે લુંટની ઘણીબધી સામગ્રી છોડી દેવી પડી હશે. ત્યારબાદ તેમણે પટ્ટાગઢમાં આરામ કર્યો, એટલે પછીથી પટ્ટાગઢના કિલ્લાનું નામ વિશ્રામગઢ રાખવામાં આવ્યું.

જજિયાના વિરોધમાં ઔરંગઝેબને પત્ર

૩ એપ્રિલ ૧૬૭૯ના રોજ ઔરંગઝેબે એક આદેશ બહાર પાડયો કે સંપૂર્ણ મોગલ સામ્રાજ્યમાં હિન્દુઓની ગણતરી કરવામાં આવે અને એમનાથી જજિયા નામનું કર વસુલવામાં આવે. આ કર દરેક હિન્દુથી એની આવક પ્રમાણે ઉઘરાવવાનો આદેશ થયો. આવક અનુસાર કર આપવાની ત્રણ શ્રેણિઓ બનાવવામાં આવી. ઉચ્ચ આવકવાળાઓથી તેર આના, મધ્યમ આવકવાળાથી છ રૂપિયા, નવ આના અને સાવ ઓછી આવકવાળાથી ત્રણ રૂપિયા, પાંચ આના દર વર્ષે લેવાની જોગવાઈ કરવામાં આવી.

આ કર કેટલાય વર્ષો પહેલા બંધ કરી દેવાયો હતો, પણ ઔરંગઝેબે હિન્દુઓ પ્રત્યે પોતાની ઘૃણાનો પરિચય આપતા એને ફરીથી લાગુ કરી દીધો. શિવાજીએ એના વિરોધમાં ઔરંગઝેબને પત્ર લખ્યો, જેમાં એમણે એના આ કામને આત્મઘાતી અને અન્યાયપૂર્ણ ગણાવ્યું. આ પત્ર નીલાપ્રભુ દ્વારા ફારસી ભાષામાં લખાવડાવ્યો હતો. ડૉ. જદુનાથ સરકારની પુસ્તક **'શિવાજી'**માં આ પત્રનું ભાષાતંર નીચે પ્રમાણે હતુંઃ

"બાદશાહ આલમગીર! સલામ! હું શિવાજી તમારો સાચો શુભચિંતક અને ચિરહિતૈષી છું. ઈશ્વરની દયા અને સૂર્યની કિરણો કરતાં પણ ઉજ્જવળ બાદશાહના અનુગ્રહ માટે આભાર સાથે વિનંતી કરૂં છું કે – જો કે આ શુભાકાંક્ષી દુર્ભાગ્યથી તમારી મહિમામયી સંગતિથી આજ્ઞા લીધા વગર જ આવવા માટે બાધ્ય થયો છું. તો પણ જેટલું બની શકતું હતું અને યોગ્ય હતું તેટલું હું સેવકના કર્તવ્ય અને કૃતજ્ઞતાનો દાવો પૂરી રીતે પૂર્ણ કરવા માટે સદાય તત્પર રહું છું.

મેં સાંભળ્યું છે કે યુદ્ધના કારણે તમારી બધી જ સંપતિ અને રાજકોષ ખાલી થયો છે અને એટલા માટે તમે આદેશ આપ્યો છે કે હિન્દુઓથી જજિયા નામનો કર લેવામાં આવે, જે તમારી ધનની ખામીને પૂરૂં કરી શકે.

બાદશાહ સલામત! આ સામ્રાજ્યરૂપી ભવનના નિર્માતા અકબરે પૂર્ણ ગૌરવ સાથે બાવન વર્ષ રાજ કર્યુ. એમણે ઈસાઈ, યહુદી, મુસલમાન, દાદૂપંથી, નક્ષત્રવાદી, પરીપૂજક, વિષયવાદી, નાસ્તિક, બ્રાહ્મણ, શ્વેતામ્બર, દિગંબર વગેરે બધા ધાર્મિક સંપ્રદાયો પ્રત્યે મૈત્રી ભાવનાની સુંદર નીતિ અપનાવી હતી. બધાનું રક્ષણ અને પોષણ જ એમના આદર હૃદયનું લક્ષ્ય હતું એટલે જ તેઓ જગત ગુરૂ કહેવાતા હતા.

ત્યારબાદ બાદશાહ જહાંગીરે બાવીસ વર્ષ સુધી પોતાની દયાની છાયા જગતવાસિઓ ઉપર ફેલાવી. એમણે બધા સાથે મિત્રતાપૂર્ણ વ્યવહાર કરીને પોતાની ઉદારતા દેખાડી અને પોતાના મનની ઈચ્છાઓ પૂરી કરી. બાદશાહ શાહજહાં એ પણ ૩૨ વર્ષ સુધી રાજ કરીને સુખી સાંસારિક જીવનના પરિણામે અમરતા, સજ્જનતા અને સુંદર નામના મેળવી. ફારસીમાં કહેવાય છે કેઃ જે વ્યકિત જીવનમાં સારી નામના મેળવે છે એ અખૂટ ધન મેળવે છે, કારણ કે એના મરી ગયા પછી એના પુણ્ય ચરિત્રની કથા જ એના નામને અમર રાખે છે.

અકબરની ઉદારતાની એવી પુણ્ય અસર હતી કે એ જ્યાં પણ જતા ત્યાં એમનો જયજયકાર અને સફળતા આગળ વધીને એમનું સ્વાગત કરતી. એનાથી જ શરૂઆતના સમ્રાટોની શકિત અને ઐશ્વર્ય શાલીનતાની ઝલક મળે છે. જેમના રાજકારણનું અનુસરણ કરવા માત્રથી જ બાદશાહ આલમગીર વિફળ અને વ્યગ્ર થઈ ગયા, એમનામાં પણ જજિયા કર લગાડવાની શકિત હતી, પણ તેમણે અંધવિશ્વાસને હૃદયમાં જગ્યા ન આપી, કારણ કે તેઓ જાણતા હતા કે ઈશ્વરે જ ઉંચ–નીચ, બધા લોકોનો જુદા–જુદા ધર્મોમાં વિશ્વાસ અને એમની પ્રવૃત્તિઓના દાખલા દેખાડવા માટે જ આવી સૃષ્ટિ કરી છે. એમની દયા–ઉદારતાની ખ્યાતિ એમની સ્મૃતિરૂપે ચિરકાળ સુધી ઈતિહાસમાં લખાયેલી રહેશે. નાના–મોટા બધા લોકોના કંઠ અને હૃદયમાં આ ત્રણ પવિત્ર આત્માઓ (સમ્રાટો) માટે પ્રશંસા અને મંગળ કામના ઘણા દિવસો સુધી યાદ કરાશે. લોકોની હૃદયગત આકાંક્ષાના કારણે જ સૌભાગ્ય અને દુર્ભાગ્ય આવે છે. એટલે એમની ધન–સંપતિ દિવસે–દિવસે વધતી જ ગઈ. ઈશ્વરના પ્રાણી એમના અનુશાસનના કારણે શાંતિ અને નિર્ભયતાથી પથારીમાં આરામ કરવા લાગ્યા અને એમના બધા કામ સફળ થયા.

અને એનાથી વિપરીત તમારા શાસનકાળમાં! ઘણાબધા કિલ્લા અને વિસ્તાર તમારા હાથમાંથી નિકળી ગયા અને જે બાકી બચ્યા છે એ પણ ચાલ્યા જશે, કારણ કે એને નષ્ટ કરવામાં અને છિન્ન–ભિન્ન કરવામાં હું કોઈ કસર નહીં છોડું. તમારા રાજ્યમાં પ્રજા કચડાઈ રહી છે. દરેક ગામડાની આવક ઓછી થઈ ગઈ છે. એક લાખની જગ્યાએ એક હજાર અને એક હજારની જગ્યાએ દસ જ રૂપિયા વસૂલ થાય છે અને તે પણ ખૂબ જ મહેનત પછી. બાદશાહ અને રાજપૂતોના દરબારમાં આજે ગરીબી અને ભિક્ષાવૃત્તિ ઘર કરી ગઈ છે. ઉમરાવો અને અમલોની સ્થિતિનો તો સહજ જ અંદાજ લગાવી શકાય છે. તમારા રાજ્યમાં સેના અસ્થિર છે અને વેપારી પીસાયેલા છે. મુસલમાન રડે છે અને હિન્દુ બળે છે. મોટાભાગની પ્રજાને રાતનો રોટલો પણ નથી મળતો અને દિવસમાં માનસિક તાણના લીધે એક બીજા સામે હૈયા વરાળ કાઢવાથી એક–બીજાને માર મારતા રહે છે.

આવી દયનીય સ્થિતિમાં પ્રજા પર જજિયાનો ભાર લાદવા માટે તમારા રાજસી દિલે તમને કેવી રીતે પ્રેરણા આપી? ટૂંક સમયમાં જ પશ્ચિમથી પૂર્વ સુધી તમારો અથયશ ફેલાઈ જશે કે ભારતના બાદશાહ ભિખારીઓની થાળીમાં લાલચી નજર નાંખીને બ્રાહ્મણ, પુરોહિત, જૈન, યતી, યોગી, સંયાસી, વૈરાગી, કંગાળ, નિર્ધન અને દુષ્કાળ પીડિતથી જજિયા લઈ રહ્યા છે અને ભિક્ષાની ઝોળીની છીના–ઝપટીમાં તમારી વીરતા પ્રદર્શિત થઈ રહી છે. તમે તૈમૂર વંશનું નામ અને સ્વયંનું માન ડુબાડી દીધું છે.

બાદશાહ સલામત! જો તમે ધાર્મિક પુસ્તક (કુરાન)માં વિશ્વાસ રાખતા હો તો એને જુવો. તમને જાણવા મળશે કે ઈશ્વર કે અલ્લાહ બધાનો સ્વામી છે, ફક્ત મુસલમાનોનો જ નહીં. હકીકતમાં ઈસ્લામ અને હિન્દુ ધર્મ બે અલગ પાડતા શબ્દ માત્ર જ છે, જાણે એ બે જુદા રંગ છે જેનાથી સ્વર્ગમાં રહેલા ચિત્રકારે રંગ આપીને માનવ જાતિના ચિત્રપટને પૂર્ણ કર્યુ છે.

મસ્જિદમાં એને યાદ કરવા માટે અજાન આપવામાં આવે છે. મંદિરમાં એને મેળવવા માટે, હૃદયની વ્યાકૂળતા પ્રગટ કરવા માટે ઘંટ વગાડવામાં આવે છે. એટલે પોતાના ધર્મ અને કર્મકાંડ માટે કટ્ટરતા દેખાડવી ઈશ્વરના ગ્રંથની વાતોને બદલવા સિવાય બીજું કાંઈ નથી. ચિત્રની ઉપર નવી લાઈન ખેંચીને આપણે દેખાડીએ છીએ કે જુવો ચિત્રકારે ભૂલ કરી છે.

હકીકતમાં ધર્મ અનુસાર જજિયા કર લેવો એ કોઈ પણ રીતે ઉચિત નથી. રાજનૈતિક દૃષ્ટિથી જોવાથી પણ એ એવા જ યુગમાં ઉચિત થઈ શકતું હતું, જે યુગમાં સ્ત્રીઓ સોનાના આભૂષણો પહેરીને કોઈપણ રોકટોક કે ડર વિના એક જગ્યાએથી બીજી જગ્યાએ જઈ શકતી હતી. પણ આજકાલ તો મોટા–મોટા નગરો જ લુંટવામાં આવી રહ્યા છે તો ગામડાઓની તો વાત શું? આવી પરિસ્થિતિમાં જજિયા બધી જ રીતે કાયદાથી વિરૂદ્ધ જ છે. તદુપરાંત ભારતમાં આ એક નવો અત્યાચાર છે અને સંપૂર્ણ રીતે નુકસાનકારક પણ છે.

જો તમે એમ જ વિચારો છો કે પ્રજા પર અત્યાચાર કરવાથી અને હિન્દુઓને ભયભીત કરવાથી જ તમારો ધર્મને માન્યતા મળશે, તો પહેલા હિન્દુઓના સૌથી ઉપરી મહારાણા રાજસિંહથી જજિયા ગ્રહણ કરો. ત્યારબાદ મારાથી ગ્રહણ કરવામાં મુશ્કેલી નહીં થાય, કારણ કે હું તો તમારી સેવા માટે સદા તત્પર છું. પણ આ માખીઓ અને કીડીઓને કષ્ટ આપવામાં કોઈ મર્દાનગી નથી.

મને એ સમજમાં નથી આવતું કે તમારા કર્મચારીઓ આવા વિચિત્ર પ્રભુભકત શું કામ છે જે તમને દેશની હકીકત પરિસ્થિતિ નથી બતાડતા, અને એનાથી વિપરિત બળતી અગ્નિના તણખલાથી દબાવીને છુપાવવા માગે છે.

તમારૂં રાજ્ય સૂર્યની સમાન ચમકતું રહે અને આકાશ સુધી એની ચમક પહોંચે."

સંભાજીને સમજાવવાનો અસફળ પ્રયાસ

સંભાજી પન્હાલા પહોંચ્યા પછી શિવાજીએ સંરક્ષણના પ્રબંધ વધુ મજબૂત કરી દીધા કારણ કે એમને ભય હતો કે કયાંક દિલેર ખાં પન્હાલા ઉપર આક્રમણ ન કરી દે, પણ અંદરખાને દિલેર ખાં પણ જાણતો હતો કે પન્હાલાને જીતવું સરળ નથી એટલે એણે એવું દુઃસાહસ ન કર્યુ.

શિવાજી પોતે પણ પન્હાલા પહોંચી ગયા અને બે મહીના સુધી ત્યાં જ રહ્યા. તેમને સંભાજીને સન્માર્ગ પર લાવવાનો અથક પ્રયત્ન કર્યો. એને એ વાત પણ સમજાવી કે આટલા વિશાળ મરાઠા સામ્રાજ્યનો ભાર એના જ

માથે આવવાનો છે. તેમણે પોતાના રાજ્યની સંપતિનું વિવરણ તૈયાર કરવા માટે નવી નિમણૂંકો કરી. એનાથી તેઓ એવું જ દેખાડવા માગતા હતા કે સંભાજી એમના આદર્શો ઉપર ચાલે અને ત્યારે જ આ સંપતિ અને રાજ્યની રક્ષા કરવી શકય થશે. હવે સંભાજી પણ બાળક નહોતો રહ્યો. દિલેર ખાંની સાથે રહેવાથી એ પણ રાજનીતિના દાવપેંચ શીખી ગયો હતો. એટલે એ બળજબરીથી કે કઠોરતાથી કાંઈ પણ શીખવા નહોતો માગતો. આ પહેલા પણ એની સાથે બે વખત કઠોરતાપૂર્ણ વ્યવહાર કરવાનું પરિણામ શિવાજી જોઈ જ ચૂકયા હતા એટલે શિવાજીએ એને બીજી ઘણી બધી રીતે સમજાવવાનો પ્રયાસ કર્યો પણ એની કોઈ જ અસર ન થઈ.

શિવાજીનો ગૃહ કલેશ અને માંદગી

શિવાજીને સંભાજીની દુશ્ચરિત્રતાથી ખૂબ જ આઘાત લાગ્યો હતો. તેમની પહેલી પત્નીનો સ્વર્ગવાસ થઈ ચૂકયો હતો. બીજા પુત્ર રાજારામની માં સોયરા બાઈના ચરિત્રમાં વિનમ્રતા, શાંતિ વગેરે સદ્ગુણોનો હંમેશાથી અભાવ હતો. કહેવાય છે કે એ પોતાના પુત્રને રાજા બનાવવા માગતી હતી, એ એના માટે વારંવાર શિવાજી ઉપર દબાણ કરતી રહેતી હતી. અને એના માટે એ ષડયંત્ર રચવામાં પણ પાછળ નહોતી રહેતી. જ્યારે સંભાજી નાસીને દિલેર ખાં પાસે ચાલ્યો ગયો હતો ત્યારે પણ એણે શિવાજીને રાહતનો દમ નહોતો લેવા દીધો. જેના પરિણામે શિવાજીનું ઘરેલું જીવન કલેશપૂર્ણ અને અશાંત થઈ ગયું હતું. આ કલેશે શિવાજી અને સંભાજીના સંબંધોમાં પણ વધુ કટુતા ભેળવી. એટલે શિવાજીએ ફરીથી સંભાજીને પન્હાલાના કિલ્લામાં કેદ કરીને કારાગૃહમાં કેદ કરી દીધો. એની ઉપર કઠોર નિયંત્રણ રાખવા માટે હીરોજી ફર્જન્દ, સોમજી નાયક અને વિટ્ઠલ ત્ર્યંબકની નિમણૂંક કરીને શિવાજી સજ્જનગઢ ચાલ્યા ગયા.

પોતાના પુત્રના આચાર–વ્યવહાર અને ઘરના અશાંત વાતાવરણે શિવાજીને નિરાશ કરી દીધા. જેના લીધે એમની તબિયત લથડતી ગઈ. ૩૧ ડિસેમ્બર ૧૬૭૯ના રોજ તેઓ સમર્થ રામદાસને મળવા માટે એના આશ્રમમાં ગયા. ત્યાં તેઓ ત્રણ દિવસ રહ્યા અને દરરોજ પૂજા, અર્ચના અને સમર્થ રામદાસના ઉપદેશ સાંભળવામાં વ્યસ્ત રહ્યા. સમર્થ રામદાસને

આભાસ થઈ ગયો હતો કે શિવાજીનો અંત સમય નજીક આવી ગયો છે.

૪ ફેબ્રુઆરીના રોજ શિવાજી રાયગઢ પરત આવી ગયા. તેમને પણ પોતાના અંત સમયનો આભાસ થઈ ગયો હતો. એટલે પિતા ધર્મનું પાલન કરવા માટે એમણે પોતાના દસ વર્ષના નાના પુત્ર રાજા રામના યજ્ઞોપવીત અને વિવાહ સંસ્કાર કરી દેવું ઉચિત સમજ્યુ. ૭ માર્ચ ૧૬૮૦ના રોજ રાજારામના યજ્ઞોપવીત કરવામાં આવ્યા અને એના એક અઠવાડિયા પછી ૧૫ માર્ચે પ્રતાપરાવ ગૂજરની પુત્રી જાનકીબાઈ સાથે એના લગ્ન પણ કરી દીધા.

મહાપ્રયાણ

તે દિવસોમાં શિવાજીની તબિયત નાદુરસ્ત રહેવા લાગી હતી. ૨૩ માર્ચના રોજ એમને તાવ આવ્યો અને ઘણુંબધું લોહી પણ વહી ગયુ. અન્ન–જળ પણ લગભગ બંધ જેવું જ થઈ ગયું હતું. હવે તાવ અને રકતાતિસારથી એમની તંદુરસ્તી વધુ લથડતી ગઈ. તેમણે પોતાના કર્મચારીઓને બોલાવ્યા અને એમને પોતાનો છેલ્લો ઉપદેશ આપ્યો – "જીવાત્મા અવિનાશી છે. આપણે યુગ–યુગમાં તો પણ પૃથ્વી પર આવીશું." ત્યારપછી એમનું ગળું રૂંધાઈ ગયું અને તેઓ આગળ બીજું કાંઈ જ ન બોલી શકયા.

જ્યારે એમના જીવનની કોઈ જ આશા બાકી ન રહી, તો પન્હાલામાં સંભાજીની પાસે પ્રસ્તાવ મોકલવામાં આવ્યો કે એ રાજ્યને બે ભાઈઓમાં વહેંચી દેવામાં આવે, પણ સંભાજીએ એને નકારી કાઢયું. ૩ એપ્રિલ ૧૬૮૦ શનિવારની બપોરે ત્યાં હાજર નજીકના સંબંધિઓ અને કર્મચારીઓએ જોયું કે છત્રપતિ શિવાજી મહારાજ મહાપ્રયાણ તરફ વધી રહ્યા છે. તેમના મુખમાં ગંગાજળ નાંખવામાં આવ્યું. બસ, શિવાજીએ મહાપ્રયાણ કરી દીધું. મહાન વિજેતા છત્રપતિ શિવાજી ચિરનિંદ્રામાં સુઈ ગયા. સમસ્ત મરાઠા રાજ્ય જ નહીં, પણ સમસ્ત હિન્દુઓ શોક સાગરમાં ડુબી ગયા.

શિવાજીની પત્નીઓ અને સંતાન

શિવાજીની પત્નીઓ અને પુત્રીઓની સંખ્યાના વિષયમાં ઈતિહાસમાં મતભેદ છે. ડૉ. જદુનાથ સરકારે શિવાજીના પાંચ લગ્ન અને ત્રણ દીકરીઓ હોવાનું સ્વીકાર્યુ છે, પણ સર દેસાઈએ આઠ પત્નીઓ અને છ દીકરીઓના નામોનો ઉલ્લેખ કર્યો છે, પણ પુત્ર તો નિર્વિવાદ રૂપે બે જ હતા. એમની આઠેય પત્નીઓના નામનો ઉલ્લેખ પહેલા જ કરી ચુકાયો છે. અહિંયા એમના સંતાનો વિશે ટૂંકમાં પરિચય આપવામાં આવી રહ્યો છે.

પુત્ર

શિવાજીના બે પુત્ર હતા. પ્રથમ સંભાજીનો જન્મ ૧૪ મે ૧૬૫૭ના રોજ સઈબાઈના ગર્ભથી થયો હતો અને બીજા પુત્ર રાજારામને સોયરાબાઈએ ૧૪ ફેબ્રુઆરી ૧૬૭૦ના રોજ જન્મ આપ્યો હતો.

પુત્રીઓ

સઈબાઈથી ત્રણ દીકરીઓનો જન્મ થયો હતો – સકવારબાઈ, રનુબાઈ અને અમ્બિકાબાઈ. ચોથી દીકરી નાનાબાઈને શિવાજીની ત્રીજી પત્ની સગુનબાઈએ જન્મ આપ્યો હતો. સોયરાબાઈથી ઉત્પન્ન પુત્રીનું નામ બાલાબાઈ અથવા દીપાબાઈ હતું. છટ્ઠી પુત્રી કમલજાબાઈ છત્રપતિની છટ્ઠી પત્ની સકરવારબાઈથી ઉત્પન્ન સંતાન હતી.

ડૉ. જદુનાથ સરકારે સઈબાઈ, સોયરાબાઈ, પુતળીબાઈ, સકવારબાઈ અને કાશીબાઈ આજ પાંચ નામોનો ઉલ્લેખ શિવાજીની પત્ની તરીકે કર્યો છે. અને એની સાથે એમના મત પ્રમાણે શિવાજીની ત્રણ જ પુત્રીઓ – સકવારબાઈ ઉર્ફે સખૂબાઈ, અમ્બિકાબાઈ અને નાનાબાઈ ઉર્ફે રાજકુંવરબાઈ હતી.

શિવાજીના દેહાવસન સમયે એમની ફકત ત્રણ પત્નીઓજ જીવિત હતી – સોયરાબાઈ, પુતલીબાઈ અને સકવારબાઈ. પુતલીબાઈ શિવાજીની સાથે ચિતામાં બળીને સતી થઈ હતી. ઉપર જણાવેલ છ પત્નીઓ સિવાય

પણ શિવાજીની બે ગેર–કાયદેસરની પત્નીઓનું પણ વર્ણન મળે છે.

છત્રપતિ શિવાજીના આધ્યાત્મિક ગુરૂ

પ્રસિદ્ધ ઈતિહાસકાર ગોવિંદ સખારામ સર દેસાઈએ શિવાજીના ચૌદ આધ્યાત્મિક પુરૂષો, સંતો, ફકીરો વગેરે સાથે સંપર્ક હોવાનો ઉલ્લેખ કર્યો છે. જેમના નામ આ રીતે છે– તુકારામ બાબા, સમર્થ રામદાસ, મૌની બાબા, નિશ્ચલપુરી ગોસાવી, પરમાનંદ બાબા, જયરામ સ્વામી, નારાયણ દેવ, રંગનાથ સ્વામી, વિઠ્ઠલ સ્વામી, ભાનુદાસ બાબા, આનંદમૂર્તિ બોધલે બાબા, બાબા યાકૂત અને ત્ર્યંબક નારાયણ.

શિવાજીના સ્વર્ગવાસ પછી એમના ઉત્તરાધિકારીઓમાં કોઈ પણ એવો વ્યકિત ન હતો જે એમને સ્થાપિત કરેલા રાજ્યનું સુસંચાલન અને સંરક્ષણ કરી શકત. એટલે એમના મહાપ્રયાણ પછી થોડા જ દિવસોમાં કૌટુંબિક કલેશ બધાની સામે ઉઘાડો પડી ગયો. એપ્રિલ ૧૬૮૦માં રાયગઢમાં રાજારામનો અભિષેક થયો અને સંભાજીએ જુલાઈમાં એને કેદ કરી લીધો. અને પોતે છત્રપતિ બની ગયો. એણે ૧૬૮૧માં આનાજી દત્તોં અને એમના ભાઈ સોમાજીને મરાવી નાંખ્યા અને સોયરાબાઈને પણ શિવાજીને ઝેર આપવાના આરોપસર મરાવી નાંખી. શિવાજીના સ્વર્ગવાસ પછી અંતે તે સ્વયં મોગલો દ્વારા પકડાઈ ગયો અને ૧૧ માર્ચ ૧૬૮૧ના રોજ ઔરંગઝેબે એની પણ હત્યા કરાવી નાંખી. છત્રપતિ શિવાજી દ્વારા સ્થાપિત સામ્રાજ્ય ઉપર કાલાંતરે પેશવાઓએ કબજો કરી લીધો.

દસમો અધ્યાય

શિવાજીનું મૂલ્યાંકન

છત્રપતિ શિવાજીનું વ્યકિતત્વ ફકત ભારતીય ઈતિહાસમાં જ નહીં પણ વિશ્વભરમાં એક અદ્દ્ભૂત અને અદ્વિતીય છે. એમનું જીવન વિશ્વની સમજ, કર્મણ્યતા, સચ્ચરિત્રતા સાંપ્રદાયિક એકતા વગેરે પ્રશંસનીય ગુણોનો એક આદર્શ પ્રસ્તુત કરે છે. છત્રપતિ શિવાજીનું ચરિત્ર અને એમણે કરેલા કાર્યોનું સર્વાગીણ મૂલ્યાંકન કરવું એક શોધનો વિષય થઈ શકે છે. અહિંયા ટૂંકમાં એમની ખાસિયતો ઉપર પ્રકાશ નાંખવામાં આવ્યો છે.

એક મહાન યુગ પ્રવર્તક

શિવાજી એક સામાન્ય જાગીરદારના પુત્ર હતા. પોતાના જ પરાક્રમ અને બુદ્ધિમત્તાથી તેઓ મરાઠા–સામ્રાજયના સંસ્થાપક બન્યા. એમણે ઈતિહાસમાં એક નવીન અધ્યાયની રચના કરીને નવીન યુગનો શુભારંભ કર્યો. તેમણે સૌથી પહેલા ત્યારના મહારાષ્ટ્રમાં અસભ્ય અને વન્ય સમજાતા માવલોને ભેગા કર્યા. ત્યારબાદ તેમણે મહારાષ્ટ્રના સાધારણ ખેડૂતો, મુસલમાનો શાસકોની આધીન સ્થાનિક જાગીરદારો, સામંતોને સાથે કરીને એક રાજયની સ્થાપના કરી અને છેલ્લે દક્ષિણ ભારતના બધાજ રાજવંશોને પોતાની શકિતનો પરિચય આપીને તેમને આશ્ચર્યચકિત કરી દીધા. ત્યારના મોગલ સમ્રાટને પણ પ્રત્યક્ષ પડકાર આપવામાં તેઓ પાછળ ન રહ્યા. જો કે મોગલ સમ્રાટ અને ત્યારના મુસલમાન ઈતિહાસકાર શિવાજીને મહત્વહીન સિદ્ધ કરવા માગતા હતા, એટલે તેમણે આ મહાપુરૂષને લુટેરો,

પહાડી ઉંદર અથવા ગંવાર અને જાણે શું–શું કહ્યું, પણ સમયાંતરે આ સમીક્ષકોએ શિવાજીને એક મહાન યુગ પ્રવર્તકના રૂપમાં સ્વીકાર કર્યો. એ પણ સાચું છે કે શિવાજીનું મૂલ્યાંકન એમના જ મંત્રી રામચંદ્ર નીલકંઠે પોતાના જીવનકાળમાં જ કર્યુ હતું, પણ પરાધીન ભારતમાં એમના આ મૂલ્યાંકનથી ભારતીય અવગત ન થઈ શકયા. નીલકંઠ દ્વારા શિવાજીના મૂલ્યાંકનના વિષયમાં કહેવાયેલા અમુક ઉલ્લેખનીય શબ્દો નીચે પ્રમાણે હતાઃ

"યુગ પ્રવર્તક છત્રપતિ એ શરૂઆતમાં એક મુસલમાનનો વિરોધ કર્યો હતો અને પંદર વર્ષની ઉંમરે જ તેમણે પોતાની પૂનાની જાગીરને સ્વતંત્ર કરવાના કામની શરૂઆત કરી નાંખી હતી. આ નાનકડી શરૂઆતે જ એમને પોતાની ભાવી મહાનતાનો આધાર બનાવ્યો....પહેલા તેઓ ત્રણ રાજ્યોથી ઘેરાયેલા હતા– આદિલશાહી, કુતુબશાહી અને નિજામ શાહી.....પોતાની કુશળતાથી તેમણે આ બધાને ઘેરી લીધા.

તેમના આ ગુણથી ફકત ભારતીયો જ નહીં, પણ પાશ્ચાત્ય સમીક્ષકો પણ આકર્ષાયા હતા. સર રિચર્ડ ટૈમ્પિલ નામના પાશ્ચાત્ય વિદ્વાને પોતાના પુસ્તક 'પૂર્વીય અનુભવ'માં શિવાજીના વિષયમાં લખ્યું છે કે – "શિવાજી ફકત વીર પુરૂષ જ ન હતા, એમનામાં એક અદ્‌ભૂત શકિત હતી જે બીજાઓમાં ઉત્સાહ જગાડતી હતી. અને એ શકિતએ જ એક હીન જાતિને નિમ્નતમ દશાથી ઉગારીને સામ્રાજ્યના પદ સુધી પહોંચાડી હતી. તે સિવાય શિવાજી એક મહાન પ્રશાસક હતા. સર જદુનાથ સરકારે શિવાજીને એક રાષ્ટ્ર નિર્માતા અને મરાઠા જાતિમાં નવીન પ્રાણોનું સંચાર કરનાર કહ્યું છે – "શિવાજી છેલ્લા મહાન નિર્માણકારી વિલક્ષણ બુદ્ધિવાળા રાષ્ટ્ર નિર્માતા હતા. તેમણે મરાઠા જાતિમાં નવીન જીવન ફૂંકી દીધું. તેમણે પોતાનો જ દાખલો આપીને સિદ્ધ કરી દીધું કે હિન્દુ જાતિ રાષ્ટ્રનું નિર્માણ કરી શકે છે, રાજ્યની સ્થાપના પણ કરી શકે છે. શિવાજીએ એ પણ સ્પષ્ટ કરી દીધું કે હકીકતમાં હિન્દુત્વનું વૃક્ષ સુકાઈ નથી ગયું."

આદર્શ રાજકારણી

શિવાજીની બધી સફળતાઓ એમના એક આદર્શ રાજકારણી હોવાનું

પ્રમાણ છે. જો કે તેઓ વધુ ભણેલા ન હતા, પણ તેમની રાજકારણની અદ્‌ભૂત સુઝબુઝની સમજના લીધે વિશ્વના મોટા–મોટા રાજકારણી એમની આગળ ઝુકી ગયા હતા. પોતાના રાજકારણમાં તેમણે આત્મઘાતી આશીર્વાદને કોઈ સ્થાન નહોતું આપ્યું. એનાથી દેખાઈ આવે છે કે આચાર્ય ચાણકયથી તેઓ ખૂબ જ પ્રભાવિત હતા. કદાચ તેમણે પોતાના સંરક્ષકોને રાજનીતિના આ વ્યાવહારિક જ્ઞાનની જ શિક્ષા આપી હતી. તેમના રાજકારણી ગુણોના મુકત કંઠે વખાણ કરતા પશ્ચિમી સમીક્ષક એકવર્થે લખ્યું છે કે – "જે શકિતથી તેઓ કામ કરતા હતા, એની ગણતરી એમણે જીતેલા રાજ્યોથી જ કરવી પૂરતી નથી. ત્યારના કોઈ પણ વ્યકિતને પોતાની શકિત અને પોતાના વિરોધીઓની નબળાઈનું આટલી હદે સૂક્ષ્મ અને સાચુ જ્ઞાન ન હતું. ૧૯મી સદીની આચાર નીતિ પ્રમાણે શિવાજીના મહત્તાની વિવેચના ન થવી જોઈએ. જો કે પોતાના ઉદ્દેશ્યને મેળવવા માટે તેઓ એકલા જ હતા. અકારણ બર્બરતાના ઘૃણિત વિકારથી અને ક્રોધને શાંત કરવા માટે ક્રૂરતાનો ઉપયોગ તેઓ કદાપિ નહોતા કરતા..... શિવાજીનું સમસ્ત જીવન સંઘર્ષ અને પ્રયાસોથી ભરપૂર હતું, એના માટે એ જરૂરી હતું કે તેઓ પોતાની યોજનાઓને ગુપ્ત રૂપથી કોઈપણ જાતના અહંકાર વિના એવી રીતે એને સફળ બનાવે કે બની શકે તેટલા ઓછા લોકોનું ધ્યાન એની તરફ જાય.

તેમણે પોતાની રાજકારણી ચાલાકીથી પોતાના બધા ન શત્રુઓના દાંત ખાટા કરી રાખ્યા હતા. તે સમયના જ એક અન્ય વિચારક બર્નિયરે આ વિષયમાં લખ્યું છે કે – "આ પુરૂષ શિવાજી સ્વતંત્ર રાજાના સંપૂર્ણ વ્યકિતત્વથી કામ કરી રહ્યો છે. એ મોગલ અને બીજાપુરના સુલ્તાનની ભર્ત્સનાઓ પર હસે છે. એ વારંવાર આક્રમણ કરે છે અને સુરતથી ગોવા સુધીની સરહદ સુધીની દરેક દિશામાં દેશને લુંટી લે છે. પોતાના સાહસી અને સતત ઉદ્યોગથી એ ઔરંગઝેબનું ધ્યાન પોતાની તરફ આકર્ષિત કરે છે અને ભારતીય સેનાઓને એટલી વ્યસ્ત કરી દે છે મોગલોને બીજાપુરને હરાવવાનો અવસર જ નથી મળતો."

એમની પ્રશંસનીય રાજકારણી ચાલાકીનું આથી મોટું પ્રમાણ બીજું શું હોઈ શકે છે કે એમનો કટ્ટર શત્રુ ઔરંગઝેબ જ એમના વખાણ કરે. એમના મૃત્યુના સમાચાર સાંભળીને ઔરંગઝેબે કહ્યું હતું કે – "આજ એક એવો વ્યકિત હતો, જેણે નવીન રાજ્ય નિર્માણની મહત્વતા દેખાડી, જ્યારે કે હું

પ્રાચીન રાજ્યોને નષ્ટ કરવાનો પ્રયાસ કરતો રહ્યો છું. તે એક મહાન સેનાનાયક હતો. એના વિરોધમાં મારી સેનાઓનો ઉપયોગ હું ઓગણીસ વર્ષો સુધી કરતો રહ્યો તેમછતાં એનો રાજ્ય વિસ્તાર વધતો જ ગયો.

આ રીતે કહી શકાય કે, રાજ્ય અને રાષ્ટ્રની પ્રગતિ એમના શાસકોની યોગ્યતા ઉપર જ આધાર રાખે છે. જો રાષ્ટ્ર ખામી અને ઉપદ્રવોનો સામનો કરે તો એને એના શાસનના કર્ણધારોની અયોગ્યતા જ ગણવી જોઈએ. શિવાજી એનું સુંદર ઉદાહરણ છે. એમની યોગ્યતા અને રાજકારણના જ્ઞાન એ એમના રાજ્યને ટૂંક સમયમાં જ એક સંપન્ન રાજ્ય બનાવી દીધું હતું, જેનું નિર્માણ એમણે પોતે કર્યુ હતું.

અદ્દભૂત પ્રશાસક

સત્તા ચલાવવા માટે રાજનૈતિક જ્ઞાનની સાથોસાથ તીવ્ર પ્રશાસનીક યોગ્યતા હોવી પણ ખૂબ જ જરૂરી છે. શિવાજીએ સ્વતંત્ર સમાજની સ્થાપના કર્યા બાદ પરંપરાગત ચાલ્યા આવતા કેટલાય નિયમોમાં ઘણા ફેરફાર કર્યા. તેમણે અષ્ટ પ્રધાનની યોજના એમના આજ પ્રશાસનિક પરિવર્તનનો એક અંગ હતી. તેઓ સ્વયં એક જાગીરદાર રહ્યા હતા અને પોતાના બાહુબળે એક સ્વતંત્ર શાસક બન્યા હતા. એટલે એમણે ત્યારના શાસકોમાં પ્રચિલિત જાગીરની પ્રથાને સમાપ્ત કરી નાંખીને બદલામાં પગાર લાગુ કર્યો, કારણ કે આજ જાગીરદાર શકિત સંપન્ન થઈને રાજ્ય માટે સંકટ પેદા કરતા હતા.ગોવિંદ સખારામ સર દેસાઈએ એમના પ્રશાસનના મુખ્ય સિદ્ધાંત નીચે પ્રમાણે જણાવ્યા છે:

(૧) મજબૂત કિલ્લાઓ દ્વારા શત્રુથી દેશની રક્ષા.
(૨) સેવાઓનો નકદ પગાર, ભૂમિદાન નહીં.
(૩) વંશ પરંપરાના આધારે નહીં પણ યોગ્યતાના આધારે પદ ઉપર નિમણૂંક .
(૪) વિશ્વસનીય વ્યકિતઓ દ્વારા રાજસ્વની વસૂલી, જમીનદારો કે મધ્યસ્થો મારફત નહીં.
(૫) ભૂમિને ઠેકા પર દેવાની પ્રથા જડમૂળમાંથી દૂર કરી નાંખવી.
(૬) પ્રશાસનિક વિભાગોની સ્થાપના.

(૭) સેવાઓમાં જાતીય ભેદભાવ કર્યા વિના બધાને સમાન અવસર.

(૮) વાર્ષિક બજટ એવી એવી તૈયાર કરવું જેથી થોડા ઘણો લાભ જરૂર થાય.

પ્રશાસને સુચારૂ રૂપે ચલાવવા માટે પ્રશાસકોમાં ચરિત્રગત ગુણો હોવા ખૂબ જ જરૂરી છે, શિવાજીના ચરિત્રમાં એ બધાનો સમાવેશ હતો. એજ એમની સફળતાનું પણ રહસ્ય હતું. સરદેસાઈએ એની કોર સંકેત કરતાં લખ્યું છે કે – "પોતાની આજ્ઞા પર અટલ રહેવું, નિર્વિવાદ, આજ્ઞા પાલન અને અનુશાસનમાં સખ્તાઈ જેવા નિયમો જ શિવાજીની ખાસિયત હતી અને તેના લીધે જ તેઓ પોતાના સમયના અન્ય શાસકો કરતાં વધુ પ્રગતિશીલ હતા.

ભારતીય સંસ્કૃતિના ઉપાસક

સંસ્કૃતિ કોઈપણ રાષ્ટ્રની આત્મા હોય છે. જો કે સંસ્કૃતિનું બધે પાલન કરવું અસંભવ હોય છે, તેમછતાં પોતાની સંસ્કૃતિ ઉપર દરેક રાષ્ટ્રપ્રેમીને અભિમાન હોવું જોઈએ. સંસ્કૃતિથી ઘૃણા વિનાશનું લક્ષણ છે. આજ ઉદ્દેશ્યને નજરમાં રાખીને મૈકાલેએ ભારતમાં નવીન શિક્ષા પ્રણાલી ચલાવી.

છત્રપતિ શિવાજીની પ્રગતિની પાછળ એક રીતે સાંસ્કૃતિક પ્રેરણા જ કામ કરી રહી હતી. મુસલમાનોના શાસનકાળમાં ભારતીય સંસ્કૃતિને નષ્ટ કરવાનો કુચક્ર ચાલી રહ્યો હતો. બળજબરીથી ધર્મપરિવર્તન, હિન્દુ વિદ્યામંદિરો અને દેવમંદિરોને પાડી નાંખવા, એમની ધાર્મિક સ્વતંત્રતાનું હનન વગેરે આજ કુચક્રના પરિણામ હતા. શિવાજી જેવો યુગ પુરૂષ સંસ્કૃતિના આ અપમાનને કેવી રીતે સહન કરી શકતો હતો! તેમનું હિન્દુ સ્વરાજ્ય સ્થાપનાનું સંકલ્પ ભારતીય સંસ્કૃતિની પ્રગતિનું જ સૂચક હતું.

ભારતીય સંસ્કૃતિમાં માતાને પરમ દેવતા કહેવાય છે. શિવાજીના જીવનનો અભ્યાસ કરવાથી એ સ્પષ્ટ થઈ જાય છે કે તેઓ પોતાની માતાને એક દેવતા જેટલું જ સન્માન આપતા હતા. કયાંય પણ કોઈ પણ કામ ઉપર જતા પહેલા કે કોઈ પણ શુભ કામની શરૂઆત કરતાં પહેલા તેઓ માતાના ચરણસ્પર્શ કરીને આશીર્વાદ જરૂર લેતા હતા. સાધુ–મહાત્માઓ પ્રત્યે પણ કોઈ પણ ધાર્મિક ભેદભાવ કર્યા વગર તેમના હૃદયમાં અપાર

સન્માન હતું. તીર્થ સ્થળો, દેવાલયો વગેરે પ્રત્યે એમની ખૂબ જ શ્રદ્ધા હતી. આ વિષયમાં ગોવિંદ સખારામ સરદેસાઈ લખે છે કે –

"એમના મનમાં આ તત્વ હંમેશા હાજર રહેતા હતા – દેવી, દેવતા, બ્રાહ્મણ, સંત અને દેવાલય! એ ઐતિહાસિક સત્ય છે કે શિવાજી ભલે ગમે ત્યાં હોય પછી એ આગરા હોય કે પછી કારાવાસ અથવા તંજૌર કે કોઈ અન્ય જગ્યા તેમનું સૌથી પહેલું કામ એજ રહેતું કે તેઓ નજીકના પ્રદેશના ખ્યાતનામ મંદિરો અને એ જગ્યાએ ભેગા થનાર સાધુચરિત અને વિદ્વાનો વિશે બધું જાણી લેતા.

તેમણે સંસ્કૃતિના ઉજ્જવળ પક્ષોનું સદા સમર્થન કર્યુ, પણ તેની સાથોસાથ જ તેઓ જાતિગત સંકીર્ણતા, રૂઢિયો વગેરેના પ્રબળ વિરોધી પણ હતા. સાંસ્કૃતિક પ્રેમના કારણે જ્યાં એમણે પોતાનો અભિષેક પ્રાચીન ભારતીય સંસ્કૃતિના આધારે કર્યો, ત્યાં જ એમણે પોતાને ક્ષત્રિય સિદ્ધ કરવા માટે રૂઢિવાદી બ્રાહ્મણોનો પ્રબળ વિરોધ કર્યો અને ગમે તેમ કરીને કર્મના આધારે વર્ણ વ્યવસ્થાના ઉજ્જવળ સાંસ્કૃતિક પક્ષને પુનર્જીવિત કર્યુ.

સદ્‌ગુણોથી ભરપૂર ચરિત્રના વખાણ

ચરિત્રબળની ખામી હોય તો વ્યકિતના આદેશ અથવા ઉપદેશનું કોઈ મહત્વ નથી રહી જતું, સાથે જ પદ અનુસાર જ ચરિત્રનું મહત્વ પણ વધી જાય છે. સત્તા ચલાવનારનું ચરિત્ર જો ઉચ્ચ હોય તો સત્તામાં અસામાજિક અથવા ચરિત્રહીન કામો કરનારાઓનું સાહસપણ નથી ચાલતું. એટલે જન સામાન્યથી પણ આદર્શ અને ઉંચા ચરિત્રની ઉપેક્ષા ત્યારે જ કરી શકાય છે, જ્યારે શાસકનું ચરિત્ર શ્રેષ્ઠ અને વખાણવાલાયક હોય. શિવાજી આ સત્યથી પરિચિત હતા, એટલે એમના મહાન ગુણોના યત્રતત્ર દર્શન અનાયાસ જ થઈ જતા હતા.

કલ્યાણના મુસલમાન રાજ્યપાળ મુલ્લાઅહમદની અદ્વિતીય સુંદર પુત્રવધુને બંદિની બનાવીને આબાજી સોનદેવે શિવાજીની પાસે એને ભેંટ સ્વરૂપ મોકલી હતી ત્યારે શિવાજીએ એને માં કહીને બોલાવી હતી અને સન્માન સાથે એના પતિ પાસે પાછી મોકલી દીધી હતી. આ ઘટના એમના ઉચ્ચ ચરિત્રની ઝલક આપે છે, જેની મુસલમાન શાસકોમાં ખામી હતી.

આવું ઉચ્ચ ચરિત્ર અને આત્મ સંયમ જ તેમના સફળ જીવનનું સૌથી મોટું રહસ્ય હતું. સ્વયં મુસલમાન વિચારકોએ પણ તેમના આ ગુણના વખાણ કર્યા છે. ખફી ખાં નામના એક સમીક્ષકે લખ્યું છે કે – "શિવાજીએ હંમેશા પોતાના પ્રદેશની જનતાના સન્માનને સુરક્ષિત રાખવાનો પ્રયાસ કર્યો. વિદ્રોહના માર્ગમાં યાત્રી દળોને લુંટવામાં અને મનુષ્ય માત્રને કષ્ટ જરૂર તેમણે પહોંચાડયું પણ બીજાની લાજ અને માન મર્યાદા છીનવાથી તેઓ હંમેશા દૂર રહ્યા અને કદાચ જો મુસલમાન સ્ત્રી કે બાળકો હાથ લાગતા તો તેમના સતીત્વની પણ હંમેશા રક્ષા કરતા. એટલું જ નહીં આ બાબતે તેમણે કડક આદેશ આપેલા હતા કે કોઈ પણ જો એનું ઉલ્લંઘન કરશે તો તેને કઠોર દંડ આપવામાં આવશે. મુસલમાન સુલ્તાન અથવા સેનાપતિ યુદ્ધના સમયે પોતાના શિબિરોમાં નાચનારીઓ અને વેશ્યાઓના દળને સાથે લઈને ચાલતા હતા, પણ શિવાજી એનાથી સદા દૂર રહેતા. ફ્રેન્ચ રાજદૂત જર્મેન ૧૬૭૭ના જુલાઈ મહિનામાં તિરૂવાડીમાં શિવાજીને તેમના યુદ્ધ શિબિરમાં આવીને મળ્યો હતો. તેમણે શિવાજીના વખાણ કરતાં લખ્યું હતું કે – "શિવાજીના શિબિરમાં તડક–ભડક ન હતી. એમાં સ્ત્રીઓ ન હતી અને વધારાનો કોઈ સામાન પણ ન હતો. ફકત બે તંબુ હતા, જે સામાન્ય જાડા અને સસ્તા કપડાના હતા." ડૉ. જદુનાથ સરકારે શિવાજીના ચરિત્રના વખાણ કરતાં લખ્યું હતું કે – "શિવાજીનું ચરિત્ર અનેક સદ્ગુણોથી ભરેલું હતું. એમની માતૃભકિત, સંતાન પ્રેમ, ઈન્દ્રિય નિગ્રહ, ધર્માનુરાગ, સાધુ–સંતો પ્રત્યે પ્રેમભાવ, વિલાસવર્જન, શ્રમશીલતા અને બધા જ સંપ્રદાયો પ્રત્યે ઉદારતા, તે યુગના કોઈ રાજવંશમાં જ નહીં પણ અનેક ગૃહસ્થોમાં પણ અતુલનીય હતી. તેઓ પોતાની બધી શકિત લગાડીને પણ સ્ત્રીઓના સતીત્વની રક્ષા કરતા હતા."

સાંપ્રદાયિક સદ્ભાવનાના સમર્થક

આમ તો શિવાજીનું લક્ષ્ય હિન્દુ રાજ્યની સ્થાપના કરવાનું હતું. તેઓ અધોગતિ તરફ ધકેલાતા હિન્દુ ધર્મનો પુનરૂત્થાન કરવા માગતા હતા, પણ પોતાના ધર્મ સાથે પ્રેમનો મતલબ અન્ય સંપ્રદાયો સાથે વેરભાવ કયારેય નથી હોતો. એમના કરતાં પહેલા અકબર મહાન આ હકીકતનો પ્રત્યક્ષ

દાખલો રહી ચુકયા છે. શિવાજીએ ધર્મ અથવા સંપ્રદાયના નામે કદી પણ કોઈની પણ સાથે ભેદભાવ નથી કર્યો. ઔરંગઝેબ સાથે એમના વિરોધનું મુખ્ય કારણ એજ હતું કે એ સાંપ્રદાયિક સદ્દભાવનાનો વિરોધી હતો. તેમણે ઔરંગઝેબ દ્વારા હિન્દુઓ ઉપર જજિયા કર લાદવા બાબત પત્ર લખીને એની આ નીતિનો પ્રબળ વિરોધ કર્યો હતો.

શિવાજીએ પોતાના ધર્મની રક્ષા કરતા ઈસ્લામ અથવા કોઈ પણ અન્ય ધર્મ પ્રત્યે કયારેય પણ ઘૃણાનો પરિચય નહોતો આપ્યો. તેઓ મુસલમાન ફકીરનું પણ એટલું જ સન્માન કરતા જેટલું હિન્દુ સાધુ–સંતોનું. એક તરફ જ્યાં તેઓ સમર્થ રામદાસ વગેરે પ્રત્યે શ્રદ્ધાવાન હતા, તો બીજી તરફ બાબા યાકૂબ પ્રત્યે પણ એમના હૃદયમાં અપાર ભકિત–ભાવના હતી. એમના રાજ્યમાં જાતિ–ધર્મ વગેરેના આધારે કદી પણ નિમણૂંક નહોતી કરવામાં આવતી. એમની નૌસેનાના મુખ્ય અધિકારી દૌલત ખાં અને સિદ્દી અને પરરાષ્ટ્ર મંત્રી મુલ્લા હૈદર મુસલમાન હતા. આ કર્મચારિઓ ઉપર તેમને અખૂટ શ્રદ્ધા હતી.મુલ્લા હૈદર એક વખત મોગલ રાજ્યપાલ બહાદુર ખાં પાસે શાંતિ વાર્તા માટે શિવાજીના પ્રતિનિધિ બનીને પણ ગયા હતા.

પોતાના ધર્મ પ્રત્યે સન્માનની ભાવના વખાણવા લાયક ગુણ છે, પણ જ્યારે એ ભાવના અન્ય ધર્મો પ્રત્યે ઘૃણાનો પર્યાય બની જાય, તો પછી એ ગુણ ન રહીને અવગુણ બની જાય છે. ઔરંગઝેબ અને શિવાજીના સ્વધર્મ પ્રેમની સરખામણી કરતાં એકવર્થે લખ્યું છે કે – "એમના શકિતસંપન્ન શત્રુ ઔરંગઝેબની સરખામણીમાં શિવાજીનું ચરિત્ર અતિ ઉચ્ચ છે. ધર્મ બંનેનો સર્વોપરી અંગ હતો. ઔરંગઝેબમાં પતિત થઈને તુચ્છતમ, સંકીર્ણતમ અને ધર્માન્ધતાના રૂપમાં હતો...........ઔરંગઝેબનો જન્મ ફકત વિનાશનું કારણ બનવા માટે થયો હતો. શિવાજી ઈશ્વરના અવતાર છે, જે હિન્દુ વિજય અને રાજ્ય સ્થાપનાનું કારણ બન્યા......"

મહાન સમાજ સુધારક

સફળ રાજકારણી, કુશળ પ્રશાસક વગેરે સિવાય શિવાજીનું એક અન્ય રૂપ એક મહાન સમાજ સુધારક તરીકેનું પણ છે. હિન્દુ ધર્મને પોતાની જાગીર સમજનારા અને સંકુચિત વિચારવાળા લોકો કોઈ પણ અન્ય

ધર્માવલંબીનો હિન્દુ ધર્મમાં પ્રવેશ સહન નહોતા કરી શકતા, પણ શિવાજીએ આવા લોકોની દરકાર ન કરતાં પોતાનું કાર્ય કરી દેખાડયું. નેતાજી પાલ્કર અને બાજાજી નિમ્બાલકરને બળજબરીથી મુસલમાન બનાવી દેવાયા હતા, પણ શિવાજીએ એમની સ્વેચ્છાથી અને ફરીથી હિન્દુ બનાવી દીધા. જો કે પહેલા એમના માટે હિન્દુ ધર્મના દ્વાર હંમેશા માટે બંધ કરી દેવાયા હતા. દુર્ભાગ્યથી શિવાજીનો સ્વર્ગવાસ અકાળે જ થઈ ગયો હતો. જો તેઓ થોડા હજુ વર્ષો સુધી જીવિત રહેતા તો સો ટકા તેઓ આ કામને વધુ આગળ વધારત, પણ ઓછી સંખ્યા સાથે પણ એમણે આ ક્રાંતિકારી પગલાનું મહત્વ ઓછું નહોતું આંકયુ. તેમના આ કામ માટે હિન્દુ સમાજ તેમનો સદા ઋણી રહેશે. અનેક વિરોધ હોવા છતાં પણ એમણે પોતાના કર્મોથી સ્વયંને ક્ષત્રિય સિદ્ધ કરી ભારતીય સંસ્કૃતિના કર્મ પર આધારિત વર્ણ વ્યવસ્થાને પુનઃ જીવિત કરી દેખાડી. તેમનું આ કામ પણ સમાજ સુધારનું જ એક અન્ય પગલું હતું.

શિવાજી ભારતીય ઈતિહાસના એક આદર્શ નાયક (હીરો) છે. એક રીતે એક કવિતામાં એક ધીરોદાત્ત નાયકના જે લક્ષણ બતાડવામાં આવે છે, એ બધાનો શિવાજીમાં સમાવેશ છે. ફકત સદ્‌વંશીય ક્ષત્રિય ન હોવાની જે એમનામાં ખામી હતી તેને પણ તેમણે પોતાના શુભ કર્મોથી દૂર કરી નાંખી. આ મહાપુરૂષથી આકર્ષાઈને અનેક ભાષાઓના ભારતીય સાહિત્યકારોએ એમને પોતાના લેખનો વિષય બનાવ્યો છે.

તે સમયના જ એક અંગ્રેજ વેપારીએ સિકંદર મહાન સાથે એમની સરખામણી કરતાં લખ્યું છે કે – "શિવાજી સાચો મિત્ર છે, શ્રેષ્ઠ શત્રુ છે અને ખુબ જ ચાલાક છે. તે તમે કલ્પના પણ ન કરી શકો તેટલી હદ સુધી જીત મેળવી શકે છે. રાજા શિવાજીએ પ્રબળ જીત મેળવવાની કલ્પના કરી હતી. તેમણે કર્ણાટકમાં પ્રવેશ કર્યો અને એવી જ રીતે સફળતા મેળવી જેમ સ્પેનમાં કૈસરે મેળવી હતી. તેમણે જિંજી અને વેલ્લોર, બે શકિતશાળી કિલ્લાઓ ઉપર કબજો મેળવી લીધો. આ કામ કરવામાં તેઓ સિકંદર મહાનથી જરાય ઓછા ન હતા."

આ પ્રમાણે પોતાના તમામ ગુણોના લીધે મહાન હતા – છત્રપતિ શિવાજી મહાન.

✦✦✦